国家
亚非语言文学国家级特

高等学校泰语专业系列教材

THAI

ประเทศไทยโดยสังเขป

泰国国家概况

（第2版）

易朝晖　主编

重庆大学出版社

内容提要

本教程对泰国的自然环境、社会历史、政治外交、宗教信仰、民族性格、民族传统、民俗风情以及经济结构、文化教育等方面进行了较为系统的介绍。全书共有16个单元和两个泰国机构名称附录,每个单元包括教学目标、中文导读、课文正文、生词、练习和补充阅读6个部分。教师可根据学生程度灵活分配教学内容或适当增加教学时间。本教程内容丰富,数据权威,图文并茂,在帮助学习者了解泰国的自然和人文特点的同时更加全面地认识和理解泰国,并能用泰语进行相关的表述。

图书在版编目(CIP)数据

泰国国家概况:泰语 / 易朝晖主编. --2版. --

重庆:重庆大学出版社,2020.6

高等学校泰语专业系列教材

ISBN 978-7-5689-2075-9

Ⅰ.①泰… Ⅱ.①易… Ⅲ.①泰语—阅读教学—高等

学校—教材②泰国—概况 Ⅳ.①H412.94:K

中国版本图书馆 CIP 数据核字(2020)第 059041 号

泰国国家概况

(第2版)

主 编 易朝晖

责任编辑:杨 琪 版式设计:杨 琪

责任校对:姜 凤 责任印制:赵 晟

*

重庆大学出版社出版发行

出版人:饶帮华

社址:重庆市沙坪坝区大学城西路 21 号

邮编:401331

电话:(023)88617190 88617185(中小学)

传真:(023)88617186 88617166

网址:http://www.cqup.com.cn

邮箱:fxk@ cqup.com.cn(营销中心)

全国新华书店经销

重庆长虹印务有限公司印刷

*

开本:787mm×1092mm 1/16 印张:12.75 字数:297 千

2021 年 3 月第 2 版 2021 年 3 月第 2 次印刷

ISBN 978-7-5689-2075-9 定价:59.00 元

前　言

随着中国外语教学的不断进步和发展，人们越来越清晰地认识到：外语专业的学生必须同时具备两类知识：一类是语言知识，包括语音、语法、词汇等；另一类是与该语言相关的对象国国情知识。两类知识对于外语专业学生有效地用外语进行沟通和交流都有必不可少的作用。

我国泰语专业教学对前一类教材的编纂开展较早，研究较为系统，但有关国情知识的教材则起步较晚，至今尚无教材公开出版。泰国人撰写的介绍泰国的书籍由于种种原因，很难用于专业教学，而国内用汉语撰写的泰国国情类书籍虽然叙述全面、可读性强，但对于准备使用泰语从事相关学习、工作的人群而言，仍有一些美中不足。

有鉴于此，我们用泰语编写了《泰国国家概况》教材，对泰国的自然环境、社会历史、政治外交、宗教信仰、民族性格、民族传统、民俗风情以及经济发展、文化教育等方面进行了较为系统的介绍，帮助使用者了解泰国的自然和人文特点，更加全面地认识和理解泰国，同时能用泰语进行相关的表达。

《泰国国家概况》为解放军外国语学院亚非语系主任、博士生导师钟智翔教授主持的国家级教学成果二等奖获奖项目系列教材之一，也是国家外语非通用语种本科人才培养基地暨亚非语言文学国家级特色专业建设点重点建设教材。

总体来看，本教程有以下特点：

1. **材料权威，数据准确**。教材参考资料主要来自泰国的大中学校教材、百科全书以及其他的正式出版物和官方网站。此外，编者在泰国访学时，利用参观见学等时机，在泰国内政部、外交部、商业部、交通部、农业合作部等主要部委、50 多个府，以及电台、电视台、移动通信等机构收集了大量一手资料，为本教程的编写提供了坚实的材料基础。

2. **体系规范，便于教学**。全书共有 16 个单元，计划课时为 32 学时。每个单元包括教学目标、中文导读、课文正文、生词、练习和补充阅读 6 个部分，教师可根据学生程度灵活分配教学内容或适当增加教学时间。

3. **内容丰富，形式多样**。教材本着"学为主体"的原则，以读者为中心，注重内容与形式的有机结合，配有大量图片和表格，便于理解、加深印象，也为不同教师的个性化教学留有较宽广的空间。

4. **语言规范，明白易懂**。既方便大学二、三、四年级的学生学习，同时也可作为了解泰国的泰文参考资料随时查阅。

2013 年 5 月本教程第一次出版印刷，2019 年初应责任编辑之约，对本书第 1 版进行了全面修订。本次修订的内容包括：(1) 根据情况的发展与变化，更新了部分数据，修改了部分文字表述；(2) 删除或替换了部分插图、表格；(3) 改正了前期文字录入的错误。

本教程在编写过程中，得到了解放军外国语学院亚非语系教材建设委员会、亚非语言文学专业博士学位授权点以及重庆大学出版社的大力支持，在此谨表诚挚的谢意，也特别感谢修订过程中予以帮助的同行和同事们。

尽管我们为本次修订做了很多工作，但疏漏错误仍难避免，敬请方家和广大读者不吝批评指正，帮助我们把本教材编写得更加完善。

编　者

2020 年 8 月

สารบาญ

บทที่ ๑

ประเทศไทยโดยสังเขป

→จุดประสงค์การเรียนรู้←

- บอกที่ตั้ง ขนาดและอาณาเขตติดต่อกับประเทศไทยได้
- บอกวิธีแบ่งเขตการปกครองของไทยได้
- บอกภาวะประชากรไทยและชนชาติในประเทศไทยโดยสังเขปได้
- บอกความหมายของสีธงชาติไทยและความหมายของสัญลักษณ์ประจำชาติไทยได้

泰国地处亚洲东南，中南半岛的中部。北部和东北毗邻老挝，北部和西部接壤缅甸，西南濒安达曼海，南临马来西亚，东部为柬埔寨和泰国湾。国土面积 51.3 万平方公里，南北距离 1620 公里，东西最宽处 775 公里，最窄处仅 10.5 公里。

泰国地方行政区按照府、县、区、村划分，府尹、县长、区长、村长为各级行政长官。除首都曼谷外，泰国共有 76 个府，878 个县。

泰国现有人口约 6618 万，人口密度每平方公里 128.19 人。家庭总计 2572 万户，平均每户 3.16 人。

泰国是多民族国家，以泰族居多，其他还有老族、华族、马来族、高棉族，以及傈僳、阿卡、苗、瑶、克伦等山地民族。

泰国有约 94.6% 的民众信仰小乘佛教，约 4.2% 的人信仰伊斯兰教，另有少量民众信奉基督教、印度教等。泰语是官方语言，另有北部、东北、南部、中部方言。泰国国旗有红、白、蓝 3 种颜色，分别代表人民、宗教和王室。大象、金链花、泰式凉亭是泰国国家形象的代表。

◇ทำเลที่ตั้งและอาณาเขตติดต่อ◇

ประเทศไทยหรือราชอาณาจักรไทยตั้งอยู่ในภูมิภาคเอเชียตะวันออกเฉียงใต้บริเวณตอนกลางของคาบสมุทรอินโดจีน ระหว่างเส้นละติจูดที่ 5 องศา 3 ลิปดาเหนือ กับ 20 องศา 27 ลิปดาเหนือ และระหว่างเส้นลองจิจูดที่ 97 องศา 22 ลิปดาตะวันออก กับ 105 องศา 37 ลิปดาตะวันออก

ประเทศไทยมีพรมแดนติดกับสาธารณรัฐประชาธิปไตยประชาชนลาวอยู่ทางทิศตะวันออกเฉียงเหนือ ทิศตะวันออกติดกับราชอาณาจักรกัมพูชาและอ่าวไทย ทิศเหนือติดกับสหภาพพม่าและสาธารณรัฐประชาธิปไตยประชาชนลาวโดยมีแม่น้ำโขงกั้นระหว่างเขตแดนเป็นบางช่วง ทิศตะวันตกติดสหภาพพม่า ทิศตะวันตกเฉียงใต้ติดกับทะเลอันดามัน ส่วนทิศใต้ติดกับมาเลเซีย มีความยาวของแนวพรมแดนทางบกประมาณ 5300 กิโลเมตร และอาณาเขตติดต่อกับชายฝั่งทะเล 2705 กิโลเมตร (แนวชายฝั่งทะเลด้านอ่าวไทย 1840 กิโลเมตร และแนวชายฝั่งด้านอันดามัน 865 กิโลเมตร)

◇ขนาดและรูปร่าง◇

ประเทศไทยมีเนื้อที่ 513,115 ตารางกิโลเมตร หากดูตามแผนที่จะพบว่ามีรูปร่างเหมือนขวานโบราณ(บางคนเปรียบเทียบว่ามีลักษณะคล้ายหัวช้าง) ตามการแบ่งขนาดของประเทศทางภูมิศาสตร์การเมือง ไทยจัดเป็นประเทศขนาดใหญ่อันดับที่ 3 ในภูมิภาคเอเชียตะวันออกเฉียงใต้ รองลงมาจากประเทศอินโดนีเซียและพม่า

***ส่วนที่กว้างที่สุดของประเทศ** คือ บริเวณตั้งแต่ด่านเจดีย์สามองค์จังหวัดกาญจนบุรีจนถึงฝั่งแม่น้ำโขงที่อำเภอสิรินธรจังหวัดอุบลราชธานี ยาวประมาณ 775 กิโลเมตร

***ส่วนที่แคบที่สุดของประเทศ** คือ พื้นที่ตำบลคลองวาฬอำเภอเมืองจังหวัดประจวบคีรีขันธ์ วัดจากพรมแดนพม่าถึงฝั่งอ่าวไทยเป็นระยะทางประมาณ 10.5 กิโลเมตร

***ส่วนที่ยาวที่สุดของประเทศ** คือ บริเวณที่อยู่ระหว่างจุดเหนือสุดของอำเภอแม่สายจังหวัดเชียงราย กับจุดที่อยู่ใต้สุดของอำเภอเบตงจังหวัดยะลา ความยาวประมาณ1,620 กิโลเมตร

คอคอดกระ

คอคอดกระคือส่วนที่แคบที่สุดของคาบสมุทรอินโดจีน อยู่ระหว่างอำเภอกระบุรี จังหวัดระนองกับอำเภอสวีจังหวัดชุมพร มีระยะทางจากฝั่งทะเลตะวันตกจรดฝั่งตะวันออกประมาณ 50 กิโลเมตร พื้นที่ส่วนนี้นับว่าเป็นจุดยุทธศาสตร์ที่สำคัญมาก จึงได้รับความสนใจจากหลายๆฝ่าย ในประเทศไทยมีคนเสนอโครงการขุดคอคอดกระ ซึ่งเป็นที่ถกเถียงมาเป็นเวลานาน และยังหาข้อสรุปไม่ได้

◇เขตการปกครอง◇

หมู่บ้าน
ตำบล
อำเภอ
จังหวัด

ประเทศไทยแบ่งเขตการปกครองเป็นสามรูปแบบ คือ การปกครองส่วนกลาง การปกครองส่วนภูมิภาคและการปกครองส่วนท้องถิ่น

การปกครองส่วนกลางประกอบด้วยกระทรวง ทบวงกรม การปกครองส่วนภูมิภาคแบ่งออกเป็นจังหวัด อำเภอ ตำบลและหมู่บ้านโดยมีผู้ว่าราชการจังหวัด นายอำเภอ กำนันและผู้ใหญ่บ้านเป็นผู้บริหารหรือผู้รับผิดชอบการงานตามลำดับ ปัจจุบันนี้ ประเทศไทยมี 76 จังหวัด 878 อำเภอ ที่นิยมกล่าวกันว่าประเทศไทยมี 77 จังหวัดนั้น ได้รวมกรุงเทพมหานครด้วย

กรุงเทพมหานครเป็นเมืองหลวงของประเทศไทย แบ่งการปกครองออกเป็นเขตและแขวง ส่วนจังหวัดหลักๆได้แก่ เชียงใหม่ เชียงราย นครราชสีมา ขอนแก่น กาญจนบุรี นครปฐม ชลบุรี นครศรีธรรมราช ภูเก็ต ฯลฯ

ชื่อของจังหวัดนั้น จะเป็นชื่อเดียวกับชื่ออำเภอที่เป็นที่ตั้งของศูนย์กลางจังหวัด เช่น ศูนย์กลางการปกครองของจังหวัดเชียงใหม่อยู่ที่อำเภอเมืองเชียงใหม่ฯลฯ แต่ชื่ออำเภอเหล่านี้ มักเรียกย่อแต่เพียงว่า"อำเภอเมือง" ยกเว้นจังหวัดพระนครศรีอยุธยาที่ใช้ชื่อว่าอำเภอพระนครศรีอยุธยา

การปกครองส่วนท้องถิ่นมีรูปแบบองค์การบริหารส่วนจังหวัด (อบจ.) เทศบาล และองค์การบริหารส่วนตำบล (อบต.) นอกจากนี้แล้ว กรุงเทพมหานครและเมืองพัทยาถือว่าเป็นการปกครองส่วนท้องถิ่นรูปแบบพิเศษ

◇ประชากร◇

ตามข้อมูลกรมการปกครองกระทรวงมหาดไทย ในปี ค.ศ.2017 ประเทศไทยมี
ประชากร 66,188,503 คน ซึ่งมากเป็นลำดับ 4 ของประเทศในเอเชียตะวันออกเฉียงใต้ รอง
จากประเทศอินโดนีเซีย ฟิลิปปินส์และเวียดนาม และอาจจำแนกตามช่วงอายุได้ 3 กลุ่ม คือ

* กลุ่มวัยเด็ก ได้แก่ประชากรที่มีอายุน้อยกว่า15ปี มีร้อยละ17.08ของประชากร
ทั้งหมด

* กลุ่มวัยทำงาน ได้แก่ประชากรที่มีอายุ 15-59 ปี มีร้อยละ 65.11 ของประชากร
ทั้งหมด

* กลุ่มวัยชรา ได้แก่ประชากรที่มีอายุตั้งแต่ 60 ปีขึ้นไป มีร้อยละ15.45ของประชากร
ทั้งหมด

ส่วนกลุ่มที่จำแนกอายุไม่ได้มีร้อยละ2.36

เมื่อพิจารณาการกระจายตัวของประชากร ประเทศไทยมีความหนาแน่นของประชากร
128.99 คนต่อ 1 ตารางกิโลเมตร ส่วนกรุงเทพมหานครมีความหนาแน่นของประชากรสูงถึง
3,622.29 คนต่อ 1 ตารางกิโลเมตร

แผนภูมิ 1 จังหวัดที่มีประชากรสูงสุด 10 อันดับ พ.ศ. 2560

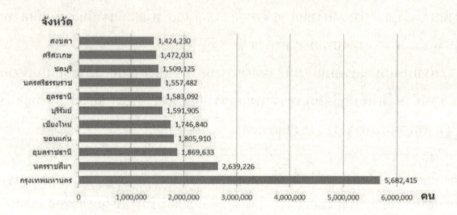

สำหรับจังหวัดที่มีจำนวนประชากรมากสุด 10 ลำดับแรก ได้แก่ กรุงเทพมหานคร
นครราชสีมา อุบลราชธานี ขอนแก่น เชียงใหม่ บุรีรัมย์ อุดรธานี นครศรีธรรมราช ชลบุรี
และสรีสะเกษ จังหวัดที่มีประชากรเกิน 1 ล้านคนขึ้นไปมี 18 จังหวัด

ประชากรไทยมีจำนวนเพศหญิงมากกว่าเพศชายเล็กน้อยตลอดมา ปีค.ศ.2017 มี
ประชากรเพศหญิงจำนวน 33.72 ล้านคน (ร้อยละ50.95) ประชากรเพศชาย 32.46 ล้านคน
(ร้อยละ49.05) ประชากรเพศหญิงมีมากกว่าเพศชาย 1.25 ล้านคน ทำให้อัตราส่วนเพศของ

ประชากรเป็น 96.27 (สัดส่วนชายต่อหญิง 100 คน) โดยลดลงจากปีค.ศ.2010 ซึ่งมีอัตราส่วนเพศเป็น 96.3

ประเทศไทยมีจำนวนครัวเรือนทั้งสิ้น 25.72 ล้านครัวเรือน โดยมีขนาดครัวเรือนเฉลี่ย 3.16คน ซึ่งมีขนาดเล็กลงเมื่อเทียบกับสำมะโนประชากรและเคหะปี 2010 โดยมีขนาดครัวเรือนเฉลี่ย 3.2 คน [1]

จากการทำสำมะโนประชากรทุก 10 ปี พบว่า ประเทศไทยมีจำนวนประชากรเพิ่มขึ้นทุกรอบ แต่อัตราการเพิ่มของประชากรได้ลดลงอย่างต่อเนื่องตั้งแต่ปี 1960 เป็นต้นมา คือ อัตราการเพิ่มของประชากรในระหว่างปี 1960-1970 เป็นร้อยละ 2.70 ต่อปี ระหว่างปี 1990-2000 เป็นร้อยละ 1.05 ต่อปี และระหว่างปี 2000-2010 ลดลงเหลือร้อยละ 0.77 ซึ่งเป็นผลมาจากประเทศไทยมีอัตราการเกิดที่ลดต่ำลงอย่างรวดเร็วและต่อเนื่อง

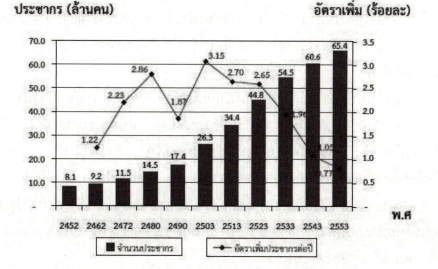

แผนภูมิ 2 จำนวนประชากรของประเทศไทย และอัตราเพิ่มประชากรต่อปี พ.ศ. 2452-2553

◇ชนชาติ◇

ประเทศไทยมีความหลากหลายทางเชื้อชาติ นอกจากชนเชื้อชาติไทยที่เป็นส่วนใหญ่แล้ว ยังมีชาวไทยเชื้อสายลาว ชาวไทยเชื้อสายมอญ ชาวไทยเชื้อสายเขมร ชาวไทยเชื้อสาย

[1] ขนาดครัวเรือน หมายถึงจำนวนคนที่พักอาศัยอยู่ในบ้านเดียวกัน โดยที่บุคคลเหล่านั้นอาจมีหรือไม่มีความสัมพันธ์ฉันเครือญาติก็ได้ แม้ว่าคนในครัวเรือนจะเป็นหรือไม่เป็นญาติพี่น้องกันก็ตาม ขนาดครัวเรือนได้ถูกนำมาใช้อย่างแพร่หลายเพื่อสะท้อนลักษณะของครอบครัวหรือภาวะเจริญพันธุ์

มลายู ชาวไทยเชื้อสายจีน รวมไปถึงกลุ่มชาวไทยภูเขาเผ่าต่างๆที่อยู่ในภาคเหนือ เช่น ชาว
กะเหรี่ยง ชาวลีซอ ชาวอาข่า ชาวม้ง ชาวเย้า ชาวฉาน ฯลฯ และยังมีชาวส่วยที่อยู่ในภาค
อีสานของไทยด้วย ซึ่งความหลากหลายทางเชื้อชาตินี้มีความสำคัญมากต่อวิถีชีวิตและ
วัฒนธรรมของไทย

ชาวกะเหรี่ยงคอยาว   ชาวเย้า   ชาวอาข่า

◇ภาษาไทยและอักษรไทย◇

ภาษาไทยเป็นภาษาราชการและภาษาประจำชาติของประเทศไทย ประชากรไทยใช้
ภาษาไทยเป็นทั้งภาษาพูดและภาษาเขียน ลักษณะของภาษาไทยมีความโดดเด่นสอง
ประการ ได้แก่

๑.เป็นภาษาคำโดด หมายถึงภาษาที่มีคำใช้ได้โดยอิสระ ไม่ต้องเปลี่ยนรูปคำ

๒.เป็นภาษาวรรณยุกต์ คือมีระดับเสียงของคำแน่นอนเช่นเดียวกับภาษาจีน แต่ใน
ภูมิภาคต่างๆ มีภาษาถิ่นของตนเองที่มีสำเนียงสูงต่ำแตกต่างไปจากภาษาไทยกลางบ้าง
เล็กน้อย เช่นภาษาถิ่นภาคเหนือ ภาษาถิ่นภาคใต้ ภาษาถิ่นภาคอีสาน ฯลฯ

อักษรไทยได้ดัดแปลงมาจากอักษรมอญและอักษรขอม มีการปรับปรุงอยู่เรื่อยๆ
อักษรไทยประกอบด้วยรูปสระ ๒๑ รูป รูปพยัญชนะ ๔๔ รูป รูปวรรณยุกต์ ๔ รูป และ
เครื่องหมายต่างๆ อีกจำนวนหนึ่ง

◇ศาสนา◇

ประเทศไทยเปิดโอกาสให้ประชากรเลือกนับถือศาสนาใดก็ได้ตามความสมัครใจ ตาม
สถิติของสำนักงานสถิติแห่งชาติ ประชากร(อายุ13ปีขึ้นไป)ของประเทศไทยเกินกว่าร้อยละ
90 เป็นผู้ที่นับถือศาสนาพุทธนิกายเถรวาท (ร้อยละ 94.6) รองลงมานับถือศาสนาอิสลาม
(ร้อยละ4.2)และศาสนาคริสต์(ร้อยละ1.1) ที่เหลือเป็นผู้ที่นับถือศาสนาอื่นๆ (เช่น ศาสนา
ฮินดู ศาสนาซิกข์) รวมทั้งผู้ที่ไม่มีศาสนา(ร้อยละ 0.1)

◇ความเป็นมาของชื่อประเทศ◇

ในภาษาไทย คำว่าไทยมีความหมายว่าอิสรภาพ เสรีภาพ หรืออีกความหมายคือ ใหญ่ ยิ่งใหญ่ เพราะการจะเป็นอิสระได้จะต้องมีกำลังที่มากกว่า แข็งแกร่งกว่า เพื่อป้องกันการรุกรานจากข้าศึก

เดิมประเทศไทยใช้ชื่อสยาม (Siam) ได้เปลี่ยนมาเป็นชื่อปัจจุบันเมื่อปี ค.ศ.1939 ตามประกาศรัฐนิยมฉบับที่ 1 ของรัฐบาลจอมพล ป.พิบูลสงครามที่ให้ใช้ชื่อประเทศ ประชาชน และสัญชาติว่า "ไทย" ให้ใช้ชื่อประเทศในภาษาอังกฤษว่า Thailand ส่วนชื่อประชาชนและสัญชาติในภาษาอังกฤษให้ใช้ว่า Thai

ต่อมาเมื่อปีค.ศ.1945 ในช่วงเปลี่ยนนายกรัฐมนตรี ได้เปลี่ยนกลับใช้ชื่อประเทศในภาษาอังกฤษว่า Siam ชื่อประชาชนและสัญชาติว่า Siamese แต่ในที่สุดได้เปลี่ยนกลับมาชื่อ Thailand และ Thai อีกครั้งในปีค.ศ.1949 ซึ่งเป็นช่วงที่จอมพล ป. พิบูลสงครามเป็นนายกรัฐมนตรีในสมัยต่อมา

◇ธงชาติไทย◇

ธงชาติไทยมีชื่อเรียกอีกอย่างหนึ่งว่าธงไตรรงค์ เริ่มใช้เมื่อปีค.ศ. 1917 ในรัชสมัยพระบาทสมเด็จพระมงกุฎเกล้าเจ้าอยู่หัว รัชกาลที่ 6 มีลักษณะเป็นรูปสี่เหลี่ยมผืนผ้า ขนาดกว้าง ๖ ส่วน ยาว ๙ ส่วน ด้านกว้าง ๒ใน ๖ ส่วน ตรงกลางเป็นสีขาบ (น้ำเงินเข้ม) ต่อจากแถบสีขาบออกไปทั้งสองข้าง ๆ ละ ๑ ใน ๖ ส่วน เป็นแถบสีขาว ต่อจากสีขาวออกไปทั้ง ๒ ข้างเป็นแถบสีแดง ความหมายของสีธงไตรรงค์ คือ

สีแดง หมายถึงชาติและความสามัคคีของคนในชาติ
สีขาว หมายถึงศาสนา ซึ่งเป็นเครื่องอบรมสั่งสอนจิตใจให้บริสุทธิ์
สีน้ำเงิน หมายถึงพระมหากษัตริย์ ผู้ทรงเป็นประมุขของประเทศ

◇เพลงชาติไทย◇

ประเทศไทยเคยมีเพลงชาติอยู่หลายฉบับ ฉบับที่ใช้มาตั้งแต่ปี 1939 จนถึงปัจจุบันนั้น ประพันธ์ทำนองโดยพระเจนดุริยางค์(ปิติ วาทยะกร) ประพันธ์คำร้องโดยพันเอก หลวงสา-รานุประพันธ์ (นวล ปาจิณพยัคฆ์)ในนามกองทัพบก

ในประเทศไทย นอกจากการบรรเลงเพลงชาติผ่านทางวิทยุกระจายเสียงโดยกรมประชาสัมพันธ์แล้ว ยังมีการแพร่ภาพวิดีทัศน์ประกอบเพลงชาติในเวลา 8.00 น. และ18.00 น.ผ่านทางสถานีโทรทัศน์ต่างๆในประเทศไทยอีกด้วย

ประเทศไทยรวมเลือดเนื้อชาติเชื้อไทย   เป็นประชารัฐ ไผทของไทยทุกส่วน
อยู่ดำรงคงไว้ได้ทั้งมวล   ด้วยไทยล้วนหมาย รักสามัคคี
ไทยนี้รักสงบ แต่ถึงรบไม่ขลาด   เอกราชจะไม่ให้ใครข่มขี่
สละเลือดทุกหยาดเป็นชาติพลี   เถลิงประเทศชาติไทยทวี มีชัย ชโย

◇สัญลักษณ์ประจำชาติไทย◇

ประเทศไทยได้กำหนดสัญลักษณ์ประจำชาติ(nation identity) 3 สิ่งเพื่อเพิ่มประสิทธิภาพการประชาสัมพันธ์ ส่งเสริมภาพลักษณ์ประเทศไทยให้มีผลระยะยาว

สัตว์ประจำชาติ

ช้างไทย มีอายุยืน เป็นสัตว์ที่เกี่ยวข้องกับประวัติศาสตร์ ประเพณี   และเกี่ยวข้องกับวิถีชีวิตชาวไทยมานาน   สมัยก่อน ช้างมีความหมายเกี่ยวข้องกับสถาบันพระมหากษัตริย์   ใช้ใน การศึกสงคราม ถือเป็นสัตว์คู่บุญบารมีของพระมหากษัตริย์ และครั้งหนึ่ง ช้างไทยเคยปรากฏอยู่บนธงชาติไทยด้วย

ช้างไทย Chang Thai (Elephant หรือ *Elephas maximus*)

ดอกไม้ประจำชาติ

ดอกราชพฤกษ์ มีสีเหลือง ออกดอกเป็นช่อ ห้อยเป็นพวง ระย้า ดอกที่ออกจะมีทั้งดอกตูมและดอกบาน ต้นราชพฤกษ์ หรือต้นคูน   เป็นต้นไม้พื้นเมืองที่รู้จักกันแพร่หลาย   มีอายุยืน

ดอกราชพฤกษ์ Ratchaphruek (Cassia fistula Linn.)

ทนทาน สามารถปลูกขึ้นได้ทุกภาคในประเทศไทย เป็นไม้มงคลใช้ประโยชน์ในพิธีสำคัญๆ เช่น ลงหลักเมือง ลงเสาเอก

สถาปัตยกรรมประจำชาติ

ศาลาไทย Sala Thai (Pavilion)

ศาลาไทย เป็นสถาปัตยกรรมประจำชาติ สะท้อนภูมิปัญญาของช่างไทย มีความสง่างามที่โดดเด่นจากชาติอื่น เป็นการรักษาเอกลักษณ์ของชาติไทยและส่งเสริมให้ชาวต่างชาติได้ชื่นชมความงามของศาลาไทย

◇ตราประจำประเทศไทย◇

ตราประจำประเทศไทยหรือตราแผ่นดินของไทยได้แก่ ตราครุฑ (ตราพระราชลัญจกร พระครุฑพ่าห์)

ครุฑเป็นพญานก มีลักษณะร่างกายเป็นครึ่งคนครึ่งนก มีหัว จะงอยปาก ปีกและกรงเล็บเป็นนกอินทรีย์ ลำตัวเป็นมนุษย์ ใบหน้ามีสีขาว ปีกสีแดงและร่างเป็นสีทองสว่าง ในวรรณคดีบาลีและวรรณคดีพุทธศาสนาของไทยถือว่าครุฑเป็นพาหนะของพระวิษณุ เป็นสัตว์ประเภทหนึ่งที่มีอิทธิฤทธิ์มาก จึงใช้เป็นสัญลักษณ์ของพระราชอำนาจแห่งพระมหากษัตริย์ นอกจากนี้แล้ว ยังใช้เป็นตราประจำสถานที่ราชการต่างๆของรัฐบาลไทย ใช้พิมพ์เป็นตราบนหัวหนังสือและเอกสารต่างๆ ของทางราชการ

▶คำศัพท์◀

คาบสมุทรอินโดจีน 中南半岛
ลิปดา （角度的）分
อ่าวไทย 暹罗湾
ขวาน 斧
จรด 至；达

เส้นละติจูด 纬度 latitude
ลองจิจูด 经度 longitude
ทะเลอันดามัน 安达曼海
คอคอดกระ 克拉地峡
ยุทธศาสตร์ 战略

เขตการปกครอง 行政区

กระทรวงทบวงกรม 政府各部门

จังหวัด 府

อำเภอ 县

ตำบล 区

สถิติ 统计

สำมะโนประชากรและเคหะ 人口和住房普查

จำแนก 分类

อัตราส่วนเพศ 性别比

ครัวเรือน 家庭

อัตราการเพิ่มของประชากร 人口增长率

ต่อเนื่อง 持续；连续

อัตราการเกิด 出生率

หลากหลาย 多种；许多

เชื้อชาติ 种族

เชื้อสาย 血统

เขมร 高棉

มอญ 孟族

กะเหรี่ยง 克伦族

ลีซอ 傈僳族（也作ลีซู）

อาข่า 阿卡族

ม้ง 苗族（Hmong）

เย้า 瑶族

ส่วย 孟（高棉语族系的一支少数民族，也叫กวย กูย）

ภาษาคำโดด 孤立语

วรรณยุกต์ 声调

ภาษาถิ่น 方言

สำเนียง 语调；口音

ศาสนาซิกข์ 锡克教

แข็งแกร่ง 坚强

จอมพล 元帅

สัญชาติ 国籍

ธงไตรรงค์ 三色旗

สี่เหลี่ยมผืนผ้า 长方形

ประพันธ์ทำนอง 作曲

คำร้อง 歌词

บรรเลง 演奏

ไผท(ผะ-ไท) 土地

ขลาด 胆怯

เอกราช 独立

พลี 供奉

สัญลักษณ์ 象征；标志

ประสิทธิภาพ 效率

อายุยืน 长寿

สถาบันพระมหากษัตริย์ 王室

ดอกราชพฤกษ์ 金链花；腊肠花(cassia fistula)

ช่อ 串；束

ห้อย 垂；吊

พวง 串；簇

ระย้า 垂下；悬挂

ตูม 含苞未放

ดอกตูม 花蕾；蓓蕾

บาน 开放

สถาปัตยกรรม 建筑

สะท้อน 反映   ภูมิปัญญา 智慧；智力

เอกลักษณ์ 同一的；相等的（identical）

แบบฝึกหัด

ตอนที่ 1 ทบทวนความรู้

1. จงเลือกคำตอบที่ถูกต้องหรือเหมาะสมที่สุดเพียงคำตอบเดียว

   (1) ประเทศไทยตั้งอยู่ในส่วน_____

      ก. เอเชียตะวันออกเฉียงใต้

      ข. เอเชียตะวันออก

      ค. เอเชีย

   (2) ประเทศไทยตั้งอยู่_____

      ก. เหนือเส้นศูนย์สูตร

      ข. ใต้เส้นศูนย์สูตร

      ค. ในบริเวณเขตเส้นศูนย์สูตร

   (3) ประเทศไทยมีเนื้อที่ทั้งหมดประมาณ_____

      ก. 6 แสนกว่าตารางกิโลเมตร

      ข. 5 แสนกว่าตารางกิโลเมตร

      ค. 4 แสนกว่าตารางกิโลเมตร

   (4) ประเทศไทยจัดเป็นประเทศขนาดใหญ่อันดับที่_____ในภูมิภาคเอเชียตะวันออกเฉียง
ใต้

      ก. 1   ข. 2   ค. 3

   (5) พื้นที่แคบที่สุดของประเทศไทยอยู่ในจังหวัด_____

      ก. เพชรบุรี   ข. ประจวบคีรีขันธ์   ค. ชุมพร

   (6) ถ้าไม่รวมกรุงเทพฯ ประเทศไทยมี_____จังหวัด

      ก. 75   ข. 76   ค. 77

   (7) ตั้งแต่ปีค.ศ. _____ เป็นต้นมา ประเทศไทยได้ใช้ชื่อไทยเป็นชื่อประเทศ โดยไม่มีการ
เปลี่ยนแปลงใด ๆ อีก

      ก. 1949   ข. 1945   ค. 1938

(8) ธงชาติไทยมีชื่อเรียกอีกอย่างหนึ่งว่า _____

ก. ธงชัยเฉลิมพระเกียรติ   ข. ธงสามสี   ค. ธงไตรรงค์

2. จงตอบคำถามต่อไปนี้ด้วยข้อความสั้นๆ

(1) เอเชียตะวันออกเฉียงใต้ประกอบด้วยประเทศใดบ้าง

(2) ประเทศไทยมีพรมแดนติดต่อกับประเทศอะไรบ้าง

(3) การปกครองส่วนภูมิภาคของไทยเป็นอย่างไร

(4) ประชาชนชาวไทยนับถือศาสนาอะไรบ้าง

(5) สีขาวในธงชาติไทยมีความหมายอย่างไร

(6) สัญลักษณ์ประจำชาติไทยมีสิ่งไหนบ้าง เหตุใดจึงได้เลือกสิ่งเหล่านี้มาเป็นสัญลักษณ์ประจำชาติ

<u>ตอนที่ 2 พัฒนาความคิ</u>

1. ประเทศไทยติดกับทะเลอะไรบ้าง มีผลกระทบอย่างไรต่อการพัฒนาประเทศ

2. การที่ประเทศไทยมีประชากรเพศหญิงมากกว่าเพศชาย อาจมีสาเหตุใดบ้าง

กิจกรรม

1.นักศึกษาดูแผนที่76จังหวัดของประเทศไทยและลองค้นดูว่าจังหวัดที่มีประชากรสูงสุด 10 อันดับแรก มีตำแหน่งอยู่ตรงไหน

2.จงศึกษาค้นคว้าเพิ่มเติมว่าจังหวัดที่มีพื้นที่มากสุดและน้อยสุดของไทยอยู่ที่ไหน   และลองค้นดูจังหวัดที่นักศึกษารู้จักหรือเคยไปมาแล้วในแต่ละภาคด้วย

บทอ่านประกอบ

สำมะโนประชากรและเคหะ

สำมะโนประชากรและเคหะคือการเก็บรวบรวมข้อมูลประชากรทุกคนในประเทศตามที่อยู่จริงและข้อมูลที่อยู่อาศัยของประชากรทุกคนตามที่อยู่จริง   ซึ่งเป็นเสมือนการฉายภาพนิ่ง ณ วันสำมะโน(วันที่กำหนดขึ้นเพื่อใช้เป็นเวลาอ้างอิง) เพื่อแสดงภาพว่า ณ วันสำมะโนประเทศมีประชากรเท่าใด อยู่ที่จังหวัด/อำเภอ/ตำบลใด เป็นชาย/หญิง เด็ก/คนทำงาน/คนแก่

คนพิการเท่าใด มีการศึกษาระดับไหน มีผู้รู้หนังสือมากน้อยเพียงใด คนในวัยทำงานมีงาน
ทำหรือไม่   อาชีพ/สถานภาพเป็นอย่างไรและมีสถานที่อยู่อาศัยแบบไหน   ถูกสุขลักษณะ
หรือไม่ ที่ใดมีผู้ย้ายถิ่นเข้า/ออกมาก เป็นต้น

ประเทศไทยได้เริ่มดำเนินการสำมะโนประชากรโดยกระทรวงมหาดไทยครั้งแรกในปี
ค.ศ.1909 และตั้งแต่ปีค.ศ.1960   เป็นต้นมา สำนักงานสถิติแห่งชาติได้เข้ารับผิดชอบและ
ดำเนินการจัดทำสำมะโนประชากรและได้จัดทุกระยะ 10 ปี จากปีค.ศ. 1970 เป็นต้นมา ได้
มีการจัดทำสำมะโนเคหะไปพร้อมๆ กับการจัดทำสำมะโนประชากรด้วย

注：联合国要求各国每十年进行一次人口普查和住房普查。人口普查的主要内容包
括全国人口的数量、结构和分布情况等，以及人口的社会、文化、经济特征（年
龄、性别、婚姻、宗教、受教育状况、就业、行职业等）。住房普查主要了解
住房的结构、建成时间、住房间数、必要的设施等。2010年9月，泰国进行了第
十一次人口普查和第五次住房普查。

บทที่ ๒

สภาพภูมิประเทศของไทย

→ จุดประสงค์การเรียนรู้ ←

- อธิบายลักษณะภูมิประเทศของประเทศไทยเป็นรายภาคโดยสังเขปได้
- บอกชื่อและตำแหน่งที่ตั้งของเทือกเขาหลักในประเทศไทยได้
- บอกสภาพแม่น้ำหลักในประเทศไทยโดยสังเขปได้

泰国地形复杂，按照自然地理特点，可以划分为 6 大区域，即北部、东北部、中部、东部、西部和南部。

北部多南北走向的平行山脉，是多条河流的发源地。在这些山脉之间交错着山谷和平原。东北部坷叻高原由西向东南倾斜，为沙土地貌。中部有泰国最大的冲积平原，是著名的鱼米之乡。东部沿海是肥沃的平原。西部多高山。南部半岛地区多山，东海岸有较为开阔的平原，西海岸蜿蜒崎岖，海滩和岛屿景色秀丽，旅游胜地众多。

泰国的山脉主要集中在北部和西部。琅勃拉邦山脉是泰国和老挝的分水岭，丹老山脉、塔农通猜山脉自北向南延伸入马来半岛，与达瑙诗山脉和普吉山脉相连。

泰国河流密布，水域众多。滨河、旺河、永河、难河发源于北部山区，在北榄坡府（那空沙旺）汇合成为著名的湄南河。而源自中国的湄公河流经与泰、老接壤的清莱、莱府、廊开等府，在乌汶府进入柬埔寨境内，最后由越南流入南海。湄公河是亚洲最重要的跨国水系，中国、缅甸、泰国、老挝、柬埔寨、越南 6 国从 1992 年起建立了大湄公河次区域（GMS）经济合作机制。

◇การแบ่งภาคภูมิศาสตร์◇

ประเทศไทยมีสภาพภูมิศาสตร์ที่สลับซับซ้อน นักภูมิศาสตร์ได้แบ่งประเทศออกเป็น6ภาค ได้แก่ ภาคเหนือ ภาคตะวันออกเฉียงเหนือ ภาคกลาง ภาคตะวันออก ภาคตะวันตกและภาคใต้โดยพิจารณาจากลักษณะภูมิประเทศ ภูมิอากาศ ทรัพยากร ธรรมชาติและลักษณะวัฒนธรรมประเพณีของแต่ละท้องถิ่น

- ภาคเหนือ มีเนื้อที่ประมาณ 93,691 ตารางกิโลเมตร ครอบคลุมพื้นที่ 9 จังหวัด ได้แก เชียงราย แม่ฮ่องสอน เชียงใหม่ ลำพูน ลำปาง แพร่ น่าน พะเยา อุตรดิตถ์
- ภาคตะวันออกเฉียงเหนือ มีเนื้อที่168,854 ตารางกิโลเมตร นับว่าเป็นภาคที่มีเนื้อที่มากสุดของประเทศไทย ประกอบด้วยพื้นที่ของ20จังหวัด ได้แก่เลย หนองคาย หนองบัว-ลำภู บึงกาฬ อุดรธานี สกลนคร นครพนม ขอนแก่น มหาสารคาม กาฬสินธุ์ มุกดาหาร ชัยภูมิ ร้อยเอ็ด ยโสธร นครราชสีมา บุรีรัมย์ สุรินทร์ อุบลราชธานี ศรีสะเกษ อำนาจเจริญ
- ภาคกลาง เป็นพื้นที่ที่สำคัญของประเทศไทย มีเนื้อที่ 91,798.64 ตารางกิโลเมตร ครอบคลุมพื้นที่ 22 จังหวัด ได้แก่ สุโขทัย พิษณุโลก กำแพงเพชร พระนครศรีอยุธยา พิจิตร เพชรบูรณ์ นครสวรรค์ อุทัยธานี ชัยนาท ลพบุรี สิงห์บุรี อ่างทอง นครนายก สระบุรี สุพรรณบุรี ปทุมธานี นนทบุรี สมุทรปราการ นครปฐม กรุงเทพมหานคร สมุทรสาคร สมุทรสงคราม
- ภาคตะวันออก เป็นภูมิภาคย่อยทางตะวันออกของประเทศไทย มีเนื้อที่ 34,380 ตารางกิโลเมตร ครอบคลุมพื้นที่ของ 7 จังหวัด ได้แก่ ปราจีนบุรี ฉะเชิงเทรา ชลบุรี ระยอง สระแก้ว จันทบุรี และตราด
- ภาคตะวันตก มีเนื้อที่ 53,769 ตารางกิโลเมตร ประกอบด้วยพื้นที่ของ 5 จังหวัด ได้แก่ ตาก ราชบุรี เพชรบุรี กาญจญบุรีและประจวบคีรีขันธ์
- ภาคใต้ ตั้งอยู่บนคาบสมุทรมลายู มีเนื้อที่ทั้งหมด 70,715.2 ตารางกิโลเมตร ประกอบด้วยพี้ที่ของ 14 จังหวัด ได้แก่ ชุมพร นครศรีธรรมราช พัทลุง สงขลา สุราษฎร์ธานี ปัตตานี ยะลา นราธิวาส ระนอง ตรัง พังงา สตูล กระบี่และภูเก็ต

◇ลักษณะภูมิประเทศรายภาค◇

<u>ภาคเหนือ เขตเทือกเขาและที่ราบหุบเขา</u>

พื้นที่ภาคเหนือเต็มไปด้วยเทือกเขาสูงทอดยาวขนานกันในแนวเหนือ-ใต้ ระหว่าง

เทือกเขาเหล่านี้ มีที่ราบและหุบเขาสลับกัน ภาคนี้มีภูเขาและลำธารมาก แม่น้ำปิง วัง ยม น่าน เกิดจากภูเขาในภาคนี้แล้วไหลลงมาทางใต้ มารวมกันที่ปากน้ำโพจังหวัดนครสวรรค์

เนื่องจากมีแม่น้ำ 4 สายไหลผ่านเขตที่ราบหุบเขา พื้นที่สองฝั่งลำน้ำจึงมีดินอุดม-สมบูรณ์ เหมาะแก่การเพาะปลูก ทำให้มีผู้คนเข้าไปตั้งหลักแหล่งอย่างหนาแน่น

ภาคกลาง เขตที่ราบลุ่มแม่น้ำ

ภูมิประเทศตอนบนของภาคกลางเป็นที่ราบลูกฟูกและมีภูเขาที่มีแนวต่อเนื่องจากภาคเหนือ ส่วนพื้นที่ตอนล่างของภาคกลางเป็นดินดอนสามเหลี่ยมปากแม่น้ำเจ้าพระยา

ภาคกลางเป็นที่ราบลุ่มกว้างใหญ่ ซึ่งเกิดจากดินตะกอนหรือดินเหนียวที่แม่น้ำพัดพามาทับถมเป็นเวลานาน จึงเป็นพื้นที่ที่อุดมสมบูรณ์เหมาะแก่การเพาะปลูกมา และเป็นเขตที่มีประชากรอาศัยอยู่หนาแน่นที่สุดในประเทศไทย ฉะนั้นภาคกลางจึงได้ชื่อว่าเป็นอู่ข้าวอู่น้ำของไทย

ภาคตะวันออกเฉียงเหนือ เขตที่ราบสูง

พื้นที่ในภาคนี้มีลักษณะเป็นแอ่งคล้ายจาน ลาดเอียงไปทางตะวันออกเฉียงใต้ พื้นที่ด้านตะวันตกของภาคอีสานเป็นที่ราบสูงโคราช ภูเขาบริเวณนี้เป็นภูเขาหินทราย ที่รู้จักกันดีคือ ภูกระดึงและภูหลวง ซึ่งเป็นแหล่งท่องเที่ยวในจังหวัดเลย

ภาคตะวันออก เขตที่ราบชายฝั่งทะเลและที่ราบลูกฟูก

ภาคนี้มีที่ราบใหญ่อยู่ทางเหนือและมีที่ราบชายฝั่งทะเลแคบๆอยู่ระหว่างเทือกเขาจันทบุรีกับอ่าวไทย ซึ่งเป็นที่ดินอุดมสมบูรณ์ เหมาะแก่การปลูกผลไม้

เขตพื้นที่ชายฝั่งของภาคตะวันออกมีแหลมและอ่าวอยู่เป็นจำนวนมาก และมีเกาะใหญ่น้อยเรียงรายอยู่ไม่ห่างจากฝั่งมากนัก เช่น เกาะช้าง เกาะกูด เกาะเสม็ด เกาะสีชัง เกาะล้าน เป็นต้น

ภาคตะวันตก เขตเทือกเขาและที่ราบหุบเขา

ลักษณะภูมิประเทศ   ส่วนใหญ่เป็นเทือกเขาสูงและมีที่ราบแคบๆในหุบเขาเป็นแห่งๆ   และมีที่ราบเชิงเขาต่อเนื่องกับที่ราบภาคกลาง

พระเจดีย์สามองค์

ระหว่างแนวเขามีช่องทางติดต่อกับพม่าได้ ด่านที่สำคัญคือ ด่านแม่ละเมาในจังหวัดตากและ
ด่านพระเจดีย์สามองค์ในจังหวัดกาญจนบุรี

ภาคใต้ เขตเทือกเขาและที่ราบชายฝั่งทะเล

ภาคนี้เป็นคาบสมุทรแคบและยาวยื่นไปในทะเล ขนาบด้วยทะเลทั้งสองด้าน คืออ่าว
ไทยทางด้านตะวันออกและทะเลอันดามันทางด้านตะวันตก ภาคใต้ประกอบด้วยทิวเขาที่
เป็นแกนของคาบสมุทรและที่ราบชายฝั่งทะเลที่ลาดลงสู่ทะเลทั้งสองด้าน ไม่อุดมสำหรับ
การเพาะปลูก แต่ภายใต้พื้นดินมีแร่ธาตุมาก

พื้นที่ทางชายฝั่งตะวันออกมีที่ราบกว้างขวางมากกว่าชายฝั่งตะวันตก ได้แก่ ที่ราบ
ในเขตจังหวัดนครศรีธรรมราช พัทลุง สงขลา ปัตตานีและนราธิวาส

ชายฝั่งทะเลด้านตะวันออกของภาคใต้มีชายหาดเหมาะสำหรับเป็นที่ตากอากาศ
หลายแห่ง เช่น หาดสมิหลาจังหวัดสงขลา เกาะที่สำคัญทางฝั่งด้านนี้ ได้แก่ เกาะสมุยและ
เกาะพะงัน

ส่วนชายฝั่งทะเลด้านตะวันตกของภาคใต้ มีลักษณะเว้าแหว่งมากกว่าด้านตะวันออก
ทำให้มีทิวทัศน์ที่สวยงามหลายแห่ง เช่น หาดนพรัตน์ธาราจังหวัดกระบี่ หมู่เกาะซิมิลัน
จังหวัดพังงา เกาะภูเก็ต เกาะตะรุเตา เกาะยาวและเกาะลันตา นับได้ว่าชายฝั่งตะวันตกของ
ภาคใต้เป็นสถานที่ท่องเที่ยวที่สำคัญมากแห่งหนึ่งของไทย

◇เทือกเขาในประเทศไทย◇

เทือกเขาในประเทศไทยมีอยู่ไม่หนาแน่น
มากนัก ส่วนใหญ่จะรวมกันอยู่ที่ภาค เหนือและ
ภาคตะวันตก   ลักษณะของเทือกเขาเกือบจะขนาน
กัน   มีแนวจากทิศเหนือลงใต้แบบเดียวกันทุกภาค
เทือกเขาที่สำคัญในแต่ละภาคมีดังต่อไปนี้

ทิวทัศน์เทือกเขาเพชรบูรณ์

ภาคเหนือ เทือกเขาในภาคนี้เป็นเทือกเขาสูงๆ
และเป็นที่เกิดของแม่น้ำ ด้านตะวันออกมีเทือกเขาหลวงพระบาง เป็นเทือกเขาพรมแดน
ไทย–ลาว เหนือสุดมีเทือกเขาแดนลาว เทือกเขาถนนธงชัยเป็นพืดยาวตามเขตแดนระหว่าง
ไทยกับพม่า และต่อลงไปตามแหลมมะลายูเป็นเทือกเขาตะนาวศรี ความจริงเทือกเขาทั้ง
สามนี้เป็นพืดยาวอันเดียวกันตั้งแต่ทิศเหนือถึงทิศใต้ของประเทศ จึงนับว่าเป็นเทือกเขาที่

ยาวที่สุดของประเทศไทย และมีดอยอินทะนนบนเทือกเขาถนนธงชัยในจังหวัดเชียงใหม่เป็นยอดเขาสูงที่สุด มีความสูงประมาณ 2,565 เมตร

ภาคกลาง มีเทือกเขาเพชรบูรณ์ที่ต่อแนวเนื่องจากภาคเหนือ กั้นภาคกลางกับภาคอีสาน

ภาคตะวันออกเฉียงเหนือ เทือกเขาในภาคนี้เป็นเสมือนขอบของภาค คือ มีเทือกเขาเพชรบูรณ์ เทือกเขาดงพญาเย็นเป็นขอบทางด้านตะวันตก เทือกเขาสันกำแพงและเทือกเขาพนมดงรักเป็นขอบทางใต้

ภาคตะวันออก มีเทือกเขาจันทบุรีอยู่ทางตอนกลาง และมีเทือกเขาบรรทัดอยู่ทางตะวันออก ซึ่งเทือกเขาบรรทัดนี้เป็นแนวพรมแดนธรรมชาติกั้นระหว่างประเทศไทยกับประเทศกัมพูชา

ภาคตะวันตก ภาคนี้มีเทือกเขาถนนธงชัยและเทือกเขาตะนาวศรีที่ต่อจากภูเขาแดนลาวลงมาทางใต้ กั้นเขตแดนไทยกับพม่า พืดเขานี้สูงมากและต่อกันยืดยาว การเดินทางผ่านลำบาก แม้เครื่องบินจะบินข้ามก็ไม่สะดวกนัก เพราะสูงและมีหมอกปกคลุม นอกจากนี้แล้ว เทือกเขาในภาคนี้ยังเป็นแหล่งกำเนิดของแม่น้ำแควน้อยและแม่น้ำแควใหญ่ ซึ่งไหลมาบรรจบกันเป็นแม่น้ำแม่กลอง

ภาคใต้ ภาคใต้ตอนกลางมีเทือกเขานครศรีธรรมราช ตอนใต้สุดมีเทือกเขาสันกาลาคีรีกั้นเขตแดนไทยกับมาเลเซีย ส่วนทางตะวันตกของคาบสมุทรมีเทือกเขาภูเก็ตที่ต่อแนวมาจากเทือกเขาตะนาวศรีทอดตัวเลียบชายฝั่งไปจนถึงเกาะภูเก็ต

◇แม่น้ำในประเทศไทย◇

ประเทศไทยเป็นประเทศที่มีแม้น้ำลำคลองอยู่ทั่วไป นอกจากแม่น้ำเป็นที่รู้จักกันดีคือแม่น้ำเจ้าพระยาและแม่น้ำโขงแล้ว ยังมีแม่น้ำสายสั้นหรือยาวต่างๆเกือบทุกภาค

แม่น้ำปิง วัง ยม น่าน

แม่น้ำ 4 สายนี้เกิดจากภูเขาในภาคเหนือ รวมกันเป็นแม่น้ำเจ้าพระยาในภาคกลาง และแม่น้ำน่านมีเขื่อนเอนกประสงค์กั้นถึง 2 แห่ง คือเขื่อนสิริกิติ์ในจังหวัดอุตรดิตถ์และเขื่อนนเรศวรในจังหวัดพิษณุโลก

แม่น้ำป่าสัก

เกิดจากทิวเขาเพ็ชรบูรณ์ มาบรรจบแม่น้ำเจ้าพระยาที่จังหวัดพระนครศรีอยุธยา

แม่น้ำท่าจีน

แยกจากแม่น้ำเจ้าพระยาที่จังหวัดอุทัยธานี ไหลลงสู่อ่าวไทยที่สมุทรสงคราม

แม่น้ำชี แม่น้ำมูล

มีแหล่งกำเนิดจากเทือกเขาดงพญาเย็นแล้วไหลลงสู่แม่น้ำโขงที่จังหวัดอุบลราชธานี

แม่น้ำปางปะกง

ตั้งต้นจากภูเขาบรรทัดในอำเภอกบินทร์บุรี ไหลผ่านจังหวัดปราจีนบุรีและจังหวัด
ฉะเชิงเทรา ออกลงสู่อ่าวไทยที่ตำบลบางปะกง จังหวัดจันทบุรี

แม่น้ำตาปี

เป็นแม่น้ำที่ยาวที่สุดในภาคใต้ อยู่ในจังหวัดสุราษฎร์ธานี

แม่น้ำโก-ลก

เป็นแม่น้ำสายสั้นในภาคใต้ กั้นพรมแดนไทยกับมาเลเซียในจังหวัดนราธิวาส

แม่น้ำแม่กลอง

ตั้งต้นจากภูเขาทางทิศตะวันตก ไหลผ่านจังหวัดกาญจนบุรี จังหวัดราชบุรี และไหล
ลงสู่ปากอ่าวไทยที่อำเภอเมืองจังหวัดสมุทรสงคราม

◇แม่น้ำเจ้าพระยา◇

แม่น้ำเจ้าพระยาเป็นแม่น้ำสายหลักสายหนึ่งของประเทศไทย มีจุดกำเนิดอยู่ที่ตำบล
ปากน้ำโพ อำเภอเมือง จังหวัดนครสวรรค์ ไหลจากทิศเหนือลงไปทางทิศใต้ ผ่านจังหวัด
ชัยนาท สิงห์บุรี อ่างทอง พระนครศรีอยุธยา ปทุมธานี นนทบุรี กรุงเทพมหานครและ
ออกอ่าวไทยที่สมุทรปราการ ความยาว 370 กิโลเมตร

สำหรับคนไทย แม่น้ำเจ้าพระยาคือวงจรชีวิตและหัวใจของวัฒนธรรมไทย เหตุการณ์สำคัญมากมายในประวัติศาสตร์ไทยเกิดขึ้นบนสองฟากฝั่งแม่น้ำสายนี้ ซึ่งเป็นที่ตั้งของเมืองหลวงมาถึงสามยุคสมัย คือ อยุธยา ธนบุรี และกรุงเทพมหานคร

แม่น้ำเจ้าพระยาเป็นเส้นทางคมนาคมและขนส่งที่สำคัญของประเทศ ตลอดเส้นทางที่ไหลผ่าน กระแสน้ำได้พัดพาตะกอนอันอุดมสมบูรณ์มาด้วย จึงก่อให้เกิดที่ราบลุ่มอันกว้างใหญ่และเหมาะแก่การเพาะปลูก ชาวนาชาวสวนอาศัยน้ำทำการเพาะปลูกได้ ฤดูน้ำจะแลเห็นต้นข้าวขึ้นเขียวชอุ่มอยู่สองฟากจนสุดลูกตา

◇แม่น้ำโขง◇

แม่น้ำโขงเป็นแม่น้ำนานาชาติที่สำคัญมากในเอเชีย มีความยาวประมาณ 4900 กิโลเมตร ไหลผ่าน 6 ประเทศ มีชื่อเรียกขานแตกต่างกันไปตามประเทศที่สายน้ำไหลผ่าน อย่างเช่น “ แม่น้ำหลานชาง ” ในประเทศจีน(คนไทยเรียกล้านช้าง) “ แม่น้ำของ ” ในประเทศลาว “แม่น้ำเก้ามังกร” ในประเทศเวียดนาม ส่วนคนไทยเรียก “แม่น้ำโขง”

แม่น้ำโขงมีต้นกำเนิดจากที่ราบสูงธิเบต ไหลผ่านตอนใต้ของประเทศจีน ผ่านตะวันออกของสหภาพพม่า ลงมาทางทิศใต้ผ่านลาว เลยมาเป็นเส้นกั้นเขตแดนไทยกับลาวตอนจังหวัดเชียงรายระยะหนึ่ง และตอนจังหวัดเลยถึงอุบลราชธานีอีกระยะหนึ่ง แล้วไหลผ่านประเทศกัมพูชาและเวียดนาม ออกทะเลจีนใต้ที่นครโฮจิมินห์ ซึ่งดินดอนสามเหลี่ยมปากแม่น้ำโขงถือเป็นดินดอนสามเหลี่ยมปากแม่น้ำที่มีขนาดใหญ่ที่สุดในทวีปเอเชียตะวันออกเฉียงใต้

แม่น้ำโขงกว้างใหญ่มาก กระแสน้ำไหลลงเชี่ยว มีตลิ่งที่สูงชันมากทั้งสองฝั่งและเกาะแก่งใต้พื้นน้ำกว่าหนึ่งร้อยแห่งเรียงรายตลอดแม่น้ำ เรือที่จะเดินขึ้นล่องต้องระมัดระวัง ฤดูฝนก็มีคลื่นลมแรง มีเกาะตอนกลางน้ำมาก เกาะบางเกาะมีพื้นที่ใหญ่ ผู้คนตั้งบ้านเรือนทำการเพาะปลูกอยู่ได้

ตลอดเส้นทางของแม่น้ำโขง มีความหลากหลายทางพันธุ์ปลา โดยเฉพาะปลาบึกซึ่ง

พบได้เพียงเฉพาะในแม่น้ำสายนี้เท่านั้น จึงเป็นแม่น้ำที่สำคัญอย่างยิ่งในระดับโลก

แหล่งท่องเที่ยวที่สำคัญสำหรับการชมภูมิทัศน์ของลำน้ำโขงที่มีชื่อเสียงในประเทศไทย ได้แก่ บริเวณสามเหลี่ยมทองคำ ตอนบนของจังหวัดเชียงรายซึ่งเป็นบริเวณที่เป็นรอยต่อระหว่างพรมแดน 3 ประเทศ ได้แก่ ไทย ลาวและพม่า

▶คำศัพท์◀

ภูมิศาสตร์ 地理	ครอบคลุม 覆盖；包括
ภูมิประเทศ 地形	เทือกเขา 山脉
ทอด 伸；舒	ที่ราบ 平原
หุบเขา 山谷	สลับ 交错
ลูกฟูก 波状物	ที่ราบลูกฟูก 起伏的平原 rolling plains
ดินดอนสามเหลี่ยม 三角洲	ตะกอน 沉积物
ดินเหนียว 黏土	ทับถม 堆积；积聚
แอ่ง 洼地	ลาดเอียง 倾斜
ที่ราบสูง 高原	ภูเขาหินทราย 沙岩
ภู 山岳；土山	แหลม 半岛；岬
เรียงราย 排成一列	ที่ราบเชิงเขา 山麓；台地
ด่าน 关口；关卡	ขนาบ 夹
ชายหาด 海滩	ตากอากาศ 避暑
เว้าแหว่ง 凹入	พืด 连绵成片
ขอบ 边；边界	เลียบ 沿着；顺着
เชี่ยว 湍急	เกาะแก่ง 礁岩

แบบฝึกหัด

ตอนที่ 1   ทบทวนความรู้

1. จงเลือกคำตอบที่ถูกต้องหรือเหมาะสมที่สุดเพียงคำตอบเดียว

(1) ประเทศไทยแบ่งภาคตามลักษณะภูมิศาสตร์ได้เป็น _____ภาค

ก. 4 ภาค   ข. 5 ภาค   ค. 6 ภาค

(2) เทือกเขาที่เป็นแนวกั้นพรมแดนระหว่าวไทยกับลาว ได้แก่_____

ก. เทือกเขาแดนลาว

ข. เทือกเขาหลวงพระบาง

ค. เทือกเขาถนนธงชัย

(3) ลักษณะภูมิประเทศทั่วไปเป็นเขตเทือกเขาและที่ราบชายฝั่งทะเล เป็นลักษณะภูมิประเทศ_____ของประเทศไทย

ก. ภาคเหนือ ข. ภาคตะวันตก ค. ภาคใต้

(4) ดินส่วนใหญ่ในภาคตะวันออกเฉียงเหนือเป็นดินชนิด_____

ก. ดินทราย ข. ดินเหนียว ค. ดินดอน

(5) ดินแดนภาคเหนือของประเทศไทยเป็นแหล่งกำเนิดของ_____

ก. แม่น้ำโขง ข. แม่น้ำเจ้าพระยา ค. แม่น้ำอีรวดี

(6) ภาคกลางตอนบนของประเทศไทยเป็น_____

ก. ที่ราบฝั่งทะเล ข. ที่ราบลูกฟูก ค. ที่ราบหุบเขา

(7) แม่น้ำสายสำคัญในภาคอีสาน ได้แก่ _____

ก. แม่น้ำชีและแม่น้ำมูล

ข. แม่น้ำท่าจีนและแม่น้ำป่าสัก

ค. แม่น้ำเจ้าพระยา

(8) เทือกเขาในประเทศไทยส่วนใหญ่มีแนว _____

ก. เหนือ-ใต้ ข. ตะวันออก-ตะวันตก ค. ขวาง

2. จงตอบคำถามต่อไปนี้ด้วยถ้อยคำสั้นๆ

(1) เทือกเขาที่เป็นแนวกั้นพรมแดนระหว่าวไทยกับพม่าคือเทือกเขาอะไร

(2) จุดที่สูงที่สุดของประเทศไทยอยู่ที่ไหน

(3) ภาคตะวันตกของประเทศไทยมีลักษณะภูมิประเทศอย่างไดบ้าง

(4) พื้นที่ของภาคใต้ติดกับน่านน้ำอะไรบ้าง

(5) แม่น้ำสายใดเป็นเส้นแบ่งเขตระหว่างประเทศไทยกับประเทศมาเลเซีย

<u>ตอนที่ 2 พัฒนาความคิด</u>

1. ลักษณะภูมิประเทศแต่ละภาคของไทยมีอิทธิพลต่อชีวิตความเป็นอยู่ของคนไทยแตกต่างกันอย่างไร

2. จงดูแผนที่ประเทศไทยพร้อมระบุเทือกเขาใหญ่ๆและแม่น้ำสายสำคัญด้วย

บทอ่านประกอบ(๑)

ทุ่งกุลาร้องไห้ในภาคอีสาน

ในภาคตะวันออกเฉียงเหนือ ดินส่วนใหญ่เป็นดินทราย ไม่อุ้มน้ำ น้ำซึมผ่านได้เร็ว ภาคนี้จึงมีปัญหาเรื่องการขาดแคลนน้ำและดินขาดความอุดมสมบูรณ์ ทำให้พื้นที่บางแห่งไม่สามารถใช้ประโยชน์ในการเกษตรได้อย่างเต็มที่ เช่น ทุ่งกุลาร้องไห้ซึ่งมีเนื้อที่ถึงประมาณ 2 ล้านไร่ ครอบคลุมพื้นที่ 5 จังหวัด ได้แก่ ร้อยเอ็ด สุรินทร์ มหาสารคาม ยโสธร และศรีสะเกษ

รัฐบาลไทยได้พยายามปรับปรุงพื้นที่ส่วนนี้ให้ดีขึ้น โดยใช้ระบบชลประทานสมัยใหม่ ทำให้สามารถเพาะปลูกได้จนกลายเป็นแหล่งเพาะปลูกข้าวหอมมะลิที่ดีที่สุดแห่งหนึ่งของประเทศไทย แต่ก็ปลูกได้เฉพาะหน้าฝนเท่านั้น ส่วนหน้าแล้งสามารถทำการเพาะปลูกได้เฉพาะบางส่วนเท่านั้น

บทอ่านประกอบ(๒)

GMS

เมื่อ ค.ศ.1992 ประเทศในกลุ่มอนุภูมิภาคลุ่มแม่น้ำโขง ได้แก่ ไทย พม่า ลาว กัมพูชา เวียดนามและจีนตอนใต้(ยูนนาน ได้ร่วมจัดตั้งโครงการพัฒนาความร่วมมือทางเศรษฐกิจในอนุภูมิภาคลุ่มน้ำโขง (Greater Mekong Subregion: GMS) โดยมีวัตถุประสงค์เพื่อส่งเสริมให้เกิดการขยายตัวทางการค้า การลงทุน อุตสาหกรรมการเกษตรและบริการ สนับสนุนการจ้างงานและยกระดับความเป็นอยู่ของประชาชนในพื้นที่ให้ดีขึ้น   ส่งเสริมและพัฒนาความร่วมมือทางเทคโนโลยีและการศึกษาระหว่างกัน มีธนาคารพัฒนาเอเชีย (Asian Development Bank: ADB) เป็นผู้ให้การสนับสนุนหลักในการพัฒนาแนวพื้นที่เศรษฐกิจ

บทที่ ๓

สภาพภูมิอากาศของไทย

→จุดประสงค์การเรียนรู้←

● อธิบายลักษณะภูมิอากาศของประเทศไทยเป็นรายภาคโดยสังเขปได้
● บอกภาวะลม น้ำฝนและฤดูกาลของประเทศไทยโดยสังเขปได้

　　泰国靠近赤道，属于热带气候。气温较低的 1 月，平均温度为 15~18℃。气温最高的 4 月，平均温度为 33~42℃。全国年平均降水量为 1650 毫米。

　　全年分为 3 个季节：3—5 月上旬为热季，气候炎热干燥；5 月中旬至 10 月为雨季，受西南季风的影响，降水充沛；11 月至来年 2 月为凉季，当东北季风强度增大时，泰国中部和南部能感受到些许凉意。

　　由于地理位置和地形的不同，泰国各地天气状况有一定的差异。北部山区、东北高原凉季气温较低，昼夜温差大，热季高温干燥。中部平原热季气温不会过高，凉季也没有北部和东北部的气温低，昼夜温差不大。北部、东北部和中部地区雨季、旱季交替分明。南部半岛和东部沿海地区为热带雨林式气候，几乎全年都有降雨，只有雨季和热季之分。

　　泰国最常见的自然灾害是水灾和风灾。2010 年的特大水灾给泰国造成了巨大的损失。

◇ภูมิอากาศเขตร้อน◇

ลมฟ้าอากาศ (weather) หมายถึงสภาพอากาศในแต่ละช่วงเวลา แต่ละสถาน
ที่ซึ่งแปรเปลี่ยนอยู่ตลอดเวลา ส่วนภูมิอากาศ (climate) หมายถึงผลสรุปลักษณะ
สภาพลมฟ้าอากาศ ซึ่งหมุนเวียนไปตามฤดูกาลของแต่ละสถานที่ หรือกล่าวได้ว่า
ภูมิอากาศคือผลสรุปหรือผลเฉลี่ยระยะยาวของสภาพอากาศในช่วงระยะเวลานาน
ประมาณ 30 ~ 35 ปีขึ้นไป

ลมฟ้าอากาศหรือภูมิอากาศมีความสำคัญกับชีวิตของเราเป็นอย่างมากเช่น
เดียว กับอากาศ และมีส่วนเกี่ยวข้องกับกิจกรรมในชีวิตประจำวันด้วย เช่น การ
เลือกเสื้อผ้าให้สวมใส่สบายต้องเหมาะสมกับสภาพภูมิอากาศ การทราบข้อมูล
ข่าวสารเกี่ยวกับภูมิอากาศ จะมีส่วนช่วยเหลือผู้ที่เป็นเกษตรกรในการเลือกชนิด
หรือพันธุ์พืชที่ต้องการปลูกให้ได้ผลผลิตดี การสร้างบ้านเรือนที่อยู่อาศัยให้
เหมาะสมกับสภาพอากาศ ทิศทางลมหรือทิศทางที่ได้รับแสงอาทิตย์จะช่วยให้อยู่
อาศัยได้สบายมากขึ้น เป็นการประหยัดพลังงานและค่าใช้จ่าย การทราบสภาพลม
ฟ้าอากาศล่วงหน้าก่อนออกไปทำงานหรือออกเดินทาง จะช่วยให้สะดวกสบาย
และสามารถเตรียมความพร้อมได้อย่างเหมาะสม อีกทั้งยังมีประโยชน์ต่อการทำ
การค้า การขนส่งและการท่องเที่ยว เป็นต้น

ประเทศไทยตั้งอยู่ในเขตร้อนบริเวณใกล้เส้นศูนย์สูตร อากาศโดยทั่วไปเป็นแบบ
ร้อนชื้น ในช่วงที่มีความร้อนน้อยที่สุด(เดือนมกราคม) อุณหภูมิเฉลี่ยอยู่ที่ประมาณ15~18
องศาเซลเซียส และในช่วงระยะเวลาที่มีความร้อนมากที่สุด(เดือนเมษายน) อุณหภูมิเฉลี่ย
ประมาณ 33~42 องศาเซลเซียส ในหน้าร้อนอุณหภูมิเคยสูงถึง 44 องศาเซลเซียส (ที่จังหวัด
แม่ฮ่องสอนปีค.ศ.2010) และในหน้าหนาว อุณหภูมิอาจลดลงถึง4.8องศาเซลเซียส (ที่
อำเภอเมืองเชียงราย ปีค.ศ. 1983)

แต่เนื่องจากสภาพภูมิประเทศรายภาคต่างกัน ทำให้ภูมิอากาศของประเทศไทยมี
ความแตกต่างกันไม่น้อยตามภาค เช่น ทางภาคตะวันออกเฉียงเหนือ ฤดูร้อนจะร้อนและ
แห้งแล้ง อากาศในบริเวณใกล้ทะเลจะไม่ร้อนจัดหรือหนาวจัด เพราะไอน้ำจากทะเลทำให้
อากาศไม่ร้อนหรือหนาวมาก

อุณหภูมิเฉลี่ยต่อเดือนของจังหวัดตัวอย่างใน 6 ภาค （เวลา พ.ศ.2561.07-2562.06）

จังหวัด	ต.ค. 2561	พ.ย. 2561	ธ.ค. 2561	ม.ค. 2562	ก.พ. 2562	มี.ค. 2562	เม.ย. 2562	พ.ค. 2562	มิ.ย. 2562	ก.ค. 2561	ส.ค. 2561	ก.ย. 2561
กรุงเทพฯ	28.8	29.1	28.8	28.0	29.5	30.2	31.7	31.3	30.1	29.0	28.6	28.6
ชลบุรี	29.0	28.5	28.1	27.5	29.4	30.4	31.9	31.1	30.2	28.8	28.2	28.8
นครราชสีมา	28.3	27.3	26.7	25.9	29.8	30.8	31.7	30.5	30.4	28.9	28.5	28.2
เชียงใหม่	27.5	25.9	24.4	23.7	25.3	28.5	31.2	31.1	29.7	27.5	27.5	28.1
เชียงราย	26.1	23.9	22.5	22.0	23.2	25.5	29.2	30.9	29.6	27.3	26.8	27.3
ตาก	27.7	26.7	25.8	25.5	28.6	31.5	33.5	31.5	29.5	28.0	27.9	28.8
ภูเก็ต	27.8	28.7	28.6	28.9	30.0	30.5	30.9	29.2	29.0	29.1	29.0	28.1
ปัตตานี	27.3	27.3	26.8	26.9	27.4	28.1	29.4	29.0	28.4	28.2	28.6	27.1

ภาคเหนือ ด้วยเหตุที่เป็นแผ่นดินภายใน ไม่ได้รับลมทะเล ทั้งมีภูเขาสูงมาก ทำให้ในฤดูหนาว มีอากาศหนาวจัด มีหมอกคลุมอยู่จนสาย อุณหภูมิในกลางวันกับกลางคืนเปลี่ยนแปลงต่างกันมาก ในฤดูร้อนจะมีอุณหภูมิค่อนข้างสูง ส่วนในฤดูฝน ฝนตกชุก บางทีตกเป็นระยะติดต่อกันหลาย ๆ วัน

ภาคตะวันออกเฉียงเหนือ มีภูเขากั้นทางลมที่พัดจากทิศใต้และตะวันตกเฉียงใต้พื้นดินเป็นทุ่งโล่ง และเป็นที่ราบสูง ได้รับแสงแดดมาก ฤดูร้อนจึงร้อนและแห้งแล้ง ฤดูหนาวก็หนาวจัดและลมพัดแรงด้วย ส่วนฤดูฝนมักจะพบปัญหาฝนทิ้งช่วงอยู่เสมอ บางพื้นที่มีภูเขากั้นฝนไว้ จึงทำให้ฝนตกน้อย

ภาคกลาง เนื่องจากอยู่ใกล้ทะเล ลมทะเลพัดไอน้ำเข้ามา และเป็นบริเวณที่ราบโปร่งฤดูร้อนอากาศจะไม่ร้อนจัด ฤดูหนาวจะไม่หนาวเย็นเท่าภาคเหนือหรือภาคตะวันออก เฉียงเหนือ ส่วนในฤดูฝน มีฝนตกชุก อากาศกลางคืนและกลางวันจะไม่แตกต่างกันมาก

ภาคตะวันออก มีอากาศค่อนข้างร้อน ฝนตกชุก แต่ได้รับอิทธิพลของลมทะเล จึงทำให้อากาศในฤดูร้อนไม่ร้อนจัด และในฤดูหนาวไม่หนาวจัด เป็นแบบเย็นสบาย

ภาคตะวันตก ทางตอนเหนือของภาคมีอากาศร้อนอบอ้าว ทางตอนใต้จะไม่ร้อนจัดเพราะมีลมมรสุมพัดผ่าน มีฝนตกชุก ฤดูหนาวทางตอนบนของภาค อากาศจะหนาว แต่ทางตอนล่างของภาค อากาศจะไม่หนาวมาก

ภาคใต้ เป็นแหลมยื่นลงไปในพื้นน้ำใหญ่ ลมทะเลพัดผ่านไปมาเสมอ มีภูมิอากาศแบบป่าฝนเมืองร้อน คือ ฝนตกเกือบตลอดปี อากาศไม่ร้อนและหนาวจัด มีฤดูที่เด่นชัดเพียง 2ฤดู คือ ฤดูฝนและฤดูร้อน

◇ลมมรสุม◇

ลม เกิดจากการเคลื่อนที่ของอากาศจากบริเวณที่มีความกดอากาศสูงไปยังบริเวณที่มีความกดอากาศต่ำโดยการเคลื่อนที่ของลมจะเร็วหรือช้าขึ้นอยู่กับความแตกต่างของความกดอากาศสูงและความกดอากาศต่ำ ถ้ามีความแตกต่างกันน้อย ลมที่เกิดขึ้นจะเป็นลมเอื่อยและถ้ามีความแตกต่างกันมาก จะกลายเป็นพายุได้

ประเทศไทยอยู่ในเขตลมมรสุมหรือเขตลมค้า ได้รับอิทธิพลของลมมรสุม 2 ชนิด ได้แก่ ลมมรสุมตะวันตกเฉียงใต้และลมมรสุมตะวันออกเฉียงเหนือ ลมมรสุมเป็นลมพัดประจำฤดูกาลหรือพัดสม่ำเสมอและมีทิศทางที่ค่อนข้างแน่นอน เกิดจากความแตกต่างระหว่างอากาศเหนือภาคพื้นทวีปที่อยู่ทางซีกโลกเหนือ กับอากาศเหนือภาคพื้นทะเลที่อยู่ทางซีกโลกใต้

ลมมรสุมตะวันตกเฉียงใต้

ลมนี้พัดมาจากทิศตะวันตกเฉียงใต้ เป็นลมที่ทำประโยชน์ให้แก่ประเทศไทยมากเพราะเอาไอน้ำและความชุ่มชื้นจากมหาสมุทรอินเดียเข้ามาในประเทศไทย เริ่มพัดตั้งแต่เดือนพฤษภาคมถึงเดือนตุลาคม รวมเวลาประมาณ 6 เดือน ในช่วงที่ลมพัดผ่าน จะทำให้มีเมฆมากและมีฝนตกชุก

ลมมรสุมตะวันออกเฉียงเหนือ

ลมนี้พัดจากภาคพื้นทวีปแถบไซบีเรีย ซึ่งเป็นทิศตรงกันข้ามกับลมมรสุมตะวันตกเฉียงใต้ เป็นเวลาประมาณ6เดือนตั้งแต่เดือนพฤศจิกายนถึงเดือนเมษายน ในช่วงที่ลมหนาวนี้ผ่าน ไม่มีเมฆ มีแต่ความแห้งแล้งและหนาว พื้นที่ที่ได้รับอิทธิพลจากลมนี้มากที่สุดในประเทศไทย ได้แก่ภาคเหนือและภาคตะวันออกเฉียงเหนือ

◇น้ำฝน◇

    ลมมรสุมที่พัดมาจากทิศตะวันตกเฉียงใต้ได้พัดพาเมฆผ่านประเทศไทยในเดือน
พฤษภาคม เดือนนี้จึงเริ่มเป็นฤดูฝน ฝนจะตกชุกถึงเดือนตุลาคม ปริมาณน้ำฝนเฉลี่ยทั้ง
ประเทศต่อปีประมาณ 1650 มิลลิเมตร

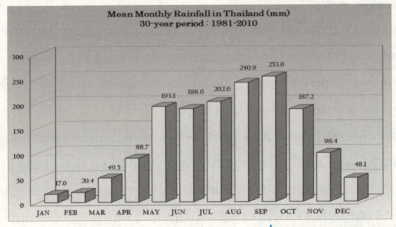

ที่มา:กรมอุตุนิยมวิทยา

    ฝนที่ตกในประเทศไทยไม่เท่ากันทุกภาค ภาคใต้ฝนตกมากกว่าภาคอื่นเพราะอยู่ใกล้
ทะเล เมื่อลมมรสุมตะวันตกเฉียงใต้พัดเข้ามา จังหวัดภูเก็ต ระนองและพังงาจะมีฝนชุกมาก
และเป็นบริเวณที่ฝนตกมากที่สุด ฝั่งตะวันออกของอ่าวไทยเช่นจังหวัดชลบุรี จันทบุรี
ระยองและตราดก็จะเป็นฤดูฝน มีฝนชุกเหมือนกัน ส่วนในภาคกลางเช่นกรุงเทพฯ ก็เป็นฤดู
ฝน จังหวัดภาคเหนือซึ่งมีภูเขาสูงและป่าทึบก็จะมีฝนตกชุก เพราะเมื่อเมฆไปกระทบภูเขา
ซึ่งมีอากาศเย็น หรือผ่านป่าซึ่งมีอากาศเย็นอยู่เสมอ ไอน้ำในอากาศจะกลั่นตัวกลายเป็นฝน
ตกในบริเวณนั้น น้ำฝนซึ่งตกตามป่าและเขาก็จะไหลลงมาสู่ที่ต่ำเป็นลำธารและเป็นแม่น้ำ
    สิ้นเดือนตุลาคม ลมมรสุมพัดกลับ เมฆก็หมดไป เริ่มเป็นฤดูหนาว แต่ในระหว่างนี้
ฝั่งทะเลทางทิศตะวันตกของอ่าวไทยกลับเป็นฤดูฝน เพราะได้รับอิทธิพลของเมฆจากทะเล
ฝนจะตกชุก

◇ฤดูกาล◇

    การเกิดมรสุมตะวันตกเฉียงใต้และมรสุมตะวันออกเฉียงเหนือรวมทั้งระยะเวลาอัน
สั้นของรอยต่อระหว่างสองฤดูนี้ทำให้ประเทศไทยมีฤดูกาลโดยทั่วไปอยู่ 3 ฤดู คือ ฤดูฝน
ฤดูหนาวและฤดูร้อน ใน 3 ฤดูนี้ ฤดูฝนนับว่าเป็นฤดูที่มีระยะเวลานานกว่าฤดูอื่นๆ คือ มี

เกือบครึ่งปี ประมาณ 5 ถึง 6 เดือน มีผลต่อพืชผลและการเพาะปลูกของประเทศอย่างมาก ส่วนฤดูหนาวและฤดูร้อนเป็นฤดูที่มีฝนตกน้อย และเนื่องจากเป็นระยะเวลาที่ต่อเนื่องกัน ไปร่วม 6 เดือน จึงทำให้เห็นความแห้งแล้งชัดมาก ดังนั้น จึงกล่าวได้ว่าประเทศไทยมีฤดูที่ เห็นเด่นชัดเพียง 2 ฤดู คือฤดูฝนและฤดูแล้ง โดยเฉพาะในดินแดนภาคเหนือ ภาคตะวันออก เฉียงเหนือและภาคกลาง แต่โดยทั่วไปแล้ว อาจแบ่งระยะของฤดูกาลในประเทศไทย ออกเป็น 3 ฤดู ดังนี้

ฤดูฝน

เป็นฤดูที่มรสุมตะวันตกเฉียงใต้พัดเข้าสู่ประเทศไทย เริ่มกลางเดือนพฤษภาคมและ สิ้นสุดประมาณกลางเดือนตุลาคม

ในภาคใต้ ฤดูฝนจะมีลักษณะแตกต่างจากภาคอื่นโดยมีฝนเป็นสองช่วง ช่วงหนึ่งอยู่ ในระยะมรสุมตะวันตกเฉียงใต้ คือ จากเดือนพฤษภาคมถึงเดือนตุลาคม จะมีฝนตกชุกทาง ฝั่งตะวันตกของภาคซึ่งเป็นด้านต้านลมรับมรสุมตะวันตกเฉียงใต้โดยมีแนวเขาภูเก็ตรับ ปะทะลมอย่างเต็มที่ ส่วนอีกช่วงหนึ่งอยู่ในระยะมรสุมตะวันออกเฉียงเหนือ จากเดือน พฤศจิกายนจนถึงเดือนกุมภาพันธ์ จะมีฝนตกชุกทางฝั่งตะวันออกของภาคซึ่งเป็นด้านที่รับ ลมมรสุมนี้อย่างเต็มที่ โดยเฉพาะตั้งแต่จังหวัดชุมพรลงมาทางใต้ ความแตกต่างของฤดู มรสุมสองช่วงดังกล่าวนี้ มีผลทำให้ฤดูกาลเพาะปลูกของชายฝั่งทั้งสองด้านในภาคใต้ แตกต่างกันไปบ้าง

ฤดูหนาว

ฤดูหนาวของประเทศไทยมีระยะสั้นๆ ประมาณ 3 เดือน ระหว่างเดือนพฤศจิกายน ถึงเดือนกุมภาพันธ์ มีลักษณะหนาวเป็นครั้งคราว คือเมื่อมรสุมตะวันออกเฉียงเหนือพัดจาก ประเทศจีนสู่ประเทศไทย มีกำลังแรงมาก ก็จะพาเอาความหนาวเย็นจากพื้นแผ่นดินใหญ่ ของประเทศจีนและไซบีเรียลงมาด้วย ทำให้อากาศในภาคเหนือและภาคตะวันออกเฉียง เหนือหนาวเย็นลงชั่วระยะเวลาหนึ่ง ประมาณ 3-4 วัน ส่วนภาคกลางนั้นได้รับปลายลมหนาว จึงไม่สู้หนาวเย็นมากนัก เมื่อมรสุมตะวันออกเฉียงเหนืออ่อนตัวลง อากาศก็กลับเข้าสู่สภาพ เดิมตามปกติ ต่อเมื่อมรสุมตะวันออกเฉียงเหนือทวีกำลังขึ้นอีก จึงมีลักษณะหนาวเย็นเกิด ขึ้นอีกพักหนึ่ง เป็นเช่นนี้ตลอดไปจนสิ้นฤดูหนาว

ฉะนั้น ฤดูหนาวในประเทศไทยจึงไม่หนาวเย็นตลอดเวลา แต่มีลักษณะหนาวเป็น

พักๆ พักละ 3-4 วัน ในระยะเวลาที่มรสุมตะวันออกเฉียงเหนือมีกำลังแรงพัดลงสู่ประเทศ ไทย ภาคเหนือและภาคตะวันออกเฉียงเหนือซึ่งอยู่ใกล้อิทธิพลลมหนาวจึงมีอากาศหนาว มาก มีฤดูหนาวเย็นเด่นชัดมากกว่าภาคอื่น ๆ ที่อยู่ละติจูดต่ำลงมา

ฤดูร้อน

เริ่มจากเดือนกุมภาพันธ์ถึงกลางเดือนพฤษภาคม มีระยะเวลาประมาณ 3 เดือน ใน ช่วงระยะเวลานี้ ลมมรสุมตะวันออกเฉียงเหนืออ่อนกำลังลง กระแสลมจากทะเลจีนใต้ก็ เริ่มพัดเข้าสู่ประเทศไทยจากทิศใต้หรือตะวันออกเฉียงใต้ แสงอาทิตย์ก็เลื่อนขึ้นอยู่ใน ละติจูดตรงกับประเทศไทย จึงเป็นระยะที่ประเทศไทยมีอากาศร้อนอบอ้าวมาก โดยเฉพาะ เดือนเมษายนเป็นเดือนที่มีอากาศร้อน อุณหภูมิจะขึ้นสูงที่สุด

อย่างไรก็ตาม ฤดูกาลในแต่ละภูมิภาคของประเทศนั้นจะแตกต่างกันเล็กน้อย เกิด จากปัจจัยด้านอุณหภูมิ ปริมาณน้ำฝนและความห่างไกลจากทะเลเป็นสำคัญ โดยภาคเหนือ ภาคตะวันออกเฉียงเหนือและภาคกลางมีภูมิอากาศแบบสะวานนา คือ มีช่วงฤดูฝนและฤดู แล้งสลับกันชัดเจน ส่วนภาคใต้และภาคตะวันออกมีภูมิอากาศแบบป่าฝนเมืองร้อน(ป่าร้อน ชื้น) คือ ฝนตกเกือบตลอดทั้งปี

▶คำศัพท์◀

ภูมิอากาศ 气候

อุณหภูมิ 气温

เซลเซียส 摄氏

หมอก 雾

ชุก 多; 频繁

โปร่ง 空旷

ทุ่งโล่ง 开阔地; 旷野

ภูมิอากาศป่าฝนเมืองร้อน 热带雨林气候

เอื่อย （用于风、流水等）轻轻; 徐徐

มรสุม 季风(monsoon)

ป่าทึบ 密林

รอยต่อ 连接期; 衔接处

ภูมิอากาศแบบสะวานนา 热带草原气候

เส้นศูนย์สูตร 赤道

เฉลี่ย 平均

แผ่นดินภายใน 内陆

สาย 上午八点到十点之间

ไอน้ำ 水蒸气

จัด 十分; 非常

อบอ้าว 闷热

ความกดอากาศสูง 高气压

กระทบ 碰

พัก （量词）阵; 回

แบบฝึกหัด

ตอนที่ 1 ทบทวนความรู้

1. จงเลือกคำตอบที่ถูกต้องหรือเหมาะสมที่สุดเพียงคำตอบเดียว

(1) ประเทศไทยตั้งอยู่ใน _____

ก. เขตร้อน   ข. เขตอบอุ่น   ค. เขตหิมะ

(2) ภูมิอากาศของประเทศไทยมีลักษณะ_____

ก. แตกต่างกันตามภาค   ข. เหมือนกันทุกภาค

(3) ภาค_____ของประเทศไทย อุณหภูมิในกลางวันกับกลางคืนเปลี่ยนแปลงต่างกันมาก

ก. เหนือ   ข. ตะวันออก   ค. ใต้

(4) ภาค_____ของประเทศไทย มีปริมาณน้ำฝนมากที่สุด

ก. กลาง   ข. ใต้   ค. ตะวันออก

(5) ฤดูฝนจะเริ่ม เมื่อเวลา _____

ก. ต้นเดือนมิถุนายน

ข. ปลายเดือนพฤษภาคม

ค. กลางเดือนตุลาคม

(6) ภาค_____ ของประเทศไทย มีฤดูกาลเพียง 2 ฤดู

ก. เหนือ   ข. ใต้   ค. กลาง

(7) อิทธิพลของลมมรสุมตะวันตกเฉียงใต้ที่มีต่อประเทศไทย ได้แก่_____

ก. ทำให้เกิดฝนตก

ข. ทำให้อากาศร้อนมาก

ค. ทำให้อากาศหนาวเย็น

(8) ฤดูหนาวของประเทศไทยมีลักษณะ_____

ก. หนาวเป็นครั้งคราว

ข. หนาวไปเรื่อยๆ

ค. หนาวมาก

2. จงตอบคำถามต่อไปนี้ด้วยข้อความสั้นๆ

(1) ลมเกิดขึ้นได้อย่างไร

(2) ลมอะไรพัดพาความหนาวเย็นมาสู่ประเทศไทย

(3) ปัจจัยที่ทำให้ฤดูกาลในแต่ละภูมิภาคของไทยแตกต่างกันนั้น มีอะไรบ้าง

(4) ช่วงเวลาใด ประเทศไทยมีอากาศร้อนที่สุด

ตอนที่ 2 พัฒนาความคิด

　　　ในตารางข้างล่างนี้ ได้เรียบเรียงปัจจัยที่มีอิทธิพลต่อภูมิอากาศบางอย่าง นักศึกษาลองค้นคว้าข้อมูลที่เกี่ยวกับประเทศไทยและวิเคราะห์ว่าปัจจัยเหล่านี้มีผลกระทบต่อประเทศไทยอย่างไร

ปัจจัยที่มีอิทธิพลต่อภูมิอากาศ		สภาพเมืองไทย	ผลกระทบ
ตำแหน่งที่ตั้งตามแนวละติจูด			
ความใกล้-ไกลทะเล			
ลักษณะภูมิประเทศ	ความสูงของพื้นที่		
	การวางตัวของทะเล		
ทิศทางลมประจำ			

บทอ่านประกอบ(๑)

ภัยธรรมชาติในประเทศไทย

　　　ภัยธรรมชาติที่เกิดขึ้นในประเทศไทยมีอยู่หลายรูปแบบ ที่สำคัญและสามารถสร้างความเสียหายได้เป็นอย่างมาก คือวาตภัย อุทกภัย อัคคีภัยและแผ่นดินไหว ภัยธรรมชาติที่ประเทศไทยประสบทุกปี คือวาตภัยและอุทกภัย มีสาเหตุหลักจากพายุหมุนเขตร้อนและพายุฝนฟ้าคะนองรุนแรง ในขณะที่อัคคีภัยและแผ่นดินไหว มนุษย์มีส่วนทำให้เกิด

　　　เหตุการณ์น้ำท่วมในประเทศไทยช่วงเดือนตุลาคมถึงเดือนพฤศจิกายน ปี 2010 เกิดจากพายุดีเปรสชั่น ทำให้เกิดฝนตกติดต่อกันหลายวัน เขื่อนต่างๆไม่สามารถแบกรับน้ำจำนวนมากไว้ได้ จึงทำให้เกิดน้ำท่วมในพื้นที่ภาคกลาง ภาคอีสานและล่าสุดคือภาคใต้ โดยเฉพาะหาดใหญ่ พัทลุง ตรัง สตูล ที่โดนพายุพัดและน้ำท่วมเต็มๆ

ทำไมพื้นที่ประเทศไทยมีน้ำท่วมได้ทุกปี ต้นเหตุน่าจะเป็นสภาพพื้นที่ของประเทศ
มีการเปลี่ยนแปลงไป คือ มีการเพิ่มขึ้นของพื้นที่อุตสาหกรรม พื้นที่ที่อยู่อาศัย ในขณะที่
พื้นที่ป่าธรรมชาติที่เคยเป็นที่ดูดซับน้ำลดน้อยลง ทำให้ชะลอความเร็วและยืดระยะเวลา
การไหลของน้ำที่จะเข้าสู่พื้นที่ชุมชน และอีกสาเหตุหนึ่งก็คือการชลประทาน ถึงแม้ว่าการ
ชลประทาน การสร้างเขื่อนจะมีประโยชน์ต่อมนุษย์ในด้านต่างๆทั้งการบริโภคและอุปโภค
แต่การที่จะได้มาซึ่งเขื่อนหนึ่งเขื่อนใด มีการสูญเสียพื้นที่ป่าเป็นจำนวนมากด้วย

วาตภัย	风灾	อุทกภัย	水灾
อัคคีภัย	火灾	แผ่นดินไหว	地震

บทอ่านประกอบ(๒)

เอลนีโญ

เอลนีโญมีความหมายแตกต่างกันในแต่ละกลุ่มบุคคล ในภาษาสเปน คำว่าเอลนีโญ
(el niño) หมายถึงเด็กชายเล็ก ๆ แต่หากเขียนนำด้วยอักษรตัวพิมพ์ใหญ่ เอลนีโญ (El Niño)
หมายถึงทารกพระเยซูคริสต์ แต่ความหมายอันเป็นที่รับรู้และเข้าใจกัน โดยทั่วไปใน
ปัจจุบันคือคำที่ใช้เรียกปรากฏการณ์ธรรมชาติทางสมุทรศาสตร์ หมายถึงการอุ่นขึ้นอย่าง
ผิดปกติของน้ำทะเลบริเวณตอนกลางและตอนตะวันออกของมหาสมุทรแปซิฟิกเขตร้อน
ซึ่งเกิดจากการอ่อนกำลังลงของลมค้า (trade wind)

ปรากฏการณ์นี้เป็นต้นเหตุให้เกิดผลกระทบต่อภูมิอากาศของโลกอย่างรุนแรง เช่น
อเมริกาเหนือประสบกับสภาพอากาศที่ผิดปกติอย่างมากตลอดปี 2526 ออสเตรเลียประสบ
กับสภาวะความแห้งแล้งมากและเกิดไฟป่าเผาผลาญ ประเทศใกล้ๆ ทะเลทรายสะฮารา
ประสบกับความแห้งแล้งที่เลวร้ายมากที่สุดช่วงหนึ่ง และลมมรสุมในมหาสมุทรอินเดีย
อ่อนกำลังลงมาก ฯลฯ

บทที่ ๔
ประวัติศาสตร์ไทย (๑)

➥จุดประสงค์การเรียนรู้➥

- อธิบายลักษณะสำคัญของอาณาจักรสุโขทัยโดยสังเขปได้
- อธิบายลักษณะสำคัญของอาณาจักรอยุธยาโดยสังเขปได้
- บอกพระราชกรณียกิจอันสำคัญของพ่อขุนรามคำแหงมหาราชได้

泰国有文字记录的历史始于 13 世纪建立的素可泰王国，这是泰民族建立的第一个王朝。素可泰第三位国王兰甘亨在位期间扩张疆土、发展生产、勤政亲民、弘扬小乘佛教，国力昌盛。他所统一规范的文字最终发展演变成现代泰文字，为泰民族文化的传承与发展做出了重要贡献。兰甘亨国王之后，素可泰王朝逐渐走向衰弱，于 1378 年成为阿育陀耶王朝的附属国。公元 1350 年左右，湄南河流域的阿育陀耶王朝兴起，在政治、经济、外交、文化等方面开启了泰国古代历史一段辉煌的篇章，但在 1767 年不幸被其邻国缅甸所灭。

历史上与素可泰王朝及阿育陀耶王朝并存的还有北部以清迈、清莱为中心的兰那王国。直到曼谷王朝 5 世王时期，兰那王国才正式并入泰国的版图。

ประเทศไทยเป็นประเทศที่มีประวัติศาสตร์และความเป็นมาอันยาวนาน เริ่มตั้งแต่สมัยก่อนประวัติศาสตร์ซึ่งมีชุมชนมนุษย์ถือกำเนิดขึ้นในดินแดนลุ่มแม่น้ำแห่งนี้ รวมตัวก่อตั้งเป็นอาณาจักรและก่อกำเนิดวัฒนธรรมประเพณีต่างๆ สืบทอดต่อและพัฒนาผ่านกาลเวลาเรื่อยมา จนกระทั่งเป็นประเทศไทยในปัจจุบัน

จากหลักฐานทางโบราณคดีซึ่งค้นพบในพื้นที่หลายแห่งของประเทศ ทำให้เชื่อได้ว่าบริเวณที่เป็นประเทศไทยในปัจจุบันนี้ มีมนุษย์อาศัยอยู่เป็นชุมชนตั้งแต่เมื่อเกือบ ๖ พันปีที่แล้ว โดยชนชาติที่ครอบครองดินแดนแห่งนี้ในยุคแรกๆ อาจมีชาวละว้าและชาวป่าชาวเขาในตระกูลมอญและขอมโบราณ พอถึงศตวรรษ ที่ 13 ชนชาติไทยได้รวมตัวเป็นปึกแผ่นในผืนแผ่นดินเอเชียตะวันออกเฉียงใต้เรียบร้อยแล้ว โดยมีกรุงสุโขทัยเป็นอาณาจักรแห่งแรก

เครื่องปั้นดินเผาบ้านเชียง

◇สมัยสุโขทัย◇

ศตวรรษที่ 13 ในช่วงเวลาเดียวกับยุคสมัยอาณาจักรล้านนารุ่งเรืองทางตอนเหนือ ชาวไทยกลุ่มหนึ่งได้รวมตัวกันและสถาปนาอาณาจักรสุโขทัยขึ้น เป็นอิสระจากเขมร ภายใต้การปกครองระบอบสมบูรณาญาสิทธิราชย์ มี**พ่อขุนศรีอินทราทิตย์**เป็นกษัตริย์พระองค์แรก มีศูนย์กลางการปกครองอยู่ที่กรุงสุโขทัย หรือจังหวัดสุโขทัยในปัจจุบัน

อาณาจักรสุโขทัยมีประวัติประมาณ 200 ปี(ค.ศ.1238-ค.ศ.1438) มีกษัตริย์ปกครอง สืบทอดกันมา 9 พระองค์ ในรัชสมัยพ่อขุนรามคำแหงมหาราช เป็นยุคที่มีความรุ่งโรจน์มากที่สุด ถึงกับมีคำกล่าวที่ว่า ในน้ำมีปลา ในนามีข้าว

พระเจ้ารามคำแหงมหาราช

พ่อขุนรามคำแหงมหาราชทรงเป็นพระราชโอรสพ่อขุนศรีอินทราทิตย์และเป็นพระมหากษัตริย์พระองค์ที่ 3 ในสมัยสุโขทัย ทรงครองราชสมบัติรวมเป็นเวลา 20 ปี (ปี ค.ศ. 1279 - 1298) พระองค์ทรงมีความสามารถทั้งในด้านการปกครอง กฎหมาย วิศวกรรม ศาสนา และด้านความสัมพันธ์ระหว่างประเทศ เป็นต้น ผลงานของพระองค์ปรากฏให้เห็นในศิลาจารึกพ่อขุนรามคำแหง(ศิลาจารึกหลักที่ ๑)

- แผ่ขยายอาณาเขตออกไปอย่างกว้างขวางโดยครอบคลุมภาคตะวันตกของลุ่มแม่น้ำเจ้า-พระยา ต่อลงไปจนถึงนครศรีธรรมราชและสุดที่คาบสมุทรมลายู ทิศตะวันออกเฉียงเหนือ ได้หลวงพระบางและเวียงจันทน์ฝั่งซ้ายแม่น้ำโขง ส่วนทิศตะวันตกถึงเมืองหงสาวดีในเขตแดนพม่า
- ค.ศ.1283 ทรงประดิษฐ์ตัวอักษรไทยขึ้น เรียกว่าลายสือไทย อักษรนี้ได้เป็นต้นเค้าและเปลี่ยนแปลงมาจนเป็นอักษรไทยในยุคปัจจุบัน
- ทรงจัดการปกครองแบบพ่อปกครองลูก ดูแลทุกข์สุขของราษฎรอย่างใกล้ชิด เช่น ให้ผู้เดือดร้อนมาสั่นกระดิ่ง ถวายฎีกาได้ ให้ทายาทมีสิทธิได้รับมรดกจากพ่อแม่ที่เสียชีวิตไปแล้ว
- ทรงทำนุบำรุงศาสนาพุทธจนเป็นที่เลื่อมใสของพลเมือง ให้นิมนต์พระสงฆ์นิกายเถร-วาทแบบลังกาวงศ์จากนครศรีธรรมราชมาเป็นพระสังฆราช และริเริ่มการนิมนต์พระสงฆ์มาแสดงธรรมในวันพระ

เนื่องจากพระองค์ทรงทำนุบำรุงบ้านเมืองให้เจริญอย่างมากและเป็นที่เคารพของคนไทย พระองค์จึงได้รับพระนามเพิ่มเป็นมหาราช[1]

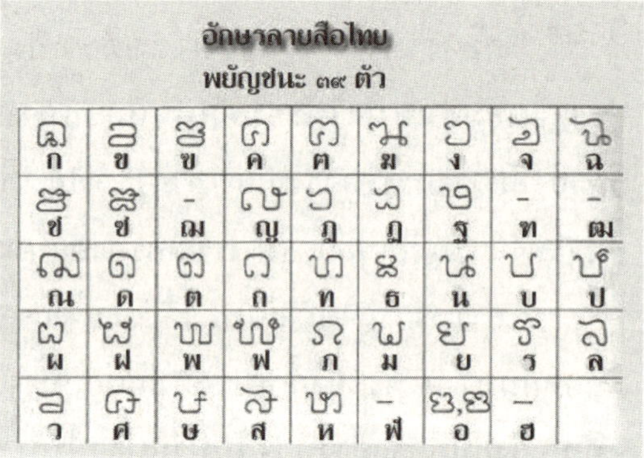

พระบรมราชานุสาวรีย์พ่อขุนรามคำแหง

[1] ในประวัติศาสตร์ไทย พระมหากษัตริย์ผู้ทรงได้รับการเทิดทูลยกย่องว่า "มหาราช" ยังมีสมเด็จพระนเรศวรมหาราช สมเด็จพระนารายณ์มหาราช สมเด็จพระเจ้าตากสินมหาราช พระบาทสมเด็จพระพุทธยอดฟ้าจุฬาโลกมหาราช พระบาทสมเด็จพระจุลจอมเกล้าเจ้าอยู่หัว (สมเด็จพระปิยมหาราช) และพระบาทสมเด็จพระปรมินทรมหาภูมิพลอดุลยเดช (สมเด็จพระภัทรมหาราช)

เมื่อสิ้นรัชกาลของพระองค์แล้ว อาณาจักรสุโขทัยก็เริ่มอ่อนแอลง เป็นเหตุให้กรุง
ศรีอยุธยาส่งกองทัพมาตีกรุงสุโขทัยได้ กรุงสุโขทัยจึงหมดอำนาจและตกเป็นเมืองขึ้นของ
กรุงศรีอยุธยา สรุปได้ว่า อาณาจักรสุโขทัยแบ่งเป็นสองระยะ ระยะแรกประมาณศตวรรษที่
13 จนถึงค.ศ.1378 เป็นสมัยที่สุโขทัยเป็นอาณาจักรอิสระ ระยะที่สอง นับจากหลังค.ศ.1378
ถึงค.ศ.1438 เป็นสมัยที่สุโขทัยเป็นเมืองขึ้นของอาณาจักรอยุธยาโดยมีช่วงเวลาสั้นๆที่
สามารถแยกตัวเป็นอิสระได้บ้าง

วัดพระศรีรัตนมหาธาตุราชวรวิหาร ในอุทยานประวัติศาสตร์สุโขทัย

◇สมัยกรุงศรีอยุธยา◇

ในปีค.ศ.1350 ขณะที่อาณาจักรสุโขทัยเริ่มเสื่อม
อำนาจลง ได้มีชนชาติไทยอีกกลุ่มหนึ่งซึ่งตั้งหลักแหล่ง
อยู่ที่บริเวณลุ่มแม่น้ำเจ้าพระยาตอนกลางและตอนล่าง
ภายใต้การนำของพระเจ้าอู่ทอง ได้ร่วมกันตั้งอาณาจักร
แห่งใหม่ขึ้น เรียกว่ากรุงศรีอยุธยาซึ่งมีความหมายว่าไม่
พ่ายแพ้หรือปราบไม่ได้ พระเจ้าอู่ทองจึงเป็นกษัตริย์
พระองค์แรกของกรุงศรีอยุธยา ทรงพระนามว่าสมเด็จ
พระรามาธิบดีที่ 1

การที่ได้เลือกกรุงศรีอยุธยาเป็นราชธานีนั้น เพราะ
เมืองนี้เป็นที่บรรจบของแม่น้ำสามสาย คือแม่น้ำเจ้า พระ
ยา แม่น้ำป่าสักและแม่น้ำลพบุรี เหมาะที่จะตั้งเป็นศูนย์กลางการค้าขายและการคมนาคม

สมัยกรุงศรีอยุธยามีประวัติยาวนานถึง 417 ปี (1350-1767) ช่วงนี้ถือได้ว่าเป็นยุค
ทองของไทยยุคหนึ่ง เจริญรุ่งเรืองทุกด้านทั้งทางด้านการเมือง การปกครอง เศรษฐกิจ
สังคมและวัฒนธรรม ซึ่งก็ได้มีการยึดถือรูปแบบเหล่านี้มาเป็นแนวทางปฏิบัติในยุคต่อๆ มา

แต่อย่างไรก็ตาม กรุงศรีอยุธยาต้องสูญเสียเอกราชให้กับประเทศพม่า 2 ครั้งด้วยกัน

สถาบันกษัตริย์

เพื่อให้มีการยอมรับสถานะอันสูงล้นพ้นทางการเมืองของพระมหากษัตริย์ และเพื่อให้พระมหากษัตริย์มีคุณลักษณะพิเศษ จึงได้เปลี่ยนระบบพ่อปกครองลูก(father-king)ในสมัยสุโขทัยมาเป็นการสร้างเทวภาพ ให้ดูประหนึ่งว่าเป็นเทพเจ้า(God-king) โดยมีสัญลักษณ์ทางภาษา(ราชาศัพท์) การแต่งกาย สถานที่อยู่และขนบธรรมเนียมประเพณีที่ใช้แตกต่างไปจากสามัญชน พระมหากษัตริย์ที่เป็นมหาราชในสมัยกรุงศรีอยุธยามีสองพระองค์ ได้แก่ สมเด็จพระนเรศวรมหาราชและสมเด็จพระนารายณ์มหาราช

การปกครอง

มีองค์การบริหารที่ขึ้นตรงต่อกษัตริย์ ได้แก่ ระบบจัตุสดมภ์[2] (เท่ากับสี่กระทรวงในปัจจุบัน) และแต่งให้ขุนนางเป็นผู้รับผิดชอบ ในรัชสมัยของพระบรมไตรโลกนาถ(ค.ศ. 1448-1488) ได้ปฏิรูประบบการบริหารแผ่นดินให้เป็นลักษณะรวมศูนย์อำนาจ คือ อำนาจทางการเมืองและการปกครองรวมอยู่ที่กษัตริย์แต่ผู้เดียว และได้แยกกิจการทหารออกจากกิจการพลเรือน ดังแผนผังต่อไปนี้

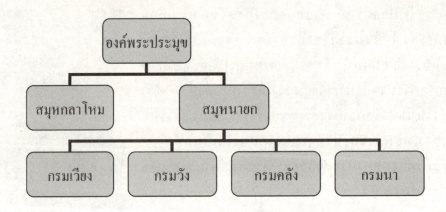

แผนผังการปกครองส่วนกลางสมัยอยุธยา

ขุนเมือง(ขุนเวียง)เทียบได้กับรัฐมนตรีกระทรวงมหาดไทย ขุนวังเทียบได้กับรัฐมนตรีกระทรวงยุติธรรม

ขุนคลังเทียบได้กับรัฐมนตรีกระทรวงการคลัง ขุนนาเทียบได้กับรัฐมนตรีกระทรวงการเกษตร

---

2 ระบบจัตุสดมภ์มีมาตั้งแต่สมัยสุโขทัย

ชนชั้นในสังคม

สังคมไทยในสมัยอยุธยาประกอบด้วยบุคคล 4 กลุ่ม ได้แก่ พระมหากษัตริย์และพระบรมวงศานุวงศ์ ขุนนาง ไพร่และทาส ส่วนผู้ที่ได้รับการยกย่องเลื่อมใสจากคนทุกกลุ่ม คือ พระสงฆ์

การกำหนดบุคคลออกเป็นลำดับชั้นต่างๆดำเนินตาม**ระบบศักดินา** คือมีจำนวนที่ดินเป็นตัวบ่งชี้ฐานะและสิทธิของบุคคลในสังคม จำนวนศักดินาที่กำหนดไว้มิได้หมายความว่าบุคคลผู้นั้นจะได้เป็นเจ้าของที่ดินตามจำนวนที่ให้ไว้จริงๆ (อาจน้อยกว่าดังเลขที่กำหนดเอาไว้) เนื่องจากจำนวนที่นาที่กำหนดไว้เป็นเพียง“ศักดิ์”ที่บอกให้รู้ถึงความสำคัญและหน้าที่ความรับผิดชอบของบุคคลผู้นั้นเท่านั้น

การค้าขาย

นับตั้งแต่สมัยสมเด็จพระนเรศวร (1590-1605) เป็นต้นมา กรุงศรีอยุธยากลายเป็นศูนย์กลางการค้าทั้งในและนอกประเทศ มีผู้คนเดินทางเข้ามาติดต่อค้าขายเป็นจำนวนมาก ต่างก็ชื่นชมเมืองที่โอบล้อมไปด้วยแม่น้ำลำคลอง ผู้คนสัญจรไปมาโดยใช้เรือเป็นพาหนะ จึงพากันเรียกพระนครแห่งนี้ว่า เวนิสตะวันออก

ราชทูตไทยไปฝรั่งเศษ

กรุงศรีอยุธยาติดต่อกับประเทศจีนบ่อยมาก มีชาวจีนไปค้าขายและตั้งรกรากที่อยุธยาเป็นจำนวนไม่น้อย พวกเขาเป็นผู้ที่ไปจากแถบชายทะเลของจีน บ้างก็ได้อยู่อยุธยานานมากแล้ว มีถนนจือน่าลู่เป็นชุมชนที่ชาวจีนอาศัยอยู่

นอกจากประเทศจีนซึ่งเป็นคู่ค้ากับอยุธยาอย่างเหนียวแน่นโดยตลอดแล้ว[3]อยุธยาก็เริ่มติดต่อกับประเทศตะวันตกด้วยโดยมีประเทศโปรตุเกสเข้ามาติดต่อค้าขายเป็นชาติแรก ตามมา

---

3 การค้าไทยจีนเป็นมาตั้งแต่อาณาจักรสุโขทัย ในช่วงกลางศตวรรษที่ 14 ช่างกระเบื้องเครื่องปั้นดินเผาของจีนเดินทางไปช่วยสอนและถ่ายทอดฝีมือในการทำเครื่องปั้นดินเผาในไทย ซึ่งต่อมาไทยก็ได้ผลิตเครื่องสังคโลกที่มีชื่อเสียง ในสมัยราชวงศ์หมิง ปีค.ศ. 1409 พระซำปอกงเคยนำขบวนเรือเดินทะเลเยือนกรุงศรีอยุธยาถึงสองครั้งและได้แลกเปลี่ยนสินค้ากันและกัน ในรัชกาลสมเด็จพระอินทราธิราช (ค.ศ.1409-1424) คนจีนเข้ามาตั้งภูมิลำเนาและไปมาค้าขายในกรุงศรีอยุธยามากขึ้น

ด้วยฮอลันดา อังกฤษ สเปนและฝรั่งเศส สมเด็จพระนารายณ์มหาราช(ค.ศ.1656-1688) ทรงส่งราชทูตไปเจริญสัมพันธไมตรีกับฝรั่งเศส ณ กรุงปารีส

มีหลักฐานว่าพ่อค้าชาวญี่ปุ่นได้เดินทางมาทางเรือเข้ามาติดต่อการค้ากับไทยมากกว่าประเทศอื่นๆ ทำให้มีชาวญี่ปุ่นเข้ามาตั้งรกรากอยู่ในกรุงศรีอยุธยาเป็นจำนวนมาก ถึงกับตั้งเป็นหมู่บ้านญี่ปุ่น

การเสื่อมโทรม

กลางคริสต์ศตวรรษที่16 ราชวงศ์ตองอูของพม่าเริ่มมีอำนาจมากขึ้น จึงได้เริ่มการขยายดินแดนมายังกรุงศรีอยุธยา การสงครามอันยาวนานนับตั้งแต่ปีค.ศ.1548เป็นต้นมาส่งผลให้อยุธยาตกเป็นประเทศราชของอาณาจักรตองอูในที่สุด แต่สมเด็จพระนเรศวรมหาราชก็ทรงประกาศอิสรภาพในเวลาไม่นานนัก

ภายหลังรัชสมัยสมเด็จพระนารายณ์มหาราช อาณาจักรอยุธยาเริ่มเสื่อมอำนาจลง เมื่อปี ค.ศ. 1767 พระเจ้ามังระของพม่า (ราชวงศ์คองบอง) ส่งกองทัพเข้าปล้นสะดมกรุงศรีอยุธยาได้สำเร็จ นับว่าเป็นการเสียกรุงศรีอยุธยาครั้งที่สอง

◤คำศัพท์◢

ประวัติศาสตร์ 历史
ก่อกำเนิด 成立；建立
ประเพณี 传统 风俗
มนุษย์ 人类
มอญ 孟人
สุโขทัย 素可泰
ระบอบสมบูรณาญาสิทธิราชย์ 君主专制制度
พ่อขุนรามคำแหงมหาราช 兰甘亨大帝
รัชกาล 一代国王的统治时期
เมืองขึ้น 附属国
วิศวกรรม 工程
หลวงพระบาง （老挝）琅勃拉邦
แม่น้ำโขง 湄公河
อาณาจักร 王国
วัฒนธรรม 文化
หลักฐาน 证据
ละว้า 拉瓦族
ขอมโบราณ 古高棉
สถาปนา 建立；创立
กษัตริย์ 国王
รุ่งโรจน์ 繁荣
อ่อนแอ 衰败
โอรส 子女
ศิลาจารึก 石碑
เวียงจันทน์ 万象

เมืองหงสาวดี （古代缅甸城市）汉沙瓦底

ราษฎร 黎民百姓

นิกาย 教派

ลังกา 锡兰

แสดงธรรม 讲经弘法

พระเจ้าอู่ทอง 乌通王

ยุคทอง 黄金时代

ล้นพ้น 非常；极其；无比

สามัญชน 普通人

ระบบจัตุสดมภ์ 四部制

พระบรมวงศานุวงศ์ 皇亲国戚

ไพร่ 自由民

ราชวงศ์ตองอู （缅甸）东吁王朝

อักษร 文字

นิมนต์ 恭请（用于僧侣）

เถรวาท 小乘

พระสังฆราช 僧王

มหาราช 大帝

ราชธานี 王都；皇都

เอกราช 独立

ราชาศัพท์ 皇语

รวมศูนย์อำนาจ 中央集权

กิจการพลเรือน 民事

ขุนนาง 贵族

ระบบศักดินา 萨迪纳土地分封制

ราชวงศ์คองบอง（缅甸）贡榜王朝

แบบฝึกหัด

ตอนที่ 1 ทบทวนความรู้

1. จงเลือกคำตอบที่ถูกต้องหรือเหมาะสมที่สุดเพียงคำตอบเดียว

(1) คำกล่าวที่ว่า ในน้ำมีปลา ในนามีข้าว เป็นการพรรณนาถึงสภาพสังคมในอาณาจักร _____

ก. สุโขทัย　　ข. อยุธยา　　ค. ล้านนา　　ง. ฟูนัน

(2) ชนชาติ_____เคยครอบครองดินแดนที่เป็นที่ตั้งของสุโขทัยก่อนที่จะสถาปนาเป็นอาณาจักร

ก. เวียดนาม　　ข. พม่า　　ค. ขอม　　ง. จีน

(3) พระราชกรณียกิจ_____ของพ่อขุนรามคำแหงนับได้ว่าเป็นการวางรากฐานสำคัญที่สุดทางด้านวัฒนธรรมไทย

ก. การประดิษฐ์อักษรไทย

ข. การปกครองแบบบิดาปกครองบุตร

ค. การทำนุบำรุงพระพุทธศาสนา

ง. การสร้างขนบธรรมเนียมประเพณีไทย

(4) ถ้าหากต้องการที่จะทราบถึงลักษณะการปกครอง สังคม และเศรษฐกิจของอาณาจักรสุโขทัย เราสามารถศึกษาได้จากหลักฐาน_____

ก. ตำนานพม่า ข. คำบอกเล่าคนต่างชาติ

ค. บันทึกความจำ ง. ศิลาจารึกหลักที่ 1

(5) คำว่า "อยุธยา" มีความหมายว่า_____

ก. ไม่พ่ายแพ้ ข. รุ่งอรุณแห่งความสุข

ค. เมืองแห่งเทวดา ง. แผ่นดินทอง

(6) กรุงศรีอยุธยามีประวัติยาวนานประมาณ_____ปี

ก. 160 ข. 15 ค. 417 ง. 200

(7) อยุธยาเสียกรุงแก่_____สองครั้ง

ก. กัมพูชา ข. ลาว ค. มาเลเซีย ง. พม่า

(8) ประเทศตะวันตกที่เข้ามาติดต่อค้าขายกับคนไทยเป็นประเทศแรก ได้แก่_____

ก. โปรตุเกส ข. อังกฤษ ค. ฝรั่งเศส ง. ฮอลันดา

2. จงตอบคำถามต่อไปนี้ด้วยถ้อยคำสั้นๆ

(1) อาณาจักรสุโขทัยแบ่งได้เป็นกี่ช่วงระยะ เพราะเหตุใด

(2) พระราชกรณียกิจของพระเจ้ารามคำแหงมหาราชมีอะไรบ้าง

(3) เพราะเหตุใดจึงได้เลือกกรุงศรีอยุธยาเป็นราชธานี

(4) การปกครองของอาณาจักรกรุงศรีอยุธยามีลักษณะอย่างไร

(5) สังคมไทยในสมัยอยุธยาประกอบด้วยบุคคล กลุ่มไหนบ้าง

ตอนที่ 2 พัฒนาความคิด

นักศึกษาไปศึกษาค้นคว้าด้วยตนเองว่าคนไทยอาจได้บทเรียนอะไรบ้างจากการเสียกรุงแก่พม่าสองครั้ง

บทอ่านประกอบ(๑)

พระสุริโยทัย วีรสตรีไทยสมัยอยุธยา

ปีค.ศ.1549 พระเจ้าตะเบงชะเวตี้ของพม่า(ราชวงศ์ตองอู)ทรงยกกองทัพเข้ามาถึงเขตพระนครศรีอยุธยา พระมหาจักรพรรดิ(พระเจ้าแผ่นดินองค์ที่ 16 ในสมัยกรุงศรีอยุทยา) ทรงยกกองทัพไปต้านทานไว้ ขณะที่พระมหาจักรพรรดิทรงช้างออกตรวจค่าย พระเจ้าตะเบงชะเวตี้จู่เข้าโจมตี กองทัพประชิดกันถึงกับแม่ทัพได้ชนช้างกัน ขณะชนช้าง พระมหาจักรพรรดิทรงเสียที ถูกข้าศึกไล่ฟัน พระสุริโยทัยพระมเหษีซึ่งทรงแต่งเป็นชาย ทรงช้างตามไปด้วย จึงทรงถลันเข้ากับข้าศึกไว้ จนถูกฟันสิ้นพระชนม์(ชีวิต)บนคอช้าง พระมหาจักรพรรดิทรงพ้นอันตรายไปได้ กองทัพพม่าจึงไม่สามารถตีกรุงได้ ต้องเลิกทัพกลับไป

พระราชานุสาวรีย์พระสุริโยทัย

เหรียญพระสุริโยทัย

注：พระเจ้าตะเบงชะเวตี้ 莽瑞体，缅甸历史上最强盛的东吁王朝的开国君王。他在位期间，东吁王朝逐步走向统一和强大。莽瑞体的继任者莽应龙（พระเจ้าบุเรงนอง）于 1568 年攻打泰国，阿育陀耶城在 1569 年首次沦陷，莽应龙将纳黎轩王子挟持至缅甸充当人质达 9 年时间。

บทอ่านประกอบ(๒)

สมเด็จพระนเรศวรมหาราช

สมเด็จพระนเรศวรมหาราชเป็นที่เคารพยกย่องของคนไทยว่ากษัตริย์ยอดนักรบและเป็นที่รู้จักกันดีในนาม**พระองค์ดำ** เมื่ออายุยังน้อยอยู่ พระองค์ถูกนำตัวไปยังกรุงหง-

สาวดีโดยพระเจ้าบุเรงนองกษัตริย์พม่า ผู้ซึ่งทำให้กรุงศรีอยุธยาเสียกรุงแก่พม่าเป็นครั้งแรก ในปีค.ศ. 1569 เจ้าชายนเรศวรถูกกักตัวไว้เป็นตัวประกันในพม่าเป็นเวลานาน 9 ปี ครั้น อายุได้ 16 ปี พระราชบิดาจึงขอตัวกลับมา

ต่อมา กษัตริย์พม่า พระเจ้านันทบุเรงเกิดความหวาดระแวงในความกล้าหาญและ ความฉลาดของเจ้าชายนเรศวร เตรียมแผนที่จะปลงชีวิตพระองค์ เมื่อพระองค์ทรงทราบ จึงประกาศอิสระจากพม่า กรุงศรีอยุธยาซึ่งตกเป็นเมืองขึ้นของพม่าเป็นเวลา 15 ปี จึงได้มี อิสรภาพอีก ปีค.ศ.1590 พระนเรศวรขึ้นครองราชสมบัติ สองปีต่อมา พม่ายกกองทัพใหญ่ มารุกรานอีก สมเด็จพระนเรศวรทรงยกทัพมาต้านทานพม่าที่เมืองสุพรรณบุรี ได้ชนช้าง กับพระมหาอุปราชเจ้าชายพม่า ทรงฟันพระมหาอุปราชตายบนคอช้าง ทัพพม่าแตกยับเยิน กลับไป และไม่กล้ายกทัพมาอีกเป็นเวลาร้อยปีกว่า

เนื่องจากสมเด็จพระนเรศวรทรงได้กู้เอกราชของบ้านเมือง ทำสงครามกับข้าศึกที่มา รุกรานจนชนะ ชาวไทยภายหลังจึงถวายพระนามว่ามหาราช ทุกๆปีในวันที่ 25 มกราคม ที่ จังหวัดสุพรรณบุรี จะมีงานอนุสรณ์ดอนเจดีย์เพื่อเป็นการรำลึกถึงชัยชนะของพระองค์ต่อ เจ้าชายพม่า

บทที่ ๕

ประวัติศาสตร์ไทย (๒)

➛จุดประสงค์การเรียนรู้➛

- บอกเรื่องราวสำคัญที่เกิดขึ้นในสมัยกรุงธนบุรี โดยสังเขปได้
- อธิบายลักษณะสำคัญของสมัยรัตนโกสินก่อนปีค.ศ.1932 โดยสังเขปได้
- บอกความสำคัญของการปฏิรูปในพระบาทสมเด็จพระจุลจอมเกล้าเจ้าอยู่หัว โดยสังเขปได้
- อธิบายผลกระทบของการเปลี่ยนแปลงการปกครองค.ศ.1932 ที่มีต่อการเมืองไทย

阿育陀耶都城被缅甸人攻占之后，遭到毁灭性破坏。原达府长官郑信王组织力量展开对缅军的反击，使暹罗重获独立。郑信王于 1768 年在湄南河西岸的吞武里建都，史称吞武里王朝，该王朝只存在了 15 年时间。

1782 年，披耶却克里建立曼谷王朝（又称却克里王朝），并迁都至湄南河东岸的曼谷。在曼谷王朝一世王至三世王时期，政治、经济、文化等各方面都得到较好的恢复和发展。拉玛四世蒙固王即位后，改变闭关锁国政策，开始推行社会改革。五世王朱拉隆功大帝时（1868—1910），废除了奴隶制，设立内阁政府，推行义务兵役制，积极学习引进西方先进的科学技术，修铁路、建邮局、办学校，为现代泰国的形成奠定了基础。四世王至七世王时期的一系列改革培育了一批具有民主思想的知识分子，也造就了西方式的职业官僚。1932 年 6 月 24 日，民党发动政变，推翻了泰国封建专制政体，建立了君主立宪制。

◇สมัยกรุงธนบุรี◇

หลังจากถูกพม่าล้อมกรุงอยู่ 1 ปี 2 เดือน กรุงศรีอยุธยาเสียแก่พม่าเป็นครั้งที่สองเมื่อวันที่ 7 เมษายน ค.ศ.1767 พม่าได้รวบรวมผู้คนและทรัพย์สมบัติของกรุงศรีอยุธยาส่งไปเมืองพม่า และตั้งให้สุกี้พระนายกองตั้งอยู่ที่ค่ายโพธิ์สามต้น ดูแลความเรียบร้อย

สภาพบ้านเมืองหลังจากเสียแก่พม่าแล้วดังที่ชาวต่างประเทศได้กล่าวไว้ว่า"จากเมืองทองเป็นเมืองถ่าน " และมีชุมนุมเกิดขึ้นตามหัวเมืองต่างๆ ในชุมนุมเหล่านี้ มีชุมนุมของเจ้าตากเข้มแข็งกว่าเพื่อนจนสามารถเอากรุงศรีอยุธยากลับคืนจากพม่าได้เป็นผลสำเร็จ ทำให้ไทยได้รับเอกราชมาอีกครั้ง

ภายหลังจากที่เจ้าตากได้กอบกู้แผ่นดินกลับคืนมาได้แล้ว ปีต่อมาได้ปราบดาภิเษกขึ้นเป็นพระมหากษัตริย์เมื่อวันที่ 28 ธันวาคม ค.ศ.1768 และย้ายราชธานีจากกรุงศรีอยุธยาไปอยู่กรุงธนบุรี จากนั้นได้ปราบปรามชุมนุมต่างๆลงได้ทั้งหมด เป็นการสร้างความเป็นอันหนึ่งอันเดียวกันได้ภายในเวลาอันรวดเร็ว

ลานพระบรมราชานุสาวรีย์
สมเด็จพระเจ้าตากสินมหาราช (วงเวียนใหญ่)

การที่พระเจ้าตากสินทรงตั้งรัฐบาลไปยังกรุงธนบุรีเพราะกรุงศรีอยุธยาอยู่ในสภาพปรักหักพัง เหลือวิสัยที่จะฟื้นฟูบูรณะ กลไกป้องกันเมืองชำรุด กำแพงเมืองซึ่งใช้ไม้ซุงค้ำพยุงถูกเผาวอดวายไปแล้วในคราวพม่าเข้าตี ส่วนกรุงธนบุรีอยู่ถัดไปทางใต้และจากที่นั่นอาจถอยหนีไปยังจันทบุรีโดยสะดวกซึ่งเป็นที่มั่นของพระเจ้าตากสินมาแต่เดิม จันทบุรีเป็นเมืองท่าที่มีแหลมยื่นลงไปในทะเล เป็นพื้นที่ป่าไม้อุดมสมบูรณ์ซึ่งจะสนองไม้ให้แก่การต่อเรือได้มากมาย ดังนั้นจึงเป็นสถานที่เหมาะที่สุดแก่การต่อเรือรบเพื่อสร้างกองเรือรบที่เข้มแข็ง

เจ้าตากทรงพระนามว่าพระบรมราชาธิราชที่4 แต่ประชาชนทั่วไปนิยมเรียกพระองค์ท่านว่าสมเด็จพระเจ้าตากสินมหาราชหรือพระเจ้าธนบุรี ทุกปีเมื่อวันที่ 28 ธันวาคม จะมีการจัดงานเทิดพระเกียรติสมเด็จพระเจ้าตากสิน โดยหน่วยงานราชการ เอกชนและประชาชนเพื่อเป็นการน้อมระลึกถึงในความเสียสละที่พระองค์ทรงมีต่อราชอาณาจักรและราษฎร

กรุงธนบุรีเป็นราชธานีของไทยในระยะเวลาเพียง 15 ปีก็สิ้นสุด เพราะมีเหตุการณ์วุ่นวายปลายรัชกาล ข้าราชการเป็นกบฏ พระยาจักรีซึ่งเป็นผู้ที่ได้ร่วมรบเคียงบ่าเคียงไหล่

กับสมเด็จพระเจ้าตากสินโดยตลอด จึงยกกองทัพกลับจากเขมรมาปราบจลาจลได้และ
ประกาศพระองค์เป็นพระเจ้าแผ่นดิน สถาปนากรุงรัตนโกสินทร์เป็นราชธานีของไทยในปีค.ศ.
1782 ทรงพระนามว่าสมเด็จพระพุทธยอดฟ้าจุฬาโลก

◇สมัยต้นรัตนโกสินทร์◇

สมัยต้นกรุงรัตนโกสินทร์เป็นสมัยการสร้างชาติบ้านเมืองให้รุ่งเรืองเหมือนสมัยกรุง
ศรีอยุธยา ดังนั้น ช่วงรัชกาลที่ 1 ถึงช่วงรัชกาลที่ 3 เป็นสมัยที่กรุงรัตนโกสินทร์เจริญรอย
ตามแบบกรุงศรีอยุธยาทั้งทางด้านรูปแบบการปกครอง เศรษฐกิจ สังคมและวัฒนธรรมด้วย

โครงสร้างสังคม

สมัยต้นกรุงรัตนโกสินทร์ยังคงแบ่งคนในสังคมทั่วไปเป็น 2 ชนชั้น คือชนชั้น
ปกครองกับชนชั้นผู้อยู่ใต้ปกครอง ชนชั้นปกครองประกอบด้วยพระมหากษัตริย์ เจ้านาย
ขุนนาง ข้าราชการและนักบวช ผู้ปกครองมีสถานะเป็นมูลนาย มูลนายมีสองอย่าง คือมูล
นายโดยกำเนิดและมูลนายโดยการดำรงตำแหน่ง ชนชั้นผู้อยู่ใต้ปกครองประกอบด้วยไพร่
และทาส ไพร่คือราษฎรสามัญทั่วไปซึ่งมีจำนวนมากและเป็นคนส่วนใหญ่ของราชอาณา-
จักร ต้องสังกัดมูลนายเพื่อแลกเปลี่ยนกับความคุ้มครอง ไพร่มีมาแต่กำเนิดและยังมาจากผู้ที่
สึกจากสมณเพศ ทาสที่เป็นไทและมูลนายที่ทำผิดแล้วถูกถอดเป็นไพร่ ส่วนทาสเป็น
พลเมืองที่มีสถานะเหมือนทรัพย์สินส่วนตัวของนายเงิน การโอนหรือขายต่อเป็นสิทธิของ
นายเงิน ทาสมีทั้งที่เป็นมาแต่กำเนิด เชลยศึก ผู้ที่ขายตัวหรือถูกขายตัวเป็นทาส ทั้งไพร่และ
ทาสมีหน้าที่เหมือนกันตรงที่ต้องถูกเกณฑ์ไปรบเมื่อมีราชการสงคราม

เศรษฐกิจ

สมัยต้นกรุงรัตนโกสินทร์ เศรษฐกิจเป็นระบบเศรษฐกิจปิดซึ่งมีพื้นฐานทางด้าน
เกษตรกรรม ชาวไทยส่วนใหญ่ประกอบอาชีพทำนาทำไร่ จะมีหัตถกรรมและอุตสาหกรรม
บ้าง ก็เป็นส่วนน้อยและทำภายในครอบครัว เช่น เผาอิฐ ทอผ้า ทำเครื่องจักสาน ทำเครื่อง
ปั้นดินเผา ทำเหมืองแร่ เป็นต้น การตลาดไม่มีบทบาทมากนัก เพราะแต่ละครอบครัวจะผลิต
สิ่งของที่จำเป็นต่างๆขึ้นใช้เอง ใช้ระบบแลกเปลี่ยนสิ่งของกันเป็นหลัก เป็นเศรษฐกิจแบบ
เลี้ยงตัวเอง รัฐมีรายได้จากการเก็บส่วยสาอากรและการค้ากับต่างประเทศโดยเฉพาะ
การค้าสำเภา

นโยบายการค้าสำเภาในสมัยต้นกรุงรัตนโกสินทร์เหมือนสมัยกรุงศรีอยุธยา คือพระ
มหากษัตริย์ทรงมีอำนาจผูกขาดแต่องค์เดียว ประเทศคู่ค้ารายใหญ่ในช่วงนั้นได้แก่ประเทศ
จีนโดยราชสำนักไทยใช้ระบบบรรณาการเป็นวิธีการเปิดช่องทางติดต่อค้าขายกับราชสำนัก
จีน ใช้คณะทูตบรรณการเป็นคณะทูตทางการค้า จะมีขบวนเรือตามหลังเรือคณะทูต บรรทุก
สินค้าต่างๆ เช่นข้าว ของป่า พริกไทย ปลาแห้งฯลฯไปขายที่กวางตุ้งด้วย โดยมารยาทแล้ว
ราชสำนักจีนในฐานะที่เป็นจักรพรรดิใหญ่ย่อมจะต้องส่งของกำนัลกลับมาเป็น 2 เท่าของ
จำนวนเครื่องราชบรรณการที่ราชสำนักสยามส่งไป ฉะนั้น คณะทูตบรรณการจึงกลายเป็น
กิจการทำกำไร ตามประเพณี จะมีการส่งคณะทูตบรรณการไป 1 ชุดทุกๆ 3 ปี แต่ในสมัยนั้น
สยามส่งคณะทูตบรรณการไปจีนทุกปี ต่อมาราชสำนักจีนได้ขอร้องราชสำนักสยามอย่าง
สุภาพให้ช่วยลดความถี่ของการส่งคณะทูตบรรณการไปลงเป็น 3 ปีละครั้งดังเดิม

วัฒนธรรม

เมื่อได้ขึ้นครองราชสมบัติแล้ว **สมเด็จพระพุทธยอดฟ้าจุฬาโลก** รัชกาลที่ 1 (ระยะ
ครองราชย์ ปีค.ศ.1782-1809) ทรงเห็นว่ากรุงธนบุรีไม่เหมาะ
ที่จะเป็นเมืองหลวงอีกต่อไป เพราะขยายเมืองหลวงออกไปอีก
ไม่ได้ ด้วยตัวเมืองตั้งอยู่ในที่แคบและอยู่ฝั่งตะวันตก พม่ามา
ถึงเมืองได้ง่าย จึงทรงตั้งพระนครบนฝั่งตรงข้าม ใช้เวลาการ
สร้างกรุงสามปีเสร็จและให้ชื่อว่า "กรุงเทพฯ" รัชกาลที่ 1 ยัง
ทรงชำระกฎหมายใหม่ บำรุงพุทธศาสนา ชำระพระคัมภีร์ไตร
ปิฎกฯลฯ ในช่วงสมัย**สมเด็จพระพุทธเลิศหล้านภาลัย** รัชกาล
ที่ 2 (1809-1824) มีการฟื้นฟูศิลปและวัฒนธรรมไทยกันอย่าง

จริงจังโดยเฉพาะด้านวรรณคดี ได้แต่งเรื่องอิเหนา สังข์ทองกัน
ใหม่บนพื้นฐานฉบับเก่า สุนทรภู่ ผู้แต่งหนังสือพระอภัยมณี ก็
เป็นมหากวีมีชื่อในรัชกาลนี้ ส่วน**สมเด็จพระนั่งเกล้าเจ้าอยู่หัว**
รัชกาลที่ 3 (1824 - 1851) ทรงเอาพระทัยใส่ในการบำรุงศาสนา
และวิชาต่าง ๆ ได้โปรดให้ผู้เชี่ยวชาญรวบ รวมตำราวิชาต่าง ๆ
แล้วจารึกลงบนแผ่นหิน ติดไว้ในที่สาธารณะ เช่นที่วัดพระเชตุ-
พนหรือวัดโพธิ์ เพื่อให้พลเมืองได้รู้ กล่าวกันว่าช่วงรัชกาลที่ 2
และรัชกาลที่ 3 เปรียบได้กับ "ยุคทอง" แห่งวรรณคดีและศิลปะ

ไทย และเปรียบได้กับยุคของสมเด็จพระนารายณ์มหาราชแห่งกรุงศรีอยุธยา

สมัยกรุงรัตนโกสินทร์เป็นสมัยที่การค้ากับจีนเจริญรุ่งเรือง มีการติดต่อกับโลกภายนอกบ่อยขึ้น โครงสร้างสังคมที่เปลี่ยนไปทำให้วรรณคดีชาวบ้านเจริญแพร่หลายขึ้น ผู้รู้หนังสือมีจำนวนเพิ่มมากขึ้นและความสนใจในวรรณคดีก็เพิ่มมากขึ้นด้วย มีงานเขียนที่เป็นร้อยแก้วมากขึ้นซึ่งสันนิษฐานว่าคงเพื่อสนองความต้องการของผู้อ่านที่เป็นชาวบ้าน วรรณคดีเรื่องต่างๆได้สะท้อนให้เห็นถึงสภาพการณ์ในสมัยนั้นด้วย เช่น การพูดถึงมหาสมุทร เรือเดินทะเลและเกาะอย่างที่สุนทรภู่พรรณนาไว้ในเรื่องพระอภัยมณี ในสมัยรัชกาลที่ ๓ ชาว ตะวันตกได้นำเทคนิคการพิมพ์ใหม่ๆเข้ามา จึงไม่ต้องคัดลอกด้วยมือดังเดิม

การต่างประเทศ

ความสัมพันธ์กับต่างประเทศประกอบไปด้วยการค้าและการสงครามรวมทั้งความสัมพันธ์แบบบรรณการกับจีน ชาวตะวันตกมาทำการค้าและสอนศาสนา แต่อันที่จริงจุดมุ่งหมายสำคัญของเรือตะวันตกที่แวะมาเยือนสยามก็คือการค้า

สงครามกับประเทศข้างเคียง เช่น พม่าและเวียดนาม นานๆจะมีสักครั้ง แต่ก็ยังเป็นส่วนหนึ่งของราชการแผ่นดิน ในรัชกาลที่ 1 มีสงครามกับพม่า 8 ครั้ง ในรัชกาลที่ 3 สยามทำสงครามกับเวียดนามเพื่อแย่งชิงความเป็นใหญ่เหนือกัมพูชา สภาพการณ์เป็นไปเช่นนี้จวบจนกระทั่งประเทศข้างเคียงตกเป็นเหยื่อของจักรพรรดินิยมตะวันตกทีละประเทศสองประเทศ เช่น พม่าเลิกเป็นภัยคุกคามสยามหลังจากตกเป็นอาณานิคมของอังกฤษแล้ว

◇สมัยการปฏิรูปสังคม◇

เมื่อ**พระมงกุฎเกล้าเจ้าอยู่หัว**หรือ**พระบาทสมเด็จพระจอมเกล้าเจ้าอยู่หัว** (1851 -1868) ขึ้นครองราชย์ กระแสแห่งการล่าอาณานิคมเริ่มรุนแรง จึงหลีกเลี่ยงไม่ได้กับการเปิดประเทศและปรับปรุงการบริหารราชการแผ่นดินในด้านต่างๆ ที่สำคัญคือการเปลี่ยนแปลงนโยบายที่มีต่อต่างประเทศและปรับปรุงประเทศให้ทันสมัยตามแบบตะวันตก

พระมงกุฎเกล้าเจ้าอยู่หัว(ร.4)
บิดาแห่งวิทยาศาสตร์ไทย

ด้วยแรงกดดันและความต้องการของประเทศตะวันตกที่จะขยายตลาดการค้ามายังโลกตะวันออก สยามได้มีการลงนามในสนธิสัญญาทางไมตรีและการ

ค้ากับประเทศอังกฤษ(สนธิสัญญาเบาว์ริง)เมื่อปีค.ศ.1855 มีสาระสำคัญในการเปิดการค้าเสรีกับต่างประเทศในสยาม เช่น (๑) คนที่อยู่ในสังกัดอังกฤษจะอยู่ภายใต้อำนาจของกงสุลเท่ากับว่าสยามยินยอมให้คนต่างด้าวมีสิทธิสภาพนอกอาณาเขต (๒)คนที่อยู่ในสังกัดอังกฤษได้รับสิทธิทำการค้าโดยเสรีในเมืองทุกแห่ง และอาศัยในกรุงเทพฯได้เป็นการถาวร (๓) พ่อค้าอังกฤษได้รับอนุญาติให้ค้าขายกับชาวสยามโดยตรงไม่มีการแทรกแซงจากบุคคลที่สาม (๔) กำหนดภาษีสินค้าขาเข้าในอัตราร้อยละ 3

หลังจากนั้น ชาติตะวันตกหลายชาติได้เข้ามาทำสัญญาลักษณะเดียวกันนี้ด้วย ได้แก่ อเมริกา ฝรั่งเศส เยอรมัน สวีเดน เดนมาร์ก เนเทอร์แลนด์ นอร์เวและญี่ปุ่น ผลจากสนธิ-สัญญาเหล่านี้เป็นการยกเลิกระบบการค้าแบบผูกขาดโดยราชสำนัก อำนาจของข้าราชการอภิสิทธิ์ชนและพ่อค้าจีนที่ใช้เรือสำเภาเป็นเครื่องมือการค้ามาตั้งแต่ปลายศตวรรษที่ 13 นั้นจึงสิ้นสุดลง และระบบเศรษฐกิจแบบปิดของสยามก็ค่อยๆหมดไป

สมัยรัชกาลที่ 4 เป็นสมัยเปิดประตูประเทศและวางพื้นฐานการปฏิรูปสังคม ส่วนสมัย**พระบาทสมเด็จพระจุลจอมเกล้าเจ้าอยู่หัว** (1868-1910) รัชกาลที่ 5 ได้ดำเนินการปฏิรูปอย่างขนาดใหญ่และเป็นที่รู้จักกันดีในเวลาต่อมา (อ่านรายละเอียดในหน้าต่อไป)

พระบาทสมเด็จพระมุงกุฎเกล้าเจ้าอยู่หัว (1910-1925) รัชกาลที่ 6 ได้ทรงสืบทอดนโยบายปฏิรูปสังคมสยามให้ก้าวไปสู่ความทันสมัยต่อจากพระราชบิดา ทรงส่งเสริมการศึกษา ประกาศใช้พระราชบัญญัติประถมศึกษา ตั้งเกณฑ์ให้เด็ก ไทยทุกคนที่มีอายุตั้งแต่ 7 ปีบริบูรณ์ต้องได้รับการศึกษาจนกระทั่งอายุครบ 14 ปี ในรัชสมัยนี้ได้มีการก่อตั้งวรรณคดีสโมสรขึ้นและยังทรงยกระดับการศึกษาขั้นอุดมศึกษาขึ้นโดยการจัดตั้งจุฬาลงกรณ์มหาวิทยาลัย ซึ่งเป็นมหาวิทยาลัยแห่งแรกของไทย

พระบาทสมเด็จ
พระมุงกุฎเกล้าเจ้าอยู่หัว

พระองค์ทรงประกาศใช้พระราชบัญญัตินามสกุล(เมื่อวันที่ 1 กรกฎาคม ค.ศ.1913) ทรงให้ใช้พุทธศักราช(พ.ศ.) เป็นศักราชทางราชการแทนรัตนโกสินทร์ศก(ร.ศ.) โปรดกำหนดคำนำหน้าชื่อเด็กว่า "เด็กหญิง" "เด็กชาย" ให้ใช้คำนำหน้าบุรุษว่า "นาย" สตรีที่ยังไม่แต่งงานว่า "นางสาว" ที่แต่งงานแล้วว่า"นาง" เปลี่ยนการขานเวลาจาก "ทุ่ม" "โมง" เป็น "นาฬิกา"

พระองค์ทรงจัดเปลี่ยนแปลงธงประจำชาติจากธงรูปช้างเผือกมาเป็นธงไตรรงค์ที่หมายถึงชาติ ศาสนาและพระมหากษัตริย์ ซึ่งยังคงเป็นปัจจัยพื้นฐานอันสำคัญของ

โครงสร้างสังคมไทยในปัจจุบัน

สมัยนี้มีการเปิดโอกาสให้มีการแสดงความคิดเห็นกันอย่างกว้างขวางทางหน้าหนังสือพิมพ์ แม้พระบาทสมเด็จพระมุงกุฎเกล้าเจ้าอยู่หัวก็ทรงเขียนบทความร่วมกันแสดงทรรศนะทางการเมืองและสังคมโดยใช้นามปากกา เป็นการเสริมสร้างบรรยากาศการแสดงความคิดเห็นอย่างเสรี

พระบาทสมเด็จพระจุลจอมเกล้าเจ้าอยู่หัวมหาราช

พระบาทสมเด็จพระปรมินทรมหาจุฬาลงกรณ์(พระบาทสมเด็จพระจุลจอมเกล้าเจ้าอยู่หัว)ทรงเป็นพระราชโอรสพระองค์ใหญ่ในพระบาทสมเด็จพระจอมเกล้าเจ้าอยู่หัว รัชกาลที่ 4 (เจ้าฟ้ามงกุฎ) ในปีค.ศ. 1868 พระองค์ได้ทรงครองราชสมบัติด้วยพระชนมายุเพียง 15 พรรษา ทรงครองราชย์อยู่เป็นเวลายาวนานถึง 42 ปี พระองค์ทรงศึกษาระบอบการปกครองจากประเทศตะวันตกและดำเนินการปฏิรูปอย่างกว้างขวาง

♦ โปรดเกล้าฯ ให้เลิกประเพณีล้าสมัย เช่น หมอบคลานเวลาเข้าเฝ้า ให้ยกเลิกระบบไพร่ ระบบทาส เลิกการทรมานนักโทษในการชำระคดี โปรดให้จัดการรถไฟ การไปรษณีย์โทรเลข การศึกษา โรงพยาบาล จัดสร้างถนน สะพาน และโปรดให้ซ่อม แซมพระนครให้สะอาดและงดงาม

♦ ทรงปฏิรูปการบริหารราชการแผ่นดิน มีการรวมศูนย์อำนาจโดยยกเลิกการปกครองอย่างจัตุสดมภ์ชนิดที่มี เวียง วัง คลัง นา ทรงจัดให้มีกระทรวงรับแบ่งงานจากพระเจ้าแผ่นดินไปช่วยดูแล ส่วนหัวเมืองก็ตั้งเป็นจังหวัด เป็นมณฑล มีข้าหลวงหรือผู้ว่าราชการจังหวัดรับหน้าที่ไปดูแล ขึ้นตรงต่อพระเจ้าแผ่นดินโดยตรง

♦ ทรงปฏิรูประบบกฎหมายและการศาลให้ทันสมัยและขจัดสิทธิสภาพนอกอาณาเขตที่ไทยต้องเสียเปรียบแก่ชาวต่างชาติ โดยปรับปรุงระเบียบการศาลให้เป็นอันหนึ่งอันเดียวกันทั่วราชอาณาจักร มีกระทรวงยุติธรรมรับผิดชอบอย่างแท้จริง โปรดเกล้าฯให้ตั้งกรรมการตรวจชำระและร่างกฎหมาย ได้ทรงประกาศใช้กฎหมายลักษณะอาญาซึ่งถือเป็นประมวลกฎหมายฉบับแรกของไทยและทรงจัดตั้งโรงเรียนกฎหมายเพื่อผลิตนักกฎหมายให้พอแก่ความต้องการ ทำให้การพิจารณาคดีและการลงโทษแบบเก่าหมดไป

♦ จัดการทหารบก ทหารเรือตามแบบตะวันตก ตรากฎหมายเกณฑ์ชายหนุ่มเข้ารับราชการทหารทุกคน การจัดองค์กรทหารแบบใหม่(กระทรวงกลาโหม)และการใช้ระบบการเกณฑ์ทหารมีส่วนทำให้การควบคุมกำลังพลกระชับดีขึ้น

♦ เสด็จต่างประเทศหลายครั้ง เสด็จยุโรปถึงสองครั้งเพื่อทรงดูความเป็นไปของต่างประเทศและนำแบบอย่างที่ดีเข้ามาใช้

เป็นที่กล่าวขวัญกันมากว่า การปฏิรูปรัชกาลที่ ๕ เป็นจุดหัวเลี้ยวหัวต่อที่นำประเทศไทยก้าวไปสู่ความเป็นอารยะประเทศ พระองค์เป็นที่เคารพและจงรักภักดีของราษฎรมาก

ประชาชนได้เรี่ยไรเงินสร้างพระบรมรูปทรงม้าเป็นอนุสาวรีย์เฉลิมพระเกียรติพระองค์ในปลายรัชกาล และพระองค์ยังได้รับพระนามว่าปิยมหาราช แปลว่า พระเจ้าอยู่หัวซึ่งเป็นที่รักยิ่งของประชาชน

ลานพระบรมรูปทรงม้า (ลานพระราชวังดุสิต)

◇การเปลี่ยนแปลงทางการเมืองการปกครอง◇

พระบาทสมเด็จพระปกเกล้าเจ้าอยู่หัวรัชกาลที่ 7 (1925-1934) ทรงเป็นผู้ครองราชย์ในระบอบสมบูรณาญาสิทธิราชย์พระองค์สุดท้าย เพราะเมื่อวันที่ 24 มิถุนายน ปีค.ศ. 1932 ได้เกิดการปฏิวัติขึ้นโดยคณะราษฎรซึ่งประกอบด้วยทหาร ตำรวจและข้าราชการเพื่อเปลี่ยนแปลงการปกครองเป็นระบอบประชาธิปไตยอันมีพระมหากษัตริย์อยู่ภายใต้รัฐธรรมนูญ การเปลี่ยนแปลงครั้งนี้มีผลต่อระบบการเมือง ดังนี้

๑. มีการประกาศรัฐธรรมนูญฉบับแรกและได้เปิดสภาผู้แทนราษฎรขึ้นเป็นครั้งแรกเมื่อวันที่ 28 มิถุนายน ค.ศ.1932

๒. อำนาจในการบริหารบ้านเมืองเปลี่ยนจากพระมหากษัตริย์มาอยู่ที่ประชาชนซึ่งแบ่งเป็นฝ่ายนิติบัญญัติ ฝ่ายบริหารและฝ่ายตุลาการ

๓. มีกลุ่มอิทธิพลผูกขาดอำนาจการปกครองเกิดขึ้น ได้แก่ คณะราษฎรและกลุ่มทหารบก กลุ่มทหารบกเริ่มมีบทบาททางการเมืองอย่างเต็มที่หลังการรัฐประหารเมื่อวันที่ 8 พฤศจิกายน ค.ศ. 1947 และได้ครองอำนาจเรื่อยมาจนถึงวาระที่รัฐบาลจอมพล ถนอม กิตติขจร สิ้นสุดลงด้วยเหตุการณ์ 14 ตุลาคม ค.ศ.1973

๔. มีการเลิกระบบขุนนางแบบศักดินา การแต่งตั้งขุนนางให้เป็นสมเด็จเจ้าพระยา เจ้าพระยา พระยา พระ หลวง ขุนนั้นได้ถูกยกเลิกไป มีการเน้นเรื่องความเสมอภาคของประชาชน

▶ คำศัพท์ ◀

ค่าย 营地

หัวเมือง （首都以外的）城镇

อันหนึ่งอันเดียว 统一

เกียรติ 光荣；荣誉

ชนชั้นปกครอง 统治阶级

มูลนาย 官吏们；老爷们

สมณเพศ 僧人身份

โอน 转让

อิฐ 砖

เครื่องปั้นดินเผา 陶器

เศรษฐกิจแบบเลี้ยงตัวเอง 自给自足式经济

ส่วยสาอากร 税

ผูกขาด 垄断

บรรณาการ (บัน-นา-กาน) 贡品

ครองราชย์ 治理国家；在位

คัมภีร์ไตรปิฎก 三藏经

สุนทรภู่ （泰国著名诗人）顺吞蒲

ผู้เชี่ยวชาญ 专家；行家

วัดโพธิ์ （曼谷）卧佛寺，也译作菩提寺

ล่าอาณานิคม 殖民

สนธิสัญญา 条约

พระราชบัญญัติ （国王签署颁布的）条例

ช้างเผือก 白象

ปีบริบูรณ์ 周岁

หมอบ 俯伏；拜倒

ทรมาน 折磨；虐待

เกณฑ์ 征召

ชุมนุม 伙；群；组织

ปราบดาภิเษก 登基

เทิด 颂扬；推崇

เสียสละ 牺牲；奉献

ชนชั้นผู้อยู่ใต้ปกครอง 被统治阶级

โดยกำเนิด 天生的

นายเงิน （旧时购买奴隶的）财主

หัตถกรรม(หัด-ตะ-ถะ-กำ) 手工业

จักสาน 编织

เหมืองแร่ 矿

การค้าสำเภา 帆船贸易

ราชสำนัก 朝廷；王室

ของกำนัล 赠品；礼物

ชำระ 修订

ฟื้นฟู 恢复

เอาพระทัยใส่ （皇语）关心

จารึก 刻

หลีกเลี่ยง 避免

อภิสิทธิ์ชน 特权人士；特权阶层

วรรณคดีสโมสร 文学俱乐部

โอรส 子女

คลาน 爬

ชำระคดี 审案

เรี่ยไร 募捐

กระทรวงยุติธรรม 司法部

ระบอบสมบูรณาญาสิทธิราชย์ 君主专制制度

คณะราษฎร 民党

ประชาธิปไตย 民主

รัฐธรรมนูญ 宪法

สภาผู้แทนราษฎร 下议院

นิติบัญญัติ 立法

บริหาร 行政

ตุลาการ 司法

แบบฝึกหัด

ตอนที่ 1 ทบทวนความรู้

1. จงเลือกคำตอบที่ถูกต้องหรือเหมาะสมที่สุดเพียงคำตอบเดียว

(1) กรุงศรีอยุธยาเคยเสียกรุงแก่พม่า_____ครั้ง

ก. 2 ข. 3 ค. 4 ง. 1

(2) ผู้ที่กอบกู้แผ่นดินกรุงศรีอยุธยากลับคืนจากพม่า มี 2 ท่าน ได้แก่ _____ และ _____

ก. สมเด็จพระนเรศวรมหาราช พระสุริโยทัย

ข. พระเจ้าตากสินมหาราช พระยาจักรี

ค. สมเด็จพระพุทธยอดฟ้าจุฬาโลก พระเจ้าตากสินมหาราช

ง. สมเด็จพระนเรศวรมหาราช พระเจ้าตากสินมหาราช

(3) กรุงธนบุรีก่อตั้งขึ้นเมื่อปีค.ศ._____

ก. 1767 ข. 1768 ค. 1782 ง.1569

(4) สมัยกรุงธนบรีมีระยะเวลาประมาณ _____ปี

ก. 15 ข. 150 ค. 417 ง. 240

(5) ผู้สถาปนากรุงรัตนโกสินเป็นราชธานี ได้แก่_____

ก. พระบาทสมเด็จพระพุทธยอดฟ้าจุฬาโลก

ข. พระบาทสมเด็จพระพุทธเลิศหล้านภาลัย

ค. พระบาทสมเด็จพระนั่งเกล้าเจ้าอยู่หัว

ง. พระบาทสมเด็จพระจอมเกล้าเจ้าอยู่หัว

(6) พัฒนาการต่างๆในสมัยต้นกรุงรัตนโกสินทร์ได้ดำเนินการไปโดยยึด_____เป็นแม่แบบ

ก. กรุงสุโขทัย ข. กรุงศรีอยุธยา

ค. ประเทศตะวันตก ง. ราชองศ์เช็ง

(7) พระมหากษัตริย์ที่ทรงประกาศใช้พระราชบัญญัตินามสกุล ได้แก่

ก. พระบาทสมเด็จพระจุลจอมเกล้าเจ้าอยู่หัว รัชกาลที่ 5

ข. พระบาทสมเด็จพระมุงกุฎเกล้าเจ้าอยู่หัว รัชกาลที่ 6

ค. พระบาทสมเด็จพระปกเกล้าเจ้าอยู่หัว รัชกาลที่7

ง. พระบาทสมเด็จพระจอมเกล้าเจ้าอยู่หัว รัชกาลที่ 4

2. จงเติมคำลงในช่องว่างเพื่อให้ได้ข้อความที่ถูกต้องเหมาะสม

(1) สังคมสมัยต้นกรุงรัตนโกสินทร์แบ่งคนในสังคมทั่วไปเป็น 2 ชนชั้น ได้แก่_____ และ _____

(2) สมัยกรุงรัตนโกสินทร์ ช่วงรัชกาลที่ 2 และ รัชกาลที่ 3 เปรียบได้กับ "ยุคทอง" แห่ง________ และ_______ของ ไทย

(3) วรรณคดีเรื่อง_____ และ_____ ที่แต่งใหม่ในช่วงรัชกาลที่ 2 ได้รับการนิยมมาก

(4) เมื่อวันที่ 24 มิถุนายน ค.ศ.1932 ได้เกิดการปฏิวัติขึ้นเพื่อเปลี่ยนแปลงการปกครอง จาก_________เป็นระบอบ_________อันมี________อยู่ภายใต้รัฐธรรมนูญ

3. จงตอบคำถามต่อไปนี้ด้วยถ้อยคำสั้นๆ

(1) สมัยต้นกรุงรัตนโกสินทร์ ชนชั้นผู้อยู่ใต้ปกครองประกอบด้วยคนประเภทไหนบ้าง

(2) สภาพเศรษฐกิจสมัยต้นกรุงรัตนโกสินทร์มีลักษณะอย่างไร

(3) การลงนามสนธิสัญญาเบาว์ริงมีผลกระทบอย่างใดต่อประเทศสยาม

(4) พระราชกรณียกิจพระบาทสมเด็จพระจุลจอมเกล้าเจ้าอยู่หัวมีอย่างใดบ้าง

<u>ตอนที่2 พัฒนาความคิด</u>

1. จงวิเคราะห์บทบาทการปฏิรูปในพระบาทสมเด็จพระจุลจอมเกล้าเจ้าอยู่หัวที่มีต่อสังคมไทย

2. จงวิเคราะห์ปัจจัยที่ก่อให้เกิดการเปลี่ยนแปลงการปกครองเมื่อวันที่ 24 มิ.ย. 1932

บทอ่านประกอบ

อนุสาวรีประชาธิปไตย

อนุสาวรีย์ประชาธิปไตยสร้างขึ้นเพื่อเป็นที่ระลึกในการที่คณะราษฎรได้ปฏิวัติ
เปลี่ยนแปลงการปกครองเมื่อวันที่ 24 มิถุนายน ปีค.ศ. 1932 และให้ชนรุ่นหลังได้เห็น
ความสามัคคีกลมเกลียวของประชาชน อีกทั้งเตือนใจให้ช่วยกันพิทักษ์รักษาเทิดทูน
รัฐธรรมนูญ ให้สถิตสถาพรเป็นหลักของการปกครองตามระบอบประชาธิปไตย

อนุสาวรีย์ประชาธิปไตยเริ่มก่อสร้างเมื่อวันที่ 24 มิถุนายน ค.ศ. 1939 สมัยจอมพล
ป.พิบูลสงครามเป็นนายกรัฐมนตรี และทำพิธีเปิดเมื่อวันที่ 24 มีนาคม ค.ศ.1940

ที่ผ่านมา อนุสาวรีย์ประชาธิปไตยมักจะเป็นสถานที่ชุมนุมรวมตัวกันในการประ-
ท้วงหรือเรียกร้องประชาธิปไตยครั้งสำคัญๆอันจะนำไปสู่การเปลี่ยนแปลงทางการเมือง
ของประเทศไทย

เทิดทูน 推崇；颂扬   สถิตสถาพร 永存；长存

บทที่ ๖

การเมืองการปกครองของไทย(๑)

➥จุดประสงค์การเรียนรู้⬅

- บอกระบบโครงสร้างการปกครองของประเทศไทยโดยสังเขปได้
- บอกหน้าที่ส.ส.และส.ว.โดยสังเขปได้
- อธิบายความสัมพันธ์ระหว่างรัฐบาลกับรัฐสภาโดยสังเขปได้

现代泰国实行君主立宪制，宪法是国家的根本大法，国王是国家最高元首，是武装部队最高统帅，通过国会行使立法权、通过政府行使行政权、通过法院行使司法权。曼谷王朝第九世王普密蓬国王德高望重，多次化解政治危机，深受泰国人民爱戴。

泰国的民主制为议会民主制，议会由上、下两院组成，负责制定法律法规并监督政府工作。政府由内阁负责管理国家事务，并向议会负责，内阁总理来自下院议员，下院表决通过后由国会主席奏呈国王任命。泰国法院包括司法法院、宪法法院、行政法院和军事法院，其中司法法院分为初级法院、上诉法院和最高法院三级，军事法院归国防部管辖。

泰国行政管理分为 3 部分：中央政府、地方政府和地方自主管理机构，其特点是集权为主、分权为辅。

　　ประเทศไทยปกครองโดยระบอบประชาธิปไตยอันมีพระมหากษัตริย์เป็นประมุข
สูงสุดและอยู่ภายใต้รัฐธรรมนูญ รัฐธรรมนูญไทยได้แบ่งอำนาจอธิปไตยของประเทศออก
เป็น 3 ส่วนและเป็นอิสระต่อกัน ได้แก่ อำนาจนิติบัญญัติ บริหารและตุลาการโดยมีสถาบัน
ที่รับผิดชอบคือ รัฐสภา รัฐบาล และศาล นอกจากนี้แล้ว ยังมีองค์กรอิสระต่างๆ ภายใต้
รัฐธรรมนูญซึ่งคอยตรวจสอบและถ่วงดุลอำนาจทั้งสามส่วน

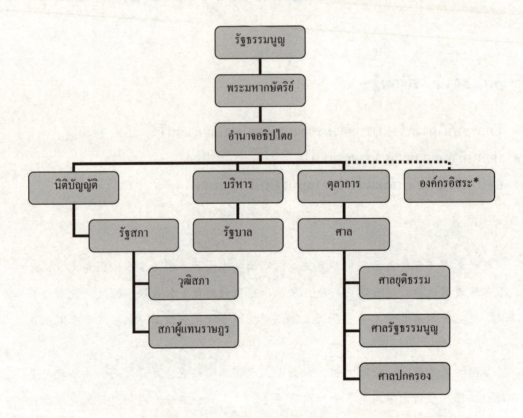

แผนภูมิระบบการปกครองของไทย

หมายเหตุ: องค์กรอิสระภายใต้รัฐธรรมนูญ 2007 มี 7 แห่ง ได้แก่

1. สำนักงานคณะกรรมการการเลือกตั้ง

2. สำนักงานคณะกรรมการป้องกันและปราบปรามการทุจริตแห่งชาติ

3. สำนักงานการตรวจเงินแผ่นดิน

4. สำนักงานคณะกรรมการสิทธิมนุษยชนแห่งชาติ

5. สำนักงานผู้ตรวจการแผ่นดิน

6. องค์กรอัยการ

7. สำนักงานสภาที่ปรึกษาเศรษฐกิจและสังคมแห่งชาติ

◇รัฐธรรมนูญ◇

รัฐธรรมนูญจัดเป็นองค์ประกอบหนึ่งของการปกครองแบบประชาธิปไตยซึ่งกำหนดรูปแบบและหลักการในการจัดการปกครอง การใช้อำนาจของผู้ปกครอง การสืบอำนาจ ตลอดจนขอบเขตหน้าที่และสิทธิเสรีภาพของประชาชน

ลักษณะสำคัญของรัฐธรรมนูญ

- รัฐธรรมนูญเป็นกฎหมายสูงสุดของประเทศ
- รัฐธรรมนูญเป็นกฎหมายที่กำหนดหลักการเกี่ยวกับการจัดระเบียบการปกครอง
- รัฐธรรมนูญเป็นกฎหมายที่ประกันสิทธิและเสรีภาพของประชาชน

ประเทศไทยประกาศใช้รัฐธรรมนูญเป็นลายลักษณ์อักษรขึ้นครั้งแรกเมื่อวันที่ 27 มิถุนายนปีค.ศ.1932 หลังจากนั้น รัฐธรรมนูญของประเทศไทยได้มีการปรับเปลี่ยนอย่างต่อเนื่องตามระยะเวลาและสภาพการณ์ทางการเมือง จนถึงในปัจจุบัน ประเทศไทยมีรัฐธรรมนูญแล้วทั้งสิ้น 20 ฉบับอันแสดงให้เห็นถึงความขาดเสถียรภาพทางการเมืองของประเทศ รัฐธรรมนูญฉบับปัจจุบันประกาศใช้เมื่อวันที่ 6 เมษายน ปีค.ศ. 2017

◇พระมหากษัตริย์◇

พระมหากษัตริย์ทรงเป็นประมุขแห่งราชอาณาจักรไทย แม้ในทางปฏิบัติ พระมหากษัตริย์ทรงเป็นผู้พระราชทานรัฐธรรมนูญอันเป็นแบบอย่างในการปกครองประเทศ แต่เนื่องจากพระองค์ทรงปกครองประเทศภายใต้รัฐธรรมนูญ จึงไม่มีบทบาทโดยตรงทางการเมือง

พระบาทสมเด็จพระเจ้าอยู่หัวภูมิพลอดุลยเดช (1927-2016) พระมหากษัตริย์องค์ที่9 สมัยกรุงรัตนโกสินทร์ สืบราชสมบัติต่อจาก**สมเด็จพระเจ้าอยู่หัวอานันทมหิดล** รัชกาลที่ 8 เมื่อวันที่ 9 มิถุนายน ปี ค.ศ. 1946 ใน 70 ปีที่ผ่านมานี้ พระองค์ทรงเป็นศูนย์รวมและเป็นที่พึ่งทางจิตใจของประชาชนชาวไทยเสมอมาโดยเฉพาะในยามที่ประเทศ ชาติเกิดวิกฤตการณ์ทางการเมือง ดังเมื่อเกิดเหตุการณ์ 14 ตุลาคม ปีค.ศ.1973 และเหตุการณ์พฤษภาทมิฬปีค.ศ. 1992

สมเด็จพระเจ้าอยู่หัวมหาวชิราลงกรณ บดินทรเทพยวรางกูร พระหมากษัตรย์องค์ปัจจุบัน ทรงสืบราชบัลลังก์เมื่อปลายปีค.ศ. 2016 ประกอบงานพระราชพิธีบรมราชาภิเษกตามพระราชประเพณีเมื่อวันที่ 4-6 เดือนพฤษภาคมปี 2019

สมเด็จพระเจ้าอยู่หัวเสด็จออก ณ สีหบัญชร พระที่นั่งสุทไธสวรรย์ปราสาท

◇รัฐสภา◇

รัฐสภาเป็นองค์กรที่มีความสำคัญทำหน้าที่ด้านนิติบัญญัติของประเทศ ภารกิจ
สำคัญคือการออกกฎหมาย พระราชบัญญัติ พระราชบัญญัติประกอบรัฐธรรมนูญ ประมวล
กฎหมายและการควบคุมการบริหารราชการแผ่นดินของฝ่ายบริหาร โดยทั่วไป รัฐสภาของ
ไทยจะแบ่งออกเป็น 2 สภา ได้แก่ สภาผู้แทนราษฎรและวุฒิสภา

สภาผู้แทนราษฎร

สภาผู้แทนราษฎรเป็นองค์กรที่ทำหน้าที่สมาชิกรัฐสภา สมาชิกสภาผู้แทนราษฎรจะ
มีวาระดำรงตำแหน่งกำหนด 4 ปีโดยส่วนใหญ่ ประเทศไทยมีสมาชิกสภาผู้แทนราษฎร
(ส.ส.) 2 ประเภท ได้แก่ สมาชิกสภาผู้แทนราษฎรแบบแบ่งเขตและสมาชิกสภาผู้แทน
ราษฎรแบบบัญชีรายชื่อ

บทบาทหน้าที่ของสมาชิกสภาผู้แทนราษฎรประกอบด้วยบทบาทภายในสภาซึ่ง
ได้แก่ การตรากฎหมาย การควบคุมการบริหารราชการแผ่นดินและการให้ความเห็นชอบ
เป็นต้น นอกจากนั้น สมาชิกสภาผู้แทนราษฎรยังต้องสร้างบทบาทภายนอกสภาผู้แทน
ราษฎรในการช่วยเหลือแก้ไขปัญหาต่างๆของประชาชน ส่วนในด้านเวทีการต่างประเทศ
สมาชิกสภาผู้แทนราษฎรมีบทบาทสำคัญยิ่งในการเสริมสร้างความสัมพันธ์อันดีระหว่าง
ประเทศไทยกับต่างประเทศอีกด้วย

วุฒิสภา

ตามรัฐธรรมนูญแห่งราชอาณาจักรไทย พุทธศักราช 2550 กำหนดให้มี สมาชิก
วุฒิสภา(ส.ว.)จำนวน 150 คน ซึ่งมาจากการเลือกตั้งในแต่ละจังหวัดส่วนหนึ่งและมาจาก
การสรรหาเป็นอีกส่วนหนึ่ง วาระดำรงตำแหน่งของสมาชิกวุฒิสภา มีกำหนด 6 ปี

นอกจากการทำหน้าที่หลักในการตรากฎหมาย การควบคุมการบริหารราชการแผ่น
ดินและการให้ความเห็นชอบเหมือนกับสมาชิกสภาผู้แทนราษฎรแล้ว สมาชิกวุฒิสภายังมี
หน้าที่สำคัญ คือ การทำหน้าที่ให้ความเห็นชอบ เลือกบุคคลเข้าดำรงตำแหน่งในองค์กร
อิสระที่จัดตั้งขึ้นตามรัฐธรรมนูญ เช่น คณะกรรมการการเลือกตั้ง คณะกรรมการป้องกัน
และปราบการการทุจริตแห่งชาติ เป็นต้น

หน้าที่สมาชิกรัฐสภา

1) การตรากฎหมาย

การตรากฎหมายจัดเป็นหน้าที่หลักของรัฐสภาในฐานะเป็นองค์กรด้านนิติบัญญัติ
ในการพิจารณาตรากฎหมายภายใต้ระบบสองสภาของประเทศไทย ขั้นตอนในการ
ตรากฎหมายได้กำหนดให้สมาชิกสภาผู้แทนราษฎร คณะรัฐมนตรีหรือประชาชนผู้มีสิทธิ
เลือกตั้งสามารถเสนอร่างกฎหมายต่อประธานรัฐสภาเพื่อให้รัฐสภาพิจารณา

ในการพิจารณาร่างพระราชบัญญัติ ให้ดำเนินการ โดยเริ่มจากสภาผู้แทนราษฎร
โดยให้สภาผู้แทนราษฎรพิจารณาแล้วเสร็จ จึงส่งต่อไปยังวุฒิสภาเพื่อพิจารณาต่อไป หลัง
จากได้รับความเห็นชอบจากทั้งสองสภา ร่างพระราชบัญญัตินั้นเป็นอันเสร็จสิ้นกระบวน
การในการตรากฎหมาย

2) การควบคุมการบริหารราชการแผ่นดิน

การทำหน้าที่ของสมาชิกรัฐสภาอีกประการหนึ่งที่สำคัญคือ การควบคุมการบริหาร
ราชการแผ่นดินตามที่กฎหมาย โดยอาจแบ่งได้เป็น

❖ การตั้งกระทู้ถาม

เป็นการทำหน้าที่ของสมาชิกรัฐสภาในการติดตามการบริหารราชการแผ่นดิน ซึ่ง
สาระสำคัญของคำถามที่สมาชิกสภาผู้แทนราษฎรหรือสมาชิกวุฒิสภาตั้งถามรัฐมนตรี
นั้น จะเป็นเรื่องใดๆก็ได้ที่เกี่ยวกับงานในหน้าที่ นายกรัฐมนตรีหรือรัฐมนตรีต้องเข้า
ร่วมประชุมสภาผู้แทนราษฎรหรือวุฒิสภาเพื่อชี้แจงหรือตอบกระทู้ถามในเรื่องนั้น
ด้วยตนเอง เว้นแต่มีเหตุจำเป็น ไม่อาจเข้าชี้แจงหรือตอบกระทู้ได้ ต้องแจ้งให้ประธาน

สภาผู้แทนราษฎรหรือประธานวุฒิสภาทราบก่อนหรือในวันประชุมสภาในเรื่องดังกล่าว

✧   การเสนอญัตติ

ญัตติ คือ ข้อเสนอใดๆ ที่มีความมุ่งหมายเพื่อให้สภาลงมติหรือวินิจฉัยชี้ขาดว่าจะให้ปฏิบัติอย่างไร ซึ่งสมาชิกรัฐสภามีอำนาจหน้าที่ในการเสนอญัตติขอเปิดอภิปรายทั่วไปเพื่อลงมติไม่ไว้วางใจนายกรัฐมนตรี การเสนอญัตติขอเปิดอภิปรายทั่วไปเพื่อลงมติไม่ไว้วางใจรัฐมนตรีเป็นรายบุคคลเป็นต้น

3) การให้ความเห็นชอบ

ตามกฎหมาย สมาชิกรัฐสภามีหน้าที่ให้ความเห็นชอบในเรื่องดังต่อไปนี้ในที่ประชุมร่วมกันของรัฐสภาได้ คือ

◆   การให้ความเห็นชอบในการแต่งตั้งผู้สำเร็จราชการแทนพระองค์

◆   การให้ความเห็นชอบในการสืบราชสมบัติ

◆   การให้ความเห็นชอบในการปิดสมัยประชุมสมัยสามัญก่อนครบกำหนด 120 วัน

◆   การให้ความเห็นชอบในการพิจารณาร่างพระราชบัญญัติที่คณะรัฐมนตรีระบุไว้ในนโยบาย หรือร่างพระราชบัญญัติประกอบรัฐธรรมนูญ

◆   การให้ความเห็นชอบในการประกาศสงคราม

◆   การให้ความเห็นชอบในการทำหนังสือสัญญาระหว่างประเทศ ฯลฯ

ตำแหน่งที่สำคัญในรัฐสภา

◆   *ประธานรัฐสภา*

◆   *รองประธานรัฐสภา*

◆   *ประธานสภาผู้แทนราษฎร*

◆   *รองประธานสภาผู้แทนราษฎร*

◆   *ประธานวุฒิสภา*

◆   *รองประธานวุฒิสภา*

◆   *ผู้นำฝ่ายค้าน* [1]

---

[1]ผู้นำฝ่ายค้าน   ตำแหน่งของหัวหน้าพรรคที่มีจำนวนสมาชิกสภาผู้แทนราษฎรมากที่สุดโดยไม่มีสมาชิกพรรคเข้าร่วมเป็นรัฐมนตรีในการบริหารราชการแผ่นดิน

◇รัฐบาล◇

รัฐบาล เป็นหน่วยงานที่ทำหน้าที่บริหาร ประเทศ ประกอบด้วยคณะรัฐมนตรี โดยมีนายก รัฐมนตรีเป็นผู้นำในการบริหารและรัฐมนตรีอื่น อีกไม่เกิน35คน ตามข้อกำหนดรัฐธรรมนูญปีพ.ศ. 2550 นายกรัฐมนตรีต้องเป็นสมาชิกสภาผู้แทน ราษฎร และให้ประธานสภาผู้แทนราษฎรเป็นผู้ ลงนามรับสนองพระบรมราชโองการแต่งตั้งนายก รัฐมนตรี

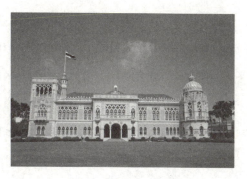

ตึกไทยคู่ฟ้า ทำเนียบรัฐบาล

ตำแหน่งที่สำคัญในคณะรัฐมนตรี

◆ *นายกรัฐมนตรี*

◆ *รองนายกรัฐมนตรี*

◆ *รัฐมนตรีว่าการกระทรวงและรัฐมนตรีประจำสำนักนายกรัฐมนตรี*

◆ *รัฐมนตรีช่วยว่าการกระทรวง*

◆ *ผู้ช่วยรัฐมนตรี*

ความสัมพันธ์ระหว่างรัฐสภากับรัฐบาล

รัฐสภามีหน้าที่ออกกฎหมาย ควบคุมดูแลการปฏิบัติงานของรัฐบาล   ส่วนหน้าที่ ปกครองนั้นเป็นของรัฐบาล ถ้ารัฐบาลทำการปกครองไม่ดี รัฐสภาก็ทักท้วงหรือไม่ไว้วางใจ ให้ทำการปกครองประเทศต่อไป จัดคนใหม่ให้ทำการปกครองแทน การเข้าดำรงตำแหน่ง นายกรัฐมนตรีต้องได้รับความเห็นชอบจากสมาชิกสภาผู้แทนราษฎร ดังนั้น เมื่อรัฐบาลจะทำการบริหารราชการแผ่นดิน จึงจำเป็นที่ต้อง ปฏิบัติหน้าที่ต่างๆ ดังต่อไปนี้ เพื่อเป็นการแสดงความรับผิดชอบต่อ กันในสององค์กร

◆ การแถลงนโยบายของรัฐบาลต่อรัฐสภา

◆ การแถลงผลการดำเนินงานประจำปีต่อรัฐสภา

◆ การพิจารณาร่างพระราชบัญญัติงบประมาณรายจ่ายหรือ ร่างพระราชบัญญัติงบประมาณรายจ่ายเพิ่มเติม

◇ศาล◇

ศาลเป็นหน่วยงานด้านตุลาการ ทำหน้าที่ในการพิจารณาพิพากษาคดีที่เกิดขึ้นใน
รัฐธรรมนูญ มีบทบัญญัติให้ศาลเป็นสถาบันอิสระจากรัฐสภาและรัฐบาล มีคณะกรรมการ
ตุลาการ(ก.ต.)ทำหน้าที่ควบคุมการแต่งตั้งข้าราชการตุลาการเพื่อให้ศาลเป็นสถาบันที่ธำรง
ไว้ซึ่งความบริสุทธิ์ยุติธรรมอย่างแท้จริง

ตามรัฐธรรมนูญไทย ได้กำหนดให้มีศาลยุติธรรม ศาลรัฐธรรมนูญ และศาล
ปกครอง ทั้งนี้ ในแต่ละศาล จะมีบทบาทที่สำคัญแตกต่างกันไป ส่วนศาลทหารสังกัดอยู่กับ
กระทรวงกลาโหม จะพิจารณาพิพากษาลงโทษผู้กระทำความผิดอาญาซึ่งเป็นบุคคลที่อยู่
ในอำนาจศาลทหารในขณะกระทำผิด

ศาลยุติธรรม

ศาลยุติธรรมทำหน้าที่พิจารณาพิพากษา ไกล่เกลี่ยข้อพิพาทและคุ้มครองสิทธิ
เสรีภาพของประชาชน มีศาลแพ่ง ศาลอาญา ศาลคดีเด็กและเยาวชน เป็นต้น นอกจากนี้ยัง
แบ่งระดับชั้นของการพิจารณา ได้แก่ ศาลชั้นต้น ศาลอุทธรณ์และศาลฎีกา ทั้งนี้มีกระบวน
การพิจารณาตามที่กฎหมายบัญญัติไว้เฉพาะ

ศาลรัฐธรรมนูญ

ศาลรัฐธรรมนูญมีอำนาจพิจารณาวินิจฉัยปัญหาข้อกฎหมายที่เกี่ยวข้องกับ
รัฐธรรมนูญ เช่น การวินิจฉัยความชอบด้วยรัฐธรรมนูญของร่างกฎหมายและร่างข้อบังคับ
ของฝ่ายนิติบัญญัติก่อนที่จะประกาศใช้บังคับ เพื่อไม่ให้ขัดหรือแย้งต่อรัฐธรรมนูญ

การวินิจฉัยมติหรือข้อบังคับของพรรคการเมือง
การพิจารณาอุทธรณ์ของสมาชิกสภาผู้แทนราษฎรและการ
วินิจฉัยกรณีบุคคลหรือพรรคการเมืองใช้สิทธิและเสรีภาพ
ในทางการเมืองโดยมิชอบด้วยรัฐธรรมนูญ การวินิจฉัย
สมาชิกภาพหรือคุณสมบัติของสมาชิกรัฐสภา รัฐมนตรี
และกรรมการการเลือกตั้ง

ตราสัญลักษณ์ศาลรัฐธรรมนูญ

ศาลปกครอง

มีการจัดแบ่งเป็นศาลปกครองชั้นต้นกับศาลปกครองสูงสุด ทำหน้าที่พิจารณา
พิพากษาคดีที่เป็น" คดีปกครอง "ซึ่งเป็นคดีพิพาทระหว่างหน่วยราชการ หน่วยงานของรัฐ
รัฐวิสาหกิจ หรือราชการส่วนท้องถิ่น หรือเจ้าหน้าที่ของรัฐกับเอกชนกรณีหนึ่งและข้อ
พิพาทระหว่างหน่วยงานต่าง ๆ ของรัฐหรือเจ้าหน้าที่ของรัฐด้วยกันอีกกรณีหนึ่ง ทั้งนี้ เพื่อ
ปกป้องคุ้มครองสิทธิเสรีภาพของประชาชนและเพื่อสร้างบรรทัดฐานที่ถูกต้องในการ
ปฏิบัติราชการ

◇โครงสร้างระบบราชการไทย◇

ระบบราชการไทยได้กำหนดให้มีโครงสร้างการบริหารราชการแผ่นดินออกเป็น3
ส่วน คือ

1. **ราชการบริหารส่วนกลาง** ประกอบด้วย 19 กระทรวง และ 1 สำนักนายกรัฐมนตรี
(มีฐานะเป็นกระทรวง)   แต่ละกระทรวงจะแบ่งส่วนราชการภายในคล้ายคลึงกัน   คือ
ประกอบด้วยสำนักงานรัฐมนตรี สำนักงานปลัดกระทรวงและกรม หรือส่วนราชการที่
เรียกชื่ออย่างอื่นที่มีฐานะเป็นกรม

2. **ราชการบริหารส่วนภูมิภาค**   เป็นการที่ราชการบริหารส่วนกลางแบ่งอำนาจหรือ
มอบหมายอำนาจหน้าที่บางส่วนออกไปดำเนินการตามเขตการปกครองของประเทศภายใต้
การดูแลของผู้ว่าราชการจังหวัด ราชการส่วนกลางมีอำนาจที่จะเปลี่ยนแปลงแก้ไขคำสั่งของ
ส่วนภูมิภาคได้ ผู้มีอำนาจสั่งการขั้นสุดท้ายคือปลัดกระทรวงและรัฐมนตรี

3. **ราชการบริหารส่วนท้องถิ่น**   เป็นส่วนราชการที่ตั้งขึ้นบนพื้นฐานแนวคิดการ
กระจายอำนาจและอุดมการณ์ประชาธิปไตยที่มุ่งเน้นให้ประชาชนเข้ามามีส่วนร่วมใน
กิจกรรมทางการเมืองในระดับท้องถิ่นตนเอง

การจัดระเบียบบริหารราชการส่วนท้องถิ่นของไทยแบ่งออกเป็น 4 รูปแบบ คือ
องค์การบริหารส่วนจังหวัด (อบจ.) เทศบาล องค์การบริหารส่วนตำบล (อบต.) และการ
ปกครองท้องถิ่นรูปแบบพิเศษ คือ กรุงเทพมหานครและเมืองพัทยา

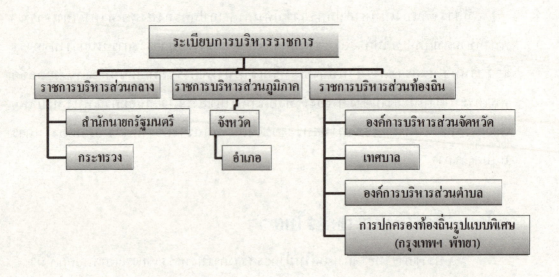

◤คำศัพท์◢

นิติบัญญัติ 立法

บริหาร 行政

ตุลาการ 司法

รัฐสภา 国会

รัฐบาล 政府

ศาล 法院

องค์กร 机构

ถ่วงดุล 制衡

ประกัน 保证；担保

เสถียรภาพ 稳定

พระราชทาน 御赐，钦赐

วิกฤตการณ์ 危机

ควบคุม 监管

สภาผู้แทนราษฎร 下议院

วุฒิสภา 上议院

วาระ 期限；周期

สมาชิกสภาผู้แทนราษฎรแบบแบ่งเขต 选区制议员

สมาชิกสภาผู้แทนราษฎรแบบบัญชีรายชื่อ 名单制议员

ตรากฎหมาย 制定法律

เห็นชอบ 同意；认可

คณะรัฐมนตรี 内阁

กระทู้ 质询

ตั้งกระทู้ถาม 议员向政府提出质询

รัฐมนตรี 部长

การอภิปรายทั่วไป 一般性辩论

ลงมติ 表决；通过决议

ผู้สำเร็จราชการ 摄政王

ร่าง 草案；起草

นายกรัฐมนตรี 总理
รัฐมนตรีช่วยว่าการกระทรวง 副部长
ไว้วางใจ 信任
พิพากษา 审判；裁决
ธำรง 保持；维持
ศาลรัฐธรรมนูญ 宪法法院
ศาลทหาร 军事法院
อาญา 刑事
ศาลแพ่ง 民事法庭
ศาลอุทธรณ์ 上诉院；高级法院
วินิจฉัย 审查
สมาชิกภาพ 身份；资格
บรรทัดฐาน 标准；规范
รับสนองพระบรมราชโองการ 接受圣谕
ทักท้วง 提出抗议
พิจารณา 审查；研究
คณะกรรมการตุลาการ 司法委员会
ศาลยุติธรรม 司法法院
ศาลปกครอง 行政法院
กระทรวงกลาโหม 国防部
ไกล่เกลี่ย 调解；调停
ศาลอาญา 刑事法庭
ศาลฎีกา 最高法院；大理院
อุทธรณ์ 上诉
รัฐวิสาหกิจ 国营企业
กระจายอำนาจ 分权

แบบฝึกหัด

ตอนที่ 1 ทบทวนความรู้

1. จงเติมคำลงในช่องว่างเพื่อให้ได้ข้อความถูกต้องสมบูรณ์

(1) อำนาจสูงสุดของประชาชนชาวไทย คืออำนาจ ____

(2) ประมุขของประเทศไทย คือ ____

(3) ประเทศไทยได้แบ่งอำนาจอธิปไตยเป็นสามส่วน ได้แก่ ____ ____ และ ____

(4) รัฐธรรมนูญได้กำหนดขอบเขตหน้าที่และสิทธิเสรีภาพของ ____

(5) ประเทศไทยได้ประกาศใช้รัฐธรรมนูญฉบับแรก เมื่อวันที่ 27 มิถุนายน ค.ศ. ____ มีรัฐธรรมนูญแล้วทั้งสิ้น ____ ฉบับ

(6) พระมหากษัตริย์ไทยไม่มีบทบาทโดยตรงทาง____ทรงปกครองประเทศภายใต้ ____

(7) พระบาทสมเด็จพระเจ้าอยู่หัวภูมิพลอดุลเดชทรงสืบราชสมบัติ เมื่อวันที่ 9 มิถุนายน ค.ศ. ____ ทรงปกครองประเทศไทย ____ ปี

(8) โดยทั่วไป รัฐสภาของไทยจะแบ่งออกเป็น ____ สภา ได้แก่ ____ และ ____

(9) สมาชิกสภาผู้แทนราษฎร(ส.ส.)ในประเทศไทยมี ____ ประเภท ได้แก่สมาชิก สภาผู้แทนราษฎรแบบ ____ และสมาชิกสภาผู้แทนราษฎรแบบ ____

(10) วาระดำรงตำแหน่งของสมาชิกสภาผู้แทนราษฎรมีกำหนด ____ ปี ส่วนวาระดำรงตำแหน่งของสมาชิกวุฒิสภา มีกำหนด ____ ปี

(11) โดยทั่วไป คณะรัฐมนตรี ประกอบด้วย ____ซึ่งเป็นผู้นำในการบริหาร และรัฐมนตรีอื่นๆ อีกไม่เกิน ____คน

(12) การเข้าดำรงตำแหน่งนายกรัฐมนตรี ต้องได้รับความเห็นชอบจาก ____ก่อน และต้องได้รับพระบรมราชโองการโปรดเกล้าฯแต่งตั้งจาก ____ จึงจะขึ้นดำรงตำแหน่งได้

(13) ก่อนบริหารราชการแผ่นดิน คณะรัฐมนตรีโดยนายกรัฐมนตรีจะต้องดำเนินการ____ในการบริหารต่อสมาชิกรัฐสภาในที่ประชุมรัฐสภา และรัฐบาลจะต้องทำหน้าที่แถลง ____ ต่อรัฐสภาทุกปี เพื่อให้สมาชิกรัฐสภาในฐานะตัวแทนประชาชนได้รับทราบผลการดำเนินงานของรัฐบาลในแต่ละปี

(14) ศาลยุติธรรมแบ่งเป็นศาล ____ ศาล ____ และศาล____

2. จงตอบคำถามต่อไปนี้ด้วยถ้อยคำสั้นๆ

(1) องค์กรที่รับผิดชอบอำนาจนิติบัญญัติ และอำนาจตุลาการ คือองค์กรไหนบ้าง

(2) ลักษณะสำคัญของรัฐธรรมนูญมีอะไรบ้าง

(3) ภารกิจสำคัญของรัฐสภามีอะไรบ้าง

(4) การควบคุมการบริหารราชการแผ่นดินของสมาชิกรัฐสภาทำได้โดยวิธีไหนบ้าง

(5) จงยกตัวอย่างตำแหน่งหน้าที่ที่สำคัญในรัฐสภา

(6) จงยกตัวอย่างตำแหน่งหน้าที่ที่สำคัญในรัฐบาล

(7) ความสัมพันธ์ระหว่างรัฐสภากับรัฐบาลเป็นอย่างไร

(8) ประเทศไทยมีศาลประเภทไหนบ้าง

(9) โครงสร้างระบบราชการไทยแบ่งออกเป็นส่วนใดบ้าง

ตอนที่ 2 พัฒนาความคิด

1. น.ศ.จงศึกษาค้นคว้าด้วยตนเองว่ารัฐธรรมนูไทยมีการเปลี่ยนแปลงอย่างไรบ้าง และลองอธิบายความสัมพันธ์ระหว่างรัฐธรรมนูญกับเสถียรภาพทางการเมืองไทย

2. น.ศ.ลองศึกษาค้นคว้าว่าระบบราชการไทยมีผลกระทบอย่างไรต่อการเมืองไทย

บทอ่านประกอบ

คณะกรรมการการเลือกตั้ง

     คณะกรรมการการเลือกตั้งหรือที่เรียกทั่วไปว่ากกต. เป็นองค์กรอิสระตามรัฐธรรมนูญ
ไทยโดยมีอำนาจหน้าที่เป็นผู้ควบคุม   ดำเนินการจัดหรือจัดให้มีการเลือกตั้งสมาชิกสภาผู้
แทนราษฎร สมาชิกวุฒิสภา สมาชิกสภาท้องถิ่นและผู้บริหารท้องถิ่น รวมทั้งการออกเสียง
ประชามติให้เป็นไปโดยสุจริตและเที่ยงธรรม

     คณะกรรมการการเลือกตั้งมีกรรมการจำนวน5 คน ประกอบไปด้วยประธานกรรมการ
การเลือกตั้ง 1 คน และกรรมการการเลือกตั้ง 4 คน มีวาระดำรงตำแหน่ง 7 ปี และดำรง
ตำแหน่งได้เพียงครั้งเดียว

     คณะกรรมการการเลือกตั้งเลือกสรรโดยวุฒิสภา จะต้องเป็นผู้ซึ่งมีความเป็นกลางทาง
การเมืองและมีความซื่อสัตย์สุจริตเป็นที่ประจักษ์

บทที่ ๗

การเมืองการปกครองของไทย(๒)

⇢จุดประสงค์การเรียนรู้⇠

- บอกเหตุการณ์ทางการเมืองที่สำคัญจากปีค.ศ. 1932 ถึงปัจจุบันโดยสังเขปได้
- อธิบายลักษณะสำคัญของการเลือกตั้งไทยโดยสังเขปได้
- บอกประเภทของข้าราชการไทยได้

　　1932 年革命后，传统势力与民主力量不断较量，民党内部文官与军人的矛盾逐渐升级，政府更替频繁。1938—1944、1948—1957 年期间，披汶·颂堪担任总理。他大力宣扬国家民族主义思想，推行独裁统治。1957 年，沙立发动军事政变，推翻了披汶政府，此后 15 年是沙立、他侬军人集团独裁统治时期。为获得真正的民主，泰国人民进行了长期的努力，也付出了血的代价，以 1973 年"10·14 事件"、1976 年"10·6 事件"和 1992 年"5 月事件"最为著名。2006 年 9 月，军队再次发动政变。泰国政治不断陷入"政变→修宪→选举→组阁→政变"的恶性循环。尽管泰国政局动荡，但却拥有较稳定的文官队伍，文官属于国家公务员系列。泰国国家公务员分常务官员和政务官员两大类，常务官员包括文官、警察和军人。

　　泰国宪法规定，参加大选的竞选人必须隶属于某一政党。如未有政党在大选中获得超过议会半数以上议席，可以组成多党联合政府。

◇วิวัฒนการการเมืองการปกครองไทย◇

นับตั้งแต่การเปลี่ยนแปลงการปกครองปีค.ศ.1932 เป็นต้นมา ประเทศไทยยังเป็นประชาธิปไตยที่ไม่เป็นไปตามหลักการ ซึ่งพอจะสามารถแบ่งออกเป็น 5 ยุค

ยุคที่ 1 ยุคเปลี่ยนแปลงการปกครอง(1932-1947)

เป็นยุคที่คณะราษฎรเรืองอำนาจทางการเมือง ซึ่งในระยะเวลานี้ ได้เกิดความขัดแย้งระหว่างคณะราษฎรกับกลุ่มผู้ปกครองเดิมอันประกอบไปด้วยกลุ่มเจ้าและพวกขุนนาง และความขัดแย้งระหว่างสมาชิกภายในคณะราษฎรด้วยกันเอง มีผู้หมุนเวียนกันขึ้นเป็นนายกรัฐมนตรี จะมาจากบุคคลชั้นนำของคณะราษฎรหรือบุคคลที่ผู้นำคณะราษฎรสนับสนุน

เมื่อเดือนธันวาคม ปีค.ศ.1938 จอมพล ป.พิบูลสงครามได้เข้าดำรงตำแหน่งนายกรัฐมนตรี หลังจากนั้นทหารเริ่มมีอำนาจมากขึ้นเรื่อย ๆ

แปลก พิบูลสงคราม สมาชิกคณะราษฎร นายกรัฐมนตรีคนที่ 3 ของไทย ดำเนินนโยบายรัฐนิยมทั้งทางเศรษฐกิจและสังคมและนโยบายสงครามที่เป็นมิตรกับญี่ปุ่น

ยุคที่ 2 ยุคเผด็จการอำนาจนิยม(1947-1973)

เป็นยุคที่คณะทหารและกองทัพได้เข้ามามีบทบาททางการเมืองการปกครองประเทศ มีจุดเริ่มต้นจากการทำรัฐประหารโดยคณะทหารที่พลโท ผิน ชุณหวัน เป็นผู้นำ เมื่อวันที่ 8 พฤศจิกายน ปีค.ศ.1947 รัฐประหารครั้งนี้ได้รับการสนับสนุนจากนายทหารหนุ่มรุ่นนายพัน ประกอบด้วยสฤษดิ์ ธนะรัชต์ ถนอม กิตติขจร และประภาส จารุเสถียร ส่งผลให้จอมพล ป.พิบูลสงคราม กลับมามีอำนาจทางการเมืองอีกได้เป็นนายกรัฐมนตรีเป็นเวลาเกือบ 10 ปี (1948-1957) กระทั่งถูกยึดอำนาจโดยจอมพลสฤษดิ์ ธนะรัชต์ ในเดือนกันยายนปีค.ศ.1957 หลังจากนั้น ประเทศไทยได้ถูกปกครองโดยเผด็จการแบบพ่อขุนภายใต้สฤษดิ์(1958-1963) และผู้สืบทอด คือ จอมพล**ถนอม กิตติขจร** (1963-1973)

> รัฐประหารปี1947กลายเป็นตัวอย่างของการรัฐประหารครั้งต่อๆมา

จอมพลสฤษดิ์ ธนะรัชต์ ให้ความสำคัญกับการพัฒนาประเทศ เป็นผู้ริเริ่มการจัดทำแผนพัฒนาเศรษฐกิจและสังคมแห่งชาติ เป็นผู้ก่อตั้งสำนักงบประมาณแห่งชาติ ส่วนรัฐบาลจอมพลถนอม กิตติขจร ได้สืบเนื่องนโยบายเศรษฐกิจของสฤษดิ์ ธนะรัชต์ ช่วงระยะนี้ ประเทศไทยมีความเจริญเติบโตทางเศรษฐกิจมากขึ้นตามลำดับ

สฤษดิ์ ธนะรัชต์

ถนอม กิตติขจร

ยุคที่ 3 ยุคประชาธิปไตยเบ่งบาน(1973-1976)

การเน้นนโยบายพัฒนาเศรษฐกิจในสมัยเผด็จการสฤษดิ์และถนอมได้ก่อให้เกิดการเสียดุลระหว่างการพัฒนาเศรษฐกิจและสังคมกับการพัฒนาการเมือง ประชาชนต้องการสิทธิที่มีส่วนร่วมในการตัดสินนโยบายประเทศ ในที่สุดจึงได้กลายเป็นขบวนการนิสิต นักศึกษาและประชาชนเพื่อเรียกร้องประชาธิปไตย และต่อต้านอำนาจเผด็จการในเดือนตุลาคมปีค.ศ. 1973 การประท้วงครั้งนี้ประกอบด้วยคนจำนวนไม่ต่ำกว่า 5 แสนคน ซึ่งไม่เคยมีมาก่อนในประวัติศาสตร์ไทยยุคใหม่ ผลที่เกิดขึ้นคือการล้มรัฐบาลทหาร ซึ่งเป็นการเปิดประวัติศาสตร์บทใหม่ทางการเมืองไทยในยุคหลังเปลี่ยนแปลง 24 มิถุนายน 1932

หลังเหตุการณ์ 14 ตุลาคม ปี1973 ผู้นำฝ่ายพลเรือนมีโอกาสเข้ามาเป็นรัฐบาลตามวิถีทางรัฐธรรมนูญ มีการประกาศใช้รัฐธรรมนูญปี 1973 และมีการเลือกตั้งทั่วไป เมื่อเดือนมีนาคม ปี 1975 **ม.ร.ว.คึกฤทธิ์ ปราโมช** หัวหน้าพรรคกิจสังคมได้รับเลือกเป็นนายกรัฐมนตรี ท่านดำเนินนโยบายการเปิดสัมพันธ์ทางการทูตกับสาธารณรัฐประชาชนจีนโดยเดินทางไปเยือนกรุงปักกิ่งหลังจากที่ตัดขาดความสัมพันธ์ระดับรัฐบาลมาเป็นเวลานานต่อมา **ม.ร.ว เสนีย์ ปราโมช** พี่ชาย ม.ร.ว.คึกฤทธิ์ ปราโมช หัวหน้าพรรคประชาธิปัตย์ได้เป็นนายกรัฐมนตรี

เมื่อวันที่ 6 ตุลาคม 1976 นักศึกษาและประชาชนจัดการชุมนุม ประท้วง เพื่อขับไล่ให้จอมพลถนอม กิตติขจร ออกนอกประเทศ[1] นำมาซึ่งการล้อมมหาวิทยาลัยธรรมศาสตร์ มีการใช้กำลังอาวุธจนเสียชีวิตไปไม่น้อย แต่ที่น่าตระหนกและสังเวชใจคือ วิธีการอัน

---

[1] จอมพลถนอม กิตติขจร ได้บวชเณรที่สิงคโปร์ และห่มผ้าเหลืองเข้ามาบวชพระที่วัดในกรุงเทพฯ

ทารุณที่กระทำต่อนิสิตนักศึกษา การแขวงคอ การเผา การรุมฆ่า ฯลฯ ทั้งหมดนี้เป็นจุดด่างดำในประวัติศาสตร์การเมืองไทยจนถึงปัจจุบัน

ในวันเดียวกันนั้น คณะทหารภายใต้การนำของพลเรือเอก**สงัด ชลออยู่** ได้ทำการยึดอำนาจการปกครอง มีผลให้ ม.ร.ว เสนีย์ ปราโมช ต้องพ้นจากตำแหน่ง และนาย**ธานินทร์ กรัยวิเชียร** เป็นนายกรัฐมนตรีคนใหม่

สภาพอนุสาวรีย์ประชาธิปไตย
ในเหตุการณ์ 14 ตุลา 1973

เหตุการณ์ 14 ตุลาฯ เริ่มตั้งแต่วันที่ 6 ตุลาคม ค.ศ.1971 และสิ้นสุดลงเมื่อวันที่ 16 ตุลาคม 1973 แต่เหตุการณ์ที่เกิดนองเลือดคือวันอาทิตย์ที่ 14 ตุลาคม ปี1973 ผลสุดท้าย พระบาทสมเด็จพระเจ้าอยู่หัวภูมิพลอดุลยเดชได้ทรงออกโทรทัศน์รับสั่งว่า “วันนี้เป็นวันมหาวิปโยค” และได้รับสั่งให้ทุกฝ่ายกลับไปสู่ความสงบ หยุดยั้งการรบราฆ่าฟันกันเอง จอมพลถนอมลาออกจากตำแหน่งนายกรัฐมนตรี ยินยอมเดินทางออกนอกประเทศชั่วคราว

ยุคที่ 4 ยุคกึ่งประชาธิปไตย (1977-1992)

ป๋าเปรม

หลังยุคประชาธิปไตยเบ่งบาน มีการประนีประนอมกันระหว่างเผด็จการกับประชาธิปไตย แม้ว่าได้เกิดการทำรัฐประหารหลายครั้ง แต่ก็ไม่ประสบความสำเร็จ แสดงว่าสังคมไทยไม่สามารถยอมรับการปกครองในระบอบเผด็จการได้อีก เมื่อปี 1980 พลเอก **เปรม ติณสูลานนท์** ได้รับการยอมรับจากหลายฝ่าย และเข้าดำรงตำแหน่งนายกรัฐมนตรีตามคำเชิญของรัฐสภา ปกครองประเทศนานถึง 8 ปี พลเอก เปรม ดำเนินนโยบายฟื้นฟูเศรษฐกิจหลายประการ ซึ่งกลายเป็นรากฐานสำคัญที่ช่วยให้ประเทศชาติหลุดพ้นจากวิกฤติทางเศรษฐกิจและสามารถขยายตัวได้อย่างมีเสถียรภาพในเวลาต่อมา

เมื่อเดือนสิงหาคม ปี ค.ศ. 1988 พลตรี**ชาติชาย ชุณหะวัน** หัวหน้าพรรคชาติไทย

ขึ้นดำรงตำแหน่งนายกรัฐมนตรีสืบต่อจากพลเอกเปรม   รัฐบาลของชาติชายบริหารกิจการ
บ้านเมืองไปได้ด้วยดีในระยะแรกเริ่ม โดยนโยบาย**เปลี่ยนสนามรบเป็นสนามการค้าของอิน
โดจีน** ทำให้เศรษฐกิจไทยก้าวหน้าขึ้นไประดับหนึ่ง แต่อย่างไรก็ตาม คณะทหารได้ทำการ
รัฐประหารอีกครั้งหนึ่งภายใต้การนำของคณะรักษาความสงบเรียบร้อยแห่งชาติ(รสช.)

เหตุการณ์**พฤษภาทมิฬ**เป็นเหตุการณ์ที่ประชาชน
เคลื่อนไหวประท้วงรัฐบาลที่มีพล.อ.สุจินดา คราประยูรเป็น
นายกรัฐมนตรีระหว่างวันที่ 17-20 พฤษภาคมปี 1992 ทำให้
เกิดการใช้กำลังเข้าปราบปรามประชาชนจนมีการเสียชีวิต
และหายสาบสูญเป็นจำนวนมาก ในที่สุด เหตุการณ์สงบลง
ได้โดยพระบารมีของพระบาทสมเด็จพระเจ้าอยู่หัว ภูมิพล
อดุลยเดช รัชกาลที่ 9

ประชาชนจะเป็นประชาชนทั้งประเทศ ไม่ใช่ประชาชนเฉพาะใน

ยุคที่ 5 ยุคปฏิรูปการเมืองแนวทางรัฐธรรมนูญนิยม (ค.ศ.1992-   )

ภายหลังเหตุการณ์พฤษภาทมิฬ อำนาจของกองทัพเสื่อมสลายลงไป นักการเมือง
ฝ่ายพลเรือนเข้ามามีบทบาททางการเมืองมากขึ้น มีการปฏิรูปการเมืองการปกครองโดยแนว
ทางรัฐธรรมนูญ คือใช้รัฐธรรมนูญเป็นเครื่องมือในการกำหนดรูปแบบการปกครองและ
กำหนดกลไกในการจัดองค์กรบริหารของรัฐ

ในการเลือกตั้งทั่วไปครั้งที่22ซึ่งจัดขึ้นเมื่อวันที่ 6 มกราคม 2001 **พรรคไทยรักไทย**
ได้จำนวนส.ส.มากที่สุด เป็นแกนนำจัดตั้งคณะรัฐบาลภายใต้การนำของพ.ต.ท. ทักษิณ ชิน
วัตร และเป็นคณะรัฐบาลชุดแรกของประเทศไทยที่อยู่จนครบวาระ ต่อมา จึงจัดให้มีการ
เลือกตั้งทั่วไปขึ้นในวันที่ 6 กุมภาพันธ์ 2006 และพ.ต.ท.ทักษิณ ชินวัตร เข้าดำรงตำแหน่ง
นายกรัฐมนตรีอีกสมัย

วิกฤติการณ์ทางการเมืองไทยอุบัติขึ้นอีกครั้งเมื่อวันที่ 19 กันยายน ปี 2006 โดยคณะ
ทหาร คือ คณะปฏิรูปการปกครองในระบอบประชาธิปไตยอันมีพระมหากษัตริย์ทรงเป็น
ประมุข(คปค.)ได้เข้ายึดอำนาจ ทำรัฐประหารรัฐบาลชุด พ.ต.ท. ทักษิณ ชินวัตรเป็นผล
สำเร็จ ต่อมารัฐบาลชุดพลเอก **สุรยุทธ์ จุลานนท์** ได้ประกาศใช้รัฐธรรมนูญฉบับปี 2007
นับตั้งแต่รัฐประหารปี 2006 เป็นต้นมา วิกฤตการณ์ทางการเมืองของไทยก็ได้ดำเนินมาเป็น
เวลายาวนานอีก

รัฐประหาร ปี 2006    **3 นายกฯ ไทย ปี 2008**   **เสื้อแดง VS เสื้อเหลือง**

กล่าวได้ว่า นับตั้งแต่การเปลี่ยนการปกครอง 1932 ตลอดระยะเวลา 80 กว่า ปีที่ผ่าน
มา มีเหตุการณ์ยึดอำนาจด้วยการปฏิวัติ รัฐประหาร ตั้งคณะรัฐบาลและกำหนดบทบัญญัติ
ขึ้นเอง สลับสับเปลี่ยนกับการเลือกตั้งระบอบประชาธิปไตย มีนักวิชาการวิเคราะห์ว่าการ
เมืองไทยยังคงวนเวียนอยู่ในวงจรอุบาทว์ทางการเมือง ดังภาพต่อไป

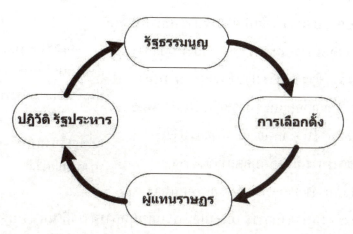

◇การเลือกตั้งทั่วไป◇

การเลือกตั้งทั่วไป(ทั่วประเทศ)ในประเทศไทยมีมาทั้งหมด 27 ครั้งด้วยกัน นับตั้งแต่
การเปลี่ยนแปลงการปกครอง ค.ศ.1932 โดยเริ่มครั้งแรกเมื่อ 15 พฤศจิกายนปี 1933 จนถึง
ครั้งล่าสุด เมื่อ 3 กรกฎาคม ปี 2019

การเลือกตั้งทั่วไปของไทยจะจัดขึ้นทุกๆ 4 ปี แต่ความจริงหาได้มีการเลือกตั้งโดย
สม่ำเสมอไม่เพราะความแปรปรวนของบรรยากาศการเมืองไทย เช่นมีการปฏิวัติรัฐประหาร

ยึดอำนาจรัฐ จัดตั้งสภาที่ประกอบด้วยสมาชิกมาจากการแต่งตั้ง หรือรัฐบาลอยู่ไม่ครบวาระ มีการยุบสภาเพื่อจัดการเลือกตั้งใหม่

ตามรัฐธรรมนูญไทย ผู้มีสิทธิสมัครรับเลือกตั้งเป็นสมาชิกสภาผู้แทนราษฎรต้องเป็นสมาชิกพรรคการเมืองใดพรรคการเมืองหนึ่ง พรรคการเมืองที่ได้จำนวนที่นั่งในสภาผู้แทนราษฎรเกินกึ่งหนึ่ง สามารถจัดตั้งรัฐบาลเองได้เพียงพรรคเดียว ถ้าไม่มีพรรคใดได้ที่นั่งข้างมากเด็ดขาด พรรคการเมืองได้ที่นั่งมากที่สุดก็จะมีสิทธ์เป็นแกนนำจัดตั้งรัฐบาลผสมก่อน

◇ประเภทข้าราชการไทย◇

ข้าราชการหมายถึงผู้ที่ปฏิบัติงานของรัฐหรือรับราชการในกระทรวง กรมต่างๆ และในส่วนภูมิภาค รวมทั้งในราชการส่วนท้องถิ่นด้วย ได้รับเงินเดือนจากงบประมาณของทางราชการ โดยทั่วไปแล้ว ข้าราชการไทยแบ่งออกเป็น 2 ประเภทใหญ่ คือ

ข้าราชการประจำ ได้แก่ ข้าราชการพลเรือน ข้าราชการตำรวจ ทหารและข้าราชการของหน่วยการปกครองท้องถิ่น ข้าราชการประจำจะต้องผ่านการสอบแข่งขันหรือคัดเลือกและรับราชการเป็นอาชีพต่อเนื่องกันไป โดยทั่วไป จะเกษียณเมื่ออายุครบ 60 ปี

> รัฐธรรมนูญฉบับ ปี 1946 กำหนดหลักการแยกข้าราชการประจำออกจากข้าราชการการเมือง เป็นผลให้ข้าราชการทหารต้องถอดเครื่องแบบถึงจะเข้าสู่เส้นทางการเมืองได้

ข้าราชการการเมืองคือบุคคลที่เข้าดำรงตำแหน่งตามวิถีทางของการเมืองหรือเหตุผลทางการเมือง ดำรงตำแหน่งตามวาระ เมื่อหมดวาระก็สิ้นสุดการดำรงตำแหน่ง หรืออาจออกจากตำแหน่งโดยเหตุผลทางการเมือง ข้าราชการการเมืองเป็นฝ่ายที่กำหนดนโยบายในการบริหารประเทศและคอยควบคุมฝ่ายข้าราชการประจำให้ปฏิบัติตามนโยบายที่วางไว้

◤คำศัพท์◢

วิวัฒนการ 进展；进步

เผด็จการ 独裁

กระทั่ง 直至

เบ่งบาน 展开；开放

เรืองอำนาจ 权势强盛

รัฐประหาร 政变

พ่อขุน 大王；大帝

ประท้วง 抗议

ล้ม 推翻	วิปโยค(วิบ-ปะ-โยก) 悲惨; 悲伤
หยุดยั้ง 停止	รบราฆ่าฟัน 厮杀
ตัดขาดความสัมพันธ์ 断绝关系	ตระหนก 吃惊; 惊恐
สังเวชใจ 悲伤	ทารุณ 残忍; 残暴
รุม 聚集	จุดด่างดำ 污点
กึ่ง 半	สนามรบ 战场
สนามการค้า 商场	ทมิฬ 残暴
สาบสูญ 失踪; 消失	เสื่อม 衰落
สลาย 瓦解; 解体	อุบัติ 发生
สลับสับเปลี่ยน 交替	วงจร 周期; 循环
อุบาทว์ 邪恶; 不祥	การเลือกตั้งทั่วไป 大选
ล่าสุด 最后的	สม่ำเสมอ 始终如一
แปรปรวน 动荡不安	ข้าราชการ 公务员
ข้าราชการพลเรือน 文职官员, 文职人员	เกษียณ 退休

แบบฝึกหัด

ตอนที่ 1 ทบทวนความรู้

1. จงเติมคำลงในช่องว่างเพื่อให้ได้ข้อความถูกต้องสมบูรณ์

(1) ปี 1938 จอมพล _____ เข้าดำรงตำแหน่งนายกรัฐมนตรี ดำเนินนโยบายรัฐนิยม

(2) รัฐประหารโดยคณะทหารที่พลโท _____ เป็นผู้นำเมื่อ 1947 เป็นตัวอย่างของการรัฐประหารครั้งต่อๆมา

(3) ยุคเผด็จการทหารเห็นได้ชัดเจนเมื่อ _____ _____ และ _____ ปกครองประเทศไทย ซึ่งมีเวลายาวนานถึง 20 กว่า ปี

(4) วันมหาวิปโยคหมายถึง _____ ที่เกิดขึ้นในปี _____

(5) ประเทศไทยสร้างความสัมพันธ์ทางการทูตกับสาธารณรัฐประชาชนจีน เมื่อ _____ ดำรงตำแหน่งนายกรัฐมนตรี

(6) ปี 1980 พลเอก _____ ได้รับการแต่งตั้งเป็นนายกรัฐมนตรีและปกครองประเทศไทย นานถึง 8 ปี

(7) รัฐบาลชาติชาย ชุณหะวันดำเนินนโยบายเปลี่ยน ______ เป็น ______ ของอินโดจีน

(8) เหตุการณ์พฤษภาทมิฬเป็นเหตุการณ์นองเลือดที่เกิดขึ้นเมื่อเดือน ____ ปี ____

(9) คณะรัฐบาลของ ____ เป็นคณะรัฐบาลชุดแรกของประเทศไทยที่อยู่จนครบวาระ

(10) การเลือกตั้งทั่วไปของไทยจะจัดขึ้นทุกๆ ____ ปี

(11) ตามรัฐธรรมนูญไทย ผู้มีสิทธิสมัครรับเลือกตั้งเป็นสมาชิกสภาผู้แทนราษฎร ต้องเป็นสมาชิกของ ____

(12) ข้าราชการ ____ เป็นฝ่ายที่กำหนดนโยบายในการบริหารประเทศ

2. จงตอบคำถามต่อไปนี้ด้วยถ้อยคำสั้นๆ

(1) ข้าราชการมีความหมายว่าอย่างไร ประเทศไทยมีข้าราชการประเภทไหนบ้าง

(2) ในประเทศไทย ข้าราชการทหารต้องถอดเครื่องแบบถึงจะเข้าสู่เส้นทางการเมืองได้เพราะเหตุใด

ตอนที่ 2 พัฒนาความคิด

1. เหตุการณ์ 14 ตุลาฯ เป็นเหตุการณ์ที่บันทึกไว้ในประวัติศาสตร์การเมืองการปกครองของไทย เพื่อให้คนรุ่นหลังได้รับรู้ เกิดความหวงแหน และร่วมกันธำรงไว้ซึ่งการปกครองในระบอบประชาธิปไตยที่ต้องแลกมาด้วยชีวิตและความยากลำบากของเพื่อนร่วมชาติ ให้นักศึกษาไปอ่านเสริมความรู้เรื่องเหตุการณ์ 14 ตุลาฯ และพิจารณาว่าเรื่องนี้มีความสำคัญอย่างไรในประวัติศาสตร์การเมืองการปกครองของไทย

2. นักศึกษาลองลำดับเหตุการณ์สำคัญที่เกิดขึ้นในประวัติวิวัฒนการการเมืองและการปกครองของไทย และพิจารณาลักษณะโดดเด่นของการการเมืองการปกครองของไทย

บทอ่านประกอบ

ปฏิวัติ รัฐประหาร กบฏ

ประเทศที่ไม่มีเสถียรภาพทางการเมืองจะมีการเปลี่ยนรัฐบาลหรือผู้ปกครองประเทศอยู่บ่อยครั้ง เกิดการแย่งชิงอำนาจด้วยการใช้กำลังอาวุธเพื่อวัตถุประสงค์ในการยึดอำนาจ

ทางการเมือง ไม่ว่าจะเป็นการกบฏ ปฏิวัติ หรือรัฐประหาร

หากยึดอำนาจไม่สำเร็จ กลายเป็นกบฏ (rebellion) ถ้าการยึดอำนาจประสบผลสำเร็จ และเป็นเพียงการเปลี่ยนแปลงคณะรัฐบาล คือการรัฐประหาร(coupd'etat) ถ้าหากคณะ ...ปกครองไปด้วย จึงจะถือได้ว่าเป็น ...ปฏิวัติในรัสเซีย ค.ศ. 1917 และ

...การปกครอง 24 มิถุนายน 1932 อาจถือได้ว่าเป็นการปฏิวัติที่ แท้จริงครั้งเดียวที่เกิดขึ้นในประเทศไทย การยึดอำนาจโดยวิธีการใช้กำลังทหารในอีกหลาย ครั้งต่อๆมา ถือเป็นเพียงการรัฐประหารเท่านั้น เพราะผู้ยึดอำนาจไม่ได้ทำการเปลี่ยนแปลง หลักการพื้นฐานระบอบการปกครอง

บทที่ ๘

การต่างประเทศของไทย

→จุดประสงค์การเรียนรู้←

● สรุปเหตุการณ์สำคัญด้านการต่างประเทศในสมัยอยุธยาและสมัยรัตนโกสินทร์
  โดยสังเขปได้
● สรุปลักษณะนโยบายการต่างประเทศของไทยในอดีตและปัจจุบันโดยสังเขปได้

自古以来，泰国外交以维护国家独立主权完整、促进国家发展、保证国家利益最大化为基本原则，根据不同的国际政治格局，实施灵活的外交政策，取得了杰出的成就。

阿育陀耶王朝时期，既有与中国、日本等国的友好贸易往来，也有与缅甸、高棉等邻国的连绵战争。16 世纪初，泰国开始与西方接触，并在纳莱王时期达到鼎盛。曼谷王朝四世王和五世王时期，泰国斡旋于英法等强国之间，成为东南亚唯一没有沦为殖民地的国家。"大国制衡"是阿育陀耶王朝和曼谷王朝初期重要的外交策略。

第一次世界大战初期，泰国奉行中立政策，战争后期局势明朗之时加入了协约国，从而成为战胜国成员。第二次世界大战前期，泰国军人政府追随日本，但得益于"自由泰"抗日运动、后期文官政府与同盟国军队的积极合作以及美国的支持，泰国最终未被列入战败国。此后泰国追随美国多年。20 世纪 70 年代以来，泰国改变向美国一边倒的外交政策，重视同中、美、日等大国以及同老、柬、缅等邻国的关系，展开多边外交。

1997 年亚洲金融危机后，泰国除保持发展与中、美等大国的友好关系外，更加重视密切区域合作，强调东盟的作用，外交政策的制定以促进国家经济发展为主要出发点。

◇การต่างประเทศในสมัยโบราณ◇

การต่างประเทศในสมัยสุโขทัย

สมัยสุโขทัยเป็นช่วงที่ขับเคี่ยวกับชนต่างถิ่นเพื่อรักษาความเป็นชาติไทยเอาไว้และเพื่อขยายดินแดนของอาณาจักร กิจการทางทหารจึงเป็นส่วนสำคัญในกิจการต่างประเทศ

แต่การต่างประเทศในสมัยกรุงสุโขทัยยังมีลักษณะการส่งเสริมความเจริญของไทย โดยเฉพาะในสมัยพ่อขุนรามคำแหง โดยได้ผูกไมตรีกับอาณาจักรล้านนาและแคว้นพะเยา ซึ่งเป็นชนเชื้อชาติไทยด้วยกัน รวมทั้งกับประเทศราช เช่น มอญ นอกจากนี้แล้ว ยังได้บำรุงวัฒนธรรมโดยติดต่อกับลังกาในทางศาสนาและมีการเจริญสัมพันธไมตรีและการค้ากับจีน ชวา อินเดีย และญี่ปุ่นอีกด้วย

การต่างประเทศในสมัยอยุธยา

การติดต่อกับต่างประเทศในสมัยกรุงศรีอยุธยามีลักษณะเช่นเดียวกับกรุงสุโขทัย คือ มีทั้งการทำศึกสงคราม(เช่น สงครามกับพม่า เขมร ล้านนา) การค้า และการเจริญไมตรี แต่การทูตเป็นเพียงส่วนประกอบของการทำศึกสงคราม คือเป็นไปตามแต่โอกาสอำนวย

ในภาวะปกติ การติดต่อกับต่างประเทศนั้นส่วนใหญ่เป็นการค้าขายแลกเปลี่ยนสินค้า ประเทศคู่ค้ามีทั้งจีน ญี่ปุ่น อินเดีย มาลายูและญวน การส่งราชทูตทางไมตรีคงมีเฉพาะกับจีนและญี่ปุ่น และไทยได้แสดงไมตรีด้วยการส่งเครื่องราชบรรณาการไปถวายกษัตริย์จีน

ช่วงกรุงศรีอยุธยาตอนปลายตรงกับยุคล่าอาณานิคมโดยประเทศที่มีอำนาจในยุโรป จุดเปลี่ยนที่สำคัญต่อการต่างประเทศในสมัยนี้ กล่าวได้ว่าเริ่มขึ้นเมื่อวัสโก ดา กามา(Vasco da Gama) เดินเรืออ้อมแหลมกู๊ดโฮปจนมาถึงอินเดียได้สำเร็จในปี ค.ศ. 1498 ทำให้อิทธิพลของชาติยุโรปเข้ามาถึงเอเชีย ต่อมา ในปีค.ศ.1511 อุปราชของโปรตุเกสประจำอินเดียได้ส่งกำลังเข้ามาตีมะละกาและส่งทูตชื่อ ดูอาร์เต แฟร์นันเดซ มาที่กรุงศรีอยุธยา ช่วงนั้นตรงกับรัชสมัยสมเด็จพระรามาธิบดีที่ 2 จึงถือได้ว่าประเทศยุโรปประเทศแรกที่เข้ามาติดต่อกับไทยก็คือโปรตุเกส โดยถือว่า ปี 1511 เป็นปีที่เริ่มการติดต่อทางการทูตระหว่างไทยกับโปรตุเกส

เมื่อถึงรัชสมัยของสมเด็จพระนารายณ์มหาราช(ค.ศ.1656-1688) เป็นช่วงเวลาที่ไทยมีการติดต่อกับประเทศตะวันตกอย่างกว้างขวาง อาทิ ฮอลันดา (เนเธอร์แลนด์) อังกฤษ

เดนมาร์ก ฝรั่งเศส รวมทั้งญี่ปุ่น ทั้งในด้านการเจรจาการเมือง การค้า การทำสนธิสัญญา และการแลกเปลี่ยนราชทูต มีชาวต่างประเทศเข้ามาทำงานในราชสำนักไทยมากขึ้น และสมเด็จพระนารายณ์มหาราชทรงส่งราชทูตไปติดต่อกับฝรั่งเศสสมัยพระเจ้าหลุยส์ที่ 14

กองทหารอาสาสมัครฝรั่งเศส

เมื่อเข้ามาในสยาม ประเทศตะวันตกเหล่านี้ต่างก็พยายามเข้ามามีบทบาทและแข่งขันกันในด้านการค้า การแสวงหาสิทธิพิเศษ รวมทั้งการขยายอิทธิพลและพยายามแทรกแซงในกิจการภายในของไทย ในปี ค.ศ. 1664 ไทยได้ทำหนังสือสัญญากับบริษัทสหเนเธอร์แลนด์อินเดียตะวัน-ออกในนามแห่งสหรัฐเนเธอร์แลนด์โดยยอมให้อำนาจผูกขาดบางประการแก่บริษัท รวมทั้งมีข้อกำหนดเรื่องสิทธิสภาพนอกอาณาเขตซึ่งเป็นครั้งแรกในประวัติศาสตร์ไทย ส่งผลให้มีการทำสัญญาทำนองเดียวกันกับฝรั่งเศส

เมื่อประเทศตะวันตกกำลังเป็นภัยต่อเอกราชของไทย ประจวบกับตอนปลายสมัยกรุงศรีอยุธยา ไทยมีภาระการสู้รบกับประเทศเพื่อนบ้าน จากปีค.ศ.1688 เป็นต้นมา การติดต่อกับประเทศตะวันตกจึงขาดตอนไป และได้กลับมามีการติดต่อกันในระดับรัฐบาลขึ้นอีกครั้งหนึ่งในรัชสมัยของพระบาทสมเด็จพระพุทธเลิศหล้านภาลัย รัชกาลที่ 2 แห่งกรุงรัตนโกสินทร์

การต่างประเทศในสมัยต้นกรุงรัตนโกสินทร์

แม้ว่าไทยได้ตัดความสัมพันธ์กับประเทศตะวันตกตั้งแต่ปลายสมัยกรุงศรีอยุธยามาเป็นเวลาร้อยกว่าปี แต่ความสัมพันธ์ทางการค้า(ระบบบรรณาการ)ระหว่างไทยกับจีนยังคงรุ่งเรืองมากในสมัยต้นกรุงรัตนโกสินทร์ ในขณะที่สงครามระหว่างไทยกับพม่ายังดำเนินอยู่ทั้งในสมัยรัชกาลที่ 1 และรัชกาลที่ 2 จนกระทั่งพม่าได้ตกเป็นอาณานิคมของอังกฤษไปในปี 1824

◇การต่างประเทศในยุคสมัยใหม่◇

การต่างประเทศช่วงรัชกาลที่ 4 และรัชกาลที่ 5

เมื่อปลายคริสต์ศตวรรษที่ 18 และต้นคริสต์ศตวรรษที่ 19 ภายหลังการปฏิวัติอุตสาหกรรมในยุโรป ไทยเริ่มเข้าสู่ระบบสังคมโลกอย่างแท้จริง

ในรัชสมัยของพระบาทสมเด็จพระจอมเกล้าเจ้าอยู่หัว(รัชกาลที่4) การติดต่อกับต่างประเทศมีมากขึ้นเป็นลำดับ มีการทำสนธิสัญญาทางไมตรีและการค้ากับอังกฤษเมื่อปี 1855 (สนธิสัญญาเบาว์ริง) ซึ่งได้กลายเป็นแบบอย่างของการทำสนธิสัญญากับอีกหลายประเทศตามมา ข้อความที่สำคัญในสนธิสัญญาดังกล่าว คือ เรื่องการลดภาษีสินค้าขาเข้าและเรื่องอำนาจศาลกงสุล ซึ่งเป็นการรับประกันสิทธิสภาพนอกอาณาเขต

ในช่วงปีค.ศ.1886-1896 ไทยต้องเผชิญกับภัยจากการที่ฝรั่งเศสและอังกฤษแย่งชิงอาณานิคมกัน โดยเฉพาะฝรั่งเศสที่พยายามขยายอิทธิพลเข้าไปในดินแดนของไทยทางฝั่งซ้ายของแม่น้ำโขงเพื่อใช้แม่น้ำโขงเป็นเส้นทางเดินเรือลำเลียงสินค้าไปจีน จนเกิดกระทบกระทั่งกับอังกฤษซึ่งได้พม่าไปทั้งหมด ไทยจึงใช้นโยบายถ่วงดุลมหาอำนาจควบคู่กันไปกับนโยบายการเร่งพัฒนาประเทศเพื่อจะได้หลุดพ้นจากการเป็นเมืองขึ้น จนถึงปี ค.ศ. 1896 ฝรั่งเศสกับอังกฤษสามารถบรรลุข้อตกลงที่จะไม่ละเมิดอธิปไตยของไทยโดยไม่ได้รับความยินยอมจากอีกฝ่ายหนึ่ง ประเทศไทยจึงเป็นประเทศแห่งเดียวที่ไม่ได้ตกเป็นอาณานิคมของประเทศตะวันตกในคาบสมุทรอินโดจีน

การต่างประเทศในช่วงสงครามโลกครั้งที่ 1

ประเทศไทยเข้าเกี่ยวข้องกับการเมืองระดับโลกโดยตรงครั้งแรกในสมัยสงครามโลกครั้งที่ 1 ซึ่งในตอนแรก ไทยยังคงยึดมั่นอยู่ในความเป็นกลางและสังเกตความเคลื่อนไหวของคู่สงครามอย่างใกล้ชิด จนประกาศสงครามกับเยอรมนีและออสเตรียฮังการีเมื่อปี 1917 โดยส่งกองทหารไปช่วยสงครามในยุโรป เมื่อเยอรมนีแพ้สงคราม ไทยจึงได้เป็นฝ่ายชนะสงคราม เป็นผลให้ไทยได้พยายามเจรจาขอแก้สัญญาต่างๆที่ทำกับต่างประเทศและผูกมัดไทยมาตั้งแต่ปี 1855 และได้รับอิสรภาพทางอำนาจศาลและภาษีอากรคืนมาโดยสมบูรณ์เมื่อ ปี ค.ศ. 1937

การต่างประเทศในช่วงสงครามโลกครั้งที่ 2

ในระยะเริ่มแรกของสงครามโลกครั้งที่ 2 กองทัพญี่ปุ่นมีชัยชนะทั้งทางบก ทางเรือ และทางอากาศ รัฐบาลของนายกฯ ป. พิบูลสงครามได้ประกาศสงครามกับสหรัฐอเมริกา และอังกฤษเมื่อวันที่ 25 มกราคม ปี 1941 แต่คนไทยในสหรัฐอเมริกาและยุโรปไม่เห็นด้วย กับรัฐบาลไทย ได้ก่อตั้งเป็นขบวนการเสรีไทยขึ้นและร่วมมือกับฝ่ายสัมพันธมิตร ดังนั้น เมื่อสงครามโลกสงบลง ด้วยความช่วยเหลือของสหรัฐอเมริกา ฝ่ายสัมพันธมิตรจึงมิได้ ปฏิบัติต่อไทยเหมือนประเทศที่แพ้สงครามอื่นๆ ในปีค.ศ.1946 ไทยได้เข้าเป็นสมาชิกของ สหประชาชาติ

การต่างประเทศในช่วงสงครามเย็น

ภายหลังสงครามโลกครั้งที่ 2 ความขัดแย้งด้านอุดมการณ์ทางการเมืองระหว่างฝ่าย โลกเสรีกับฝ่ายคอมมิวนิสต์ทำให้ไทยมุ่งเน้นนโยบายด้านความมั่นคงของชาติเป็นอันดับ แรก ประเทศไทยภายใต้รัฐบาลเผด็จการทหาร (จอมพลแปลก พิบูลสงคราม จอมพลสฤษดิ์ ธนะรัชต์ และจอมพลถนอม กิตติขจร) ได้ดำเนินนโยบายผูกมิตรกับสหรัฐอเมริกาโดยการ ต่อต้านการขยายตัวของคอมมิวนิสต์ทั้งในภูมิภาคและภายในประเทศ ในขณะเดียวกัน สหรัฐอเมริกาก็ให้ความสำคัญต่อประเทศไทยในฐานะเป็นประเทศพันธมิตรและเป็น ประเทศที่มีความสำคัญทางยุทธศาสตร์ เป็นตัวแทนของโลกเสรีในเอเชียตะวันออกเฉียงใต้ ตั้งแต่ปี 1950 เป็นต้นมา รัฐบาลไทยยอมรับความช่วยเหลือทางเศรษฐกิจและทางทหาร จากสหรัฐอเมริกา และได้ส่งทหารไปร่วมรบในสงครามเกาหลีและสงครามเวียดนาม

ในช่วงครึ่งหลังสงครามเย็น เนื่องจากสถานการณ์ในภูมิภาคเอเชียตะวันออกเฉียงใต้ เปลี่ยนแปลงไป คือ สหรัฐอเมริกาถอนตัวออกจากสงครามเวียดนามและมีการปรับความ สัมพันธ์อันดีระหว่างสหรัฐอเมริกาและสาธารณรัฐประชาชนจีนในปี1972 ความช่วยเหลือ ของสหรัฐอเมริกาต่อไทยลดน้อยลงหลังสงครามเวียดนาม การเป็นพันธมิตรกับสหรัฐ อเมริกาอย่างแน่นแฟ้นในลักษณะที่เป็นมา ไม่ก่อให้เกิดประโยชน์แก่ไทยอีกต่อไป

นอกจากนี้แล้ว เหตุการณ์ 14 ตุลาคม ปี 1973 ได้โค่นล้มรัฐบาลเผด็จการทหาร ประชาชนเข้าไปมีส่วนร่วมในการตัดสินนโยบายต่างประเทศเพิ่มมากขึ้น ประเทศไทยจึงได้ เรียกร้องสหรัฐอเมริกาถอนทหารออกจากประเทศไทยและเริ่มดำเนินนโยบายต่างประเทศที่ เป็นตัวของตัวเองและเป็นมิตรกับทุกประเทศตั้งแต่รัฐบาลของ ม.ร.ว.คึกฤทธิ์ ปราโมทย์ เป็นต้นว่า ได้สถาปนาความสัมพันธ์ทางการทูตกับประเทศจีน ลาว และเวียดนามเมื่อปีค.ศ.

1975 และ1976 ตามลำดับ แต่อย่างไรก็ตาม ความร่วมมือด้านการเมืองและความมั่นคง
ระหว่างไทยกับสหรัฐอเมริกายังเป็นไปโดยใกล้ชิด

ในทศวรรษ 1980 ไทยพยายามรักษาความสัมพันธ์อันดีกับทุกประเทศทั้งที่เป็นมหา
อำนาจหรือประเทศในเอเชียตะวันออกเฉียงใต้ และเปลี่ยนศัตรูมาเป็นมิตร ซึ่งเห็นได้ชัดใน
รัฐบาลของชาติชาย ชุณหะวัณ ที่ใช้นโยบายเปลี่ยนสนามรบเป็นตลาดการค้า ผลของ
นโยบายการทูตรอบทิศทางทำให้ไทยกลายเป็นประเทศที่มีจุดยืนเป็นของตัวเอง ใช้ความ
สัมพันธ์ทางการค้าแทนการทหาร จนเป็นที่ยอมรับของประเทศต่างๆในภูมิภาคมากขึ้น

การต่างประเทศหลังสงครามเย็น

เมื่อสิ้นสุดสงครามเย็น (สหภาพโซเวียดล่มสลาย) สถานการณ์โลกได้เปลี่ยนแปลง
ไป มีการสร้างระเบียบโลกใหม่ และมีการรวมกลุ่มเศรษฐกิจหลายๆกลุ่มทั่วโลก เมื่อคำนึง
ถึงผลประโยชน์แห่งชาติโดยรวม ประเทศไทยได้ดำเนินนโยบายเป็นมิตรกับทุกฝ่ายหรือ
นโยบายรอบทิศทาง คือ การเป็นมิตรกับทุกค่ายและนานาประเทศ นโยบายนี้เริ่มมีขึ้นใน
สมัยรัฐบาลของพล.อ.เปรม ติณสูลานนท์ โดยการกระชับความร่วมมือและความเป็นหุ้น-
ส่วนทางยุทธศาสตร์กับประเทศที่มีบทบาทสำคัญในโลกและประเทศคู่ค้าของไทยใน
ภูมิภาคต่างๆ ในขณะเดียวกัน จากบทเรียนวิกฤตเศรษฐกิจที่เกิดขึ้นในปี1997 ประเทศ
ไทยได้ให้ความสำคัญกับประเทศเพื่อนบ้านในภูมิภาคเอเชียตะวันออกเฉียงใต้มากเป็น
อันดับแรกเพื่อพัฒนาความสัมพันธ์กับประเทศเพื่อนบ้านในทุกมิติและทุกระดับภายใต้
กรอบความร่วมมืออนุภาคต่างๆ เช่น GMS AFTA ASEAN+3 ฯลฯ และที่สำคัญที่สุด คือ
อาศัยการต่างประเทศเป็นเครื่องมือสำคัญในการส่งเสริมการพัฒนาเศรษฐกิจและสังคม
ของประเทศ

การฝึกคอบร้าโกลด์ 2012 (ไทยและสหรัฐอเมริกาเป็นเจ้าภาพ)

การฝึกผสมนาวิกโยธินไทย-จีนภายใต้รหัส blue strike -2012

◤คำศัพท์◢

ขับเคี่ยว 争斗

ผูกไมตรี 修好；建立友谊

อาณาจักรล้านนา 兰那王国

แคว้นพะเยา 帕耀国

ประเทศราช 附属国

มอญ 孟族

ลังกา 锡兰（斯里兰卡）

เจริญสัมพันธไมตรี 发展友好关系

ชวา 爪哇

ญวน 安南（越南的旧称）

เครื่องราชบรรณาการ 朝贡品

ยุคล่าอาณานิคม 殖民时期

แหลมกู๊ดโฮป 好望角

อิทธิพล 势力；权势

อุปราช 总督

มะละกา 马六甲

แทรกแซง 干涉

บริษัทสหเนเธอร์แลนด์อินเดียตะวันออก 荷兰东印度公司

สิทธิสภาพนอกอาณาเขต 治外法权

ประจวบ 恰逢；适值

ปฏิวัติอุตสาหกรรม 工业革命

ภาษีสินค้าขาเข้า 进口税

อำนาจศาลกงสุล 领事裁判权

อัครราชทูตพิเศษผู้มีอำนาจเต็ม 特命全权公使

อัครราชทูต 公使

อุปทูต 代办

กงสุล 领事

สถานกงสุล 领馆

กระทบกระทั่ง 摩擦

ถ่วงดุลมหาอำนาจ 大国制衡

บรรลุ 达成；实现

ประกาศสงคราม 宣战

ผูกมัด 束缚；制约

ขบวนการเสรีไทย 自由泰运动

สหประชาชาติ 联合国

ยุทธศาสตร์ 战略

สงครามเย็น 冷战

โค่นล้ม 推翻

รัฐบาลเผด็จการทหาร 军人独裁政府

เป็นต้นว่า 例如

คำนึง 考虑

AFTA 东盟自由贸易区 (ASEAN Free Trade Area)

แบบฝึกหัด

ตอนที่ 1   ทบทวนความรู้

1. จงเติมคำลงในช่องว่างเพื่อให้ได้ข้อความถูกต้องสมบูรณ์

(1) ในสมัยอยุธยา _____เป็นส่วนประกอบของการทำศึกสงคราม

(2) ช่วงกรุงศรีอยุธยาตอนปลาย ตรงกับยุค_____โดยประเทศที่มีอำนาจในยุโรป

(3) ไทยมีสงครามกับพม่าทั้งในสมัยกรุงศรีอยุธยาและต้นสมัย_____

(4) ประเทศไทยเข้าเกี่ยวข้องกับการเมืองระดับโลกโดยตรงครั้งแรกในสมัย_____

(5) สมัยต้นกรุงรัตนโกสินทร์ ไทยดำเนินการค้ากับจีนด้วยระบบ_____

(6) ประเทศจีนกับประเทศไทยสร้างความสัมพันธ์ทางการทูตอย่างเป็นทางการในปีค.ศ._____

(7) ไทยเริ่มให้ความสำคัญและปรับนโยบายการต่างประเทศต่อประเทศเพื่อนบ้านในช่วงครึ่งหลัง_____

2. จงเลือกคำตอบที่ถูกต้องหรือเหมาะสมที่สุดเพียงคำตอบเดียว

(1) ปี ค.ศ. 2011 เป็นปีที่ครบรอบความสัมพันธ์ทางการทูต _____ ปี ระหว่างไทยกับโปรตุเกส

ก. 300   ข. 500   ค. 291   ง. 513

(2) ในช่วงเวลารัชสมัย_____ของสมัยอยุธยา มีการติดต่อกับประเทศตะวันตกอย่างกว้างขวาง

ก. สมเด็จพระนารายณ์มหาราชณ์   ข. สมเด็จพระนเรศวรมหาราช

ค. สมเด็จพระรามาธิบดีที่ 2   ง. สมเด็จพระบรมไตรโลกนาถ

(3) ไทยกับอังกฤษลงนามในสนธิสัญญาเบาว์ริง เมื่อปี_____

ก. 1824   ข. 1855   ค. 1868   ง. 1910

(4) ข้อบทที่สำคัญในสนธิสัญญาเบาว์ริง ได้แก่_____

ก. อำนาจศาลกงสุล   ข. ลดภาษีสินค้าขาเข้า

ค. ทั้ง ข้อ ก และ ข้อ ข   ง. ให้ที่พักอาศัยแก่ชาวอังกฤษ

(5) ระยะเริ่มแรกสงครามโลกครั้งที่ 2 ไทยมีนโยบายติดตามประเทศ_____

ก. สหรัฐอเมริกา   ข. อังกฤษ

ค. จีน   ง. ญี่ปุ่น

(6) สิ่งที่เป็นตัวกำหนดลักษณะความสัมพันธ์ระหว่างไทยกับต่างประเทศที่สำคัญที่สุด
คือ _____
    ก. ผลประโยชน์ของชาติ   ข. เศรษฐกิจของชาติ
    ค. เกียรติภูมิของชาติ   ง. วัฒนธรรมของชาติ

3. จงขีดเส้นเชื่อมข้อความในกลุ่ม ก. และ กลุ่ม ข. ที่มีความสัมพันธ์เกี่ยวข้องกัน

ก.	ข.
นโยบายถ่วงดุลมหาอำนาจ	ช่วงหลังสงครามเย็น
นโยบายผูกมิตรมหาอำนาจ	ช่วงสงครามโลกที่ 1
นโยบายสายกลาง	ช่วงสงครามเย็น
นโยบายรอบทิศทาง(ผูกมิตรทุกประเทศ)	สมัยกรุงรัตนโกสินทร์รัชกาลที่ 5
นโยบายสนลู่ลม	ช่วงต้นสงครามโลกที่ 1

<u>ตอนที่ 2   พัฒนาความคิด</u>

      การกำหนดนโยบายต่างประเทศ สิ่งแรกที่ต้องตระหนัก คือ ผลประโยชน์ของชาติ มี
คนเปรียบเทียบนโยบายต่างประเทศของไทยว่า เป็นนโยบาย"สนลู่ลม" เช่น สมัยญี่ปุ่นมา
แรง ก็ลู่ตามญี่ปุ่น จนเป็นพันธมิตรกันในสงครามโลกครั้งที่ 2 และในสมัยสงครามเย็นก็ลู่
ตามสหรัฐอเมริกา นักศึกษาจงพิจารณาว่า ในแต่ละยุคสมัย ประเทศไทยคำนึงถึงประโยชน์
ของชาติอย่างไรและกำหนดนโยบายต่างประเทศแบบใด ปัจจุบันนี้ ไทยยังใช้นโยบาย"สน
ลู่ลม"หรือเปล่า

บทอ่านประกอบ

ความเป็นมาของอาเซียน

      สมาคมประชาชาติแห่งเอเชียตะวันออกเฉียงใต้ (Association of Southeast Asian
Nations หรือ ASEAN) ก่อตั้งขึ้นโดยปฏิญญากรุงเทพ (The Bangkok Declaration) เมื่อ
วันที่ 8 สิงหาคม 1967 มีสมาชิกผู้ก่อตั้ง 5 ประเทศ ได้แก่ ไทย อินโดนีเซีย มาเลเซีย
ฟิลิปปินส์ และสิงคโปร์ ต่อมาได้มี บรูไน (1984) เวียดนาม (1995) ลาว (1997)   พม่า
(1997) กัมพูชา (1999) เข้ามาเป็นสมาชิกตามลำดับ ทำให้อาเซียนมีสมาชิกครบ 10 ประเทศ

วัตถุประสงค์หลักในการจัดตั้งอาเซียน ได้แก่ เพื่อความร่วมมือในการเพิ่มอัตราการ
เจริญเติบโตทางเศรษฐกิจ การพัฒนาสังคม การพัฒนาวัฒนธรรมในกลุ่มประเทศสมาชิก
ธำรงรักษาสันติภาพและความมั่นคงในพื้นที่และเป็นการเปิดโอกาสให้คลายข้อพิพาท
ระหว่างประเทศสมาชิกอย่างสันติ

ปัจจุบันนี้ สมาชิกอาเซียนมีเป้าหมายที่จะก้าวสู่ความเป็นประชาคมอาเซียน เพื่อเพิ่ม
อำนาจต่อรองและขีดความสามารถการแข่งขันของอาเซียนในเวทีระหว่างประเทศ รวมถึง
ความสามารถในการรับมือกับปัญหาใหม่ๆในระดับโลกที่ส่งผลกระทบมาถึงภูมิภาค
อาเซียน เช่น ภาวะโลกร้อน การก่อการร้าย

กล่าวอีกนัยหนึ่ง   การเป็นประชาคมอาเซียนเป็นการทำให้ประเทศสมาชิกอาเซียนเป็น
"ครอบครัวเดียวกัน"ที่มีความแข็งแกร่งและมีภูมิต้านทานที่ดี   โดยสมาชิกในครอบครัวมี
สภาพความเป็นอยู่ที่ดี ปลอดภัย และสามารถทำมาค้าขายได้อย่างสะดวกมากยิ่งขึ้น

บทที่ ๘

สังคมไทย

➙จุดประสงค์การเรียนรู้➙

- บอกลักษณะทั่วไปของสังคมไทยได้
- บอกค่านิยมทั่วไปของสังคมไทยได้
- อธิบายที่มาของค่านิยมในสังคมไทยได้
- บอกสาเหตุที่ก่อให้เกิดปัญหาสังคมไทยได้

泰国人重视做功德，敬畏神灵、符咒，崇尚金钱、权力，区分长幼尊卑，结帮派，喜消费，讲排场，爱面子，追求快乐舒适的生活。这些价值观念的形成与泰国传统农业社会的生产方式、与佛教和婆罗门教教义以及原始鬼神信仰、与“萨迪那”土地分封制度都有密切的关系。

在上述价值观念的作用下，我们看到：在泰国社会，人们乐善好施、性情温和、知足常乐、相互扶持、孝顺感恩。曼谷王朝九世王普密蓬国王受到了全体民众极大的尊敬和爱戴，是泰国社会团结友爱的纽带。

当然，泰国社会也面临着贫富不均、毒品、艾滋病、卖淫、贪污腐败、环境污染等一系列问题的困扰。

◇ลักษณะทั่วไปของสังคมไทย◇

สังคมไทยเป็นกลุ่มคนที่ตั้งหลักแหล่งอาศัยทำมาหากินร่วมกันในพื้นที่ประเทศไทยมาเป็นระยะเวลายาวนาน มีหลากหลายชาติพันธุ์ ศาสนาและวัฒนธรรม แต่สามารถผสมผสานกันได้อย่างกลมกลืน จนเป็นสังคมที่มีลักษณะเฉพาะ มีเอกลักษณ์เป็นของตนเอง

สังคมเกษตรกรรม

เกษตรกรรมเป็นพื้นฐานทางเศรษฐกิจของสังคมไทยมาทุกยุคทุกสมัยจนถึงปัจจุบัน อาชีพทางการเกษตรยังเป็นอาชีพที่สร้างรายได้ให้กับประชาชนส่วนใหญ่ของประเทศซึ่งทำเงินเข้าประเทศปีละมาก ๆ แสดงให้เห็นถึงความสำคัญของการเกษตรในสังคมไทย

ลักษณะของสังคมเกษตรทำให้วิถีชีวิตของผู้คนเกี่ยวข้องกับธรรมชาติ มีความสัมพันธ์ใกล้ชิดกัน เอื้อเฟื้อเผื่อแผ่เกื้อกูลกันและกัน รักอิสระ อยู่อย่างเรียบง่าย แม้วิถีชีวิตในปัจจุบันจะเปลี่ยนแปลงไปจากเดิมมาก คือ มีการแข่งขันกันในทางธุรกิจมากขึ้น การช่วยเหลือเกื้อกูลกันด้วยแรงงานและข้าวปลาอาหารลดน้อยลง แต่จากการที่สังคมไทยเป็นสังคมชาวพุทธ มีความเอื้อเฟื้อเผื่อแผ่กัน ทำให้สมาชิกในสังคมสามารถปรับตัวเข้าหากันได้อย่างสงบสุข

> เกษตรกรรมไทยในยุคปัจจุบันเป็นการเกษตรแผนใหม่ คือ ใช้เครื่องทุ่นแรงและเทคโนโยลีเข้ามาช่วย มีการปลูกพืชชนิดใหม่ๆตามความต้องการของตลาด การเลี้ยงสัตว์ การประมงทำกันแบบธุรกิจสมัยใหม่และดำเนินพัฒนาการเกษตรในเชิงอุตสาหกรรม

สังคมที่ยึดมั่นในพระพุทธศาสนา

ประเทศไทยมีสัญลักษณ์ทางศาสนาพุทธปรากฏให้ดูมากมาย เช่น วัด เจดีย์ พระสงฆ์และพระพุทธรูป ขนบธรรมเนียมประเพณีทางด้านพระพุทธศาสนามีบทบาทสำคัญในการดำเนินชีวิตของคนไทย เช่น ทำให้คนไทยรักสงบสุข เชื่อในกฎแห่งกรรม เชื่อว่าทำดีได้

ดี ทำชั่วได้ชั่ว รังเกียจการฆ่าสัตว์ รู้จักให้อภัย นอกจากนี้แล้ว คนไทยทุกระดับชั้นจะริเริ่ม
ประกอบกิจการใดหรือฉลองความสำเร็จในชีวิต จะต้องมีพิธีทางพุทธศาสนาเสมอ เช่น การ
วางศิลาฤกษ์ การขึ้นบ้านใหม่ การแต่งงาน การตาย รวมถึงงานเทศกาลซึ่งเป็นเรื่องส่วนรวม
เช่น วันสงกรานต์ วันสารท เป็นต้น

พิธีทำบุญขึ้นบ้านใหม่

สังคมที่มีความผูกพันระหว่างเครือญาติ

เนื่องจากสังคมไทยเป็นสังคมเกษตร จึงจำเป็นต้องอาศัยแรงงานของคนใน
ครอบครัวเป็นส่วนใหญ่ ทำให้ครอบครัวของคนไทยแต่เดิมเป็นครอบครัวใหญ่ มีพ่อแม่ ลูก
หลาน ปู่ย่าตายายหรือญาติอื่น ๆ รวมอยู่ด้วย การอยู่ร่วมกันอย่างใกล้ชิดและมีสายสัมพันธ์
ทางระบบเครือญาตินี้ ทำให้เกิดความผูกพันและห่วงใยในทุกข์สุขของกันและกัน เป็นสาย
สัมพันธ์อันแน่นแฟ้นที่ต้องอุปการะเกื้อกูลกัน กตัญญูต่อผู้มีพระคุณและญาติผู้ใหญ่

สังคมที่เทิดทูนสถาบันกษัตริย์

สังคมไทยเป็นสังคมที่มีพระมหากษัตริย์
เป็นประมุขมาตั้งแต่โบราณกาล ผู้คนในสังคมจึง
ยึดมั่นนับถือบูชาองค์พระมหากษัตริย์มาโดยตลอด
ถึงแม้ว่าในปัจจุบันการปกครองของประเทศไทย
ได้เปลี่ยนจากระบอบสมบูรณาญาสิทธิราชย์มา
เป็นระบอบประชาธิปไตย แต่พระมหากษัตริย์ก็ยัง

ได้รับการเทิดทูนอย่างในอดีตโดยเฉพาะพระบาทสมเด็จพระเจ้าอยู่หัวภูมิพลอดุลยเดช
รัชกาลที่ 9 ทรงตรากตรำงานหนักเพื่อพสกนิกร เป็นมิ่งขวัญของประชาชน และเป็นศูนย์

รวมจิตใจความรักความสามัคคีของชาวไทย ทำให้สังคมไทยรวมตัวกันอย่างเหนียวแน่น

<u>สังคมที่ให้ความสำคัญในเรื่องอาวุโส</u>

ผู้อาวุโสหมายถึงผู้มีความอาวุโสทางด้านอายุ ตำแหน่งหน้าที่การงาน คุณวุฒิและ
ชาติสกุล การให้เกียรติยกย่องผู้ใหญ่หรือผู้ที่อาวุโสกว่าถือเป็นลักษณะเด่นของสังคมไทย
และได้รับการปลูกฝังสืบต่อกันมาจนเป็นวิถีชีวิตที่พึงปฏิบัติ ซึ่งจะพบเห็นได้ในทุกกลุ่มทุก
ชั้น เช่น สถาบันครอบครัวจะอบรมสั่งสอนให้เคารพพ่อแม่ ปู่ย่าตายาย สถาบันการศึกษา
จะอบรมให้เคารพครูอาจารย์ รุ่นน้องเคารพรุ่นพี่ เป็นต้น ซึ่งในทางพุทธศาสนากล่าวรับ
รองว่าเป็นความดีงาม ผู้ที่ปฏิบัติจะได้รับความสุขความเจริญ

◇ค่านิยมในสังคมไทย◇

ค่านิยมหมายถึงสิ่งที่สังคมหนึ่ง ๆ เห็นว่าเป็นสิ่งมีค่า น่ายกย่อง น่ากระทำ หรือเห็นว่า
ถูกต้อง และเป็นแนวทางที่คนในสังคมยึดถือไว้เพื่อประพฤติปฏิบัติ

ค่านิยมมีความเกี่ยวพันกับวัฒนธรรมอย่างใกล้ชิดและมีผลกระทบต่อความเจริญและ
ความเสื่อมของสังคม ตลอดจนความมั่นคงของชาติ ค่านิยมมีผลจากสภาพแวดล้อมของ
สังคม และจะเปลี่ยนแปลงไปตามสภาพสังคมและกาลเวลา อย่างไรก็ตาม ค่านิยมทั่วไปใน
สังคมไทยมีดังนี้

การทำบุญตักบาตร

การส่งมอบห้องสมุด

1. **นิยมการทำบุญสร้างวัด** คนไทยส่วนใหญ่เชื่อว่าการทำบุญจะส่งผลดีให้ตนทั้งชาตินี้ และชาติหน้า ปัจจุบันสภาพเศรษฐกิจและสังคมเปลี่ยนไป การทำบุญเริ่มนิยมทำกัน หลายรูปแบบ เช่น การเลี้ยงเด็กพิการ การสงเคราะห์เด็กกำพร้า การสร้างโรงเรียน เป็นต้น

2. **นิยมเครื่องรางของขลังและโชคลาง** เป็นค่านิยมเรื่องความเชื่อและการนับถือผีสาง เทวดา มักนิยมทำเครื่องราง ปะพรมน้ำมนต์เพื่อขจัดภัยต่าง ๆ เพื่อความสบายใจและ เป็นเครื่องยึดเหนี่ยวจิตใจ เมื่อประสบภัยจะมีการสะเดาะเคราะห์และขอให้สิ่ง ศักดิ์สิทธิ์ช่วยในการทำกิจกรรมต่าง ๆ โดยการดูฤกษ์ยาม เช่น การเดินทาง การขึ้น บ้านใหม่ ฯลฯ

3. **นิยมความร่ำรวย** คนร่ำรวยจะเป็นผู้ที่ได้รับการยอมรับในสังคม คนรวยจะต้องการสิ่ง ใดย่อมใช้เงินซื้อได้ตามความประสงค์ ดังนั้น ทุกคนจึงดิ้นรนต่อสู้เพื่อให้ได้มาซึ่ง ความมั่งคั่ง เช่น บ้าน ที่ดิน รถยนต์ เงินทอง เป็นต้น

4. **นิยมอำนาจ** สังคมไทยยกย่องผู้มีอำนาจ ให้ความเคารพและเกรงกลัวบารมี คนไม่มี อำนาจ คนในสังคมจะไม่เกรงใจ ดังนั้นคนไทยอยากจะเป็นคนที่มีอำนาจ เพื่อให้ได้รับ การยกย่องและเกรงกลัวจากคนในสังคม ถ้าไม่ได้เป็นผู้มีอำนาจ ก็นิยมเป็นลูกน้องผู้ มีอิทธิพล เป็นลูกน้องผู้เป็นข้าราชการที่มีตำแหน่งหน้าที่การงานสูง ๆ

5. **นิยมความหรูหรา ความมีหน้ามีตา** คนไทยสนใจในเรื่องน้อยหน้าไม่น้อยหน้า มีเกียรติ ไม่มีเกียรติ นิยมแสดงออกที่ความหรูหรา มีหน้ามีตาในสังคม เพื่อให้ผู้อื่นเห็นว่าตนมี สถานภาพทางสังคมสูง เช่น จัดงานใหญ่ แต่งกายด้วยของมีค่า มีเครื่องใช้ที่ทันสมัย และราคาแพง เป็นต้น

6. **รักพวกรักพ้อง** แสดงออกมาในรูปรักเพื่อนรักฝูง รักกลุ่มที่ตนเป็นสมาชิกหรือพื้นเพ มาจากแหล่งเดียวกัน การรักพวกพ้องเห็นได้ตั้งแต่วัยเรียน ที่คนส่วนใหญ่จะรัก สถาบันที่ตนเล่าเรียนมา

7. **รักความสนุก** คนไทยชอบดำเนินชีวิตอย่างสบาย ๆ กิจกรรมต่าง ๆ ที่จัดขึ้นในสังคม ไทย มักจะสอดแทรกกิจกรรมที่ก่อให้เกิดความสนุกสนานไว้ด้วย เช่น ประเพณีลง แขกเกี่ยวข้าว ประเพณีสงกรานต์ ประเพณีโกนจุก ประเพณีรับน้องใหม่ งานฉลองวัน เกิด เป็นต้น

8. **นิยมการบริโภค** นิยมบริโภคของแพง เลียนแบบอย่างตะวันตก รักความสะดวกสบาย ใช้จ่ายเกินตัว เป็นการนำไปสู่การมีหนี้สินมากขึ้น

ที่มาของค่านิยมในสังคมไทย

➢ **ได้จากศาสนาพุทธ** คนไทยส่วนมากมีความเกี่ยวข้องกับพุทธศาสนาตั้งแต่เกิดจนตาย ค่านิยมที่มา
จากอิทธิพลของศาสนา เช่น การทำบุญ การทำทาน ความซื่อสัตย์ ฯลฯ

➢ **ได้จากศาสนาพราหมณ์(ศาสนาฮินดู)** ก่อให้เกิดพิธีกรรมต่าง ๆ ตามลัทธิความเชื่อ เช่น พิธีทำ
ขวัญนาค พิธีวางศิลาฤกษ์ เป็นต้น

➢ **ได้จากระบบศักดินา** สังคมไทยมีการแบ่งชนชั้นด้วยระบบศักดินามาตั้งแต่โบราณกาล จึงมีผล
สร้างค่านิยมในสังคมไทย เช่น การนับถือเจ้านาย ยศถาบรรดาศักดิ์ อาชีพรับราชการ ระบบอุปถัมภ์
เป็นต้น

➢ **ได้จากระบบสังคมเกษตรกรรม** ระบบการเกษตรกรรมมีบทบาทในการสร้างค่านิยม เช่น ความ
ซื่อสัตย์ ความมีน้ำใจ ความเอื้อเฟื้อ ความรักพวกพ้อง เป็นต้น

➢ **ได้จากความเชื่อดั้งเดิม** คือเชื่อในอำนาจสิ่งศักดิ์สิทธิ์และโชคลาภ เพื่อขอให้คุ้มครอง ป้องกันภัย
พิบัติต่าง ๆ

◇ปัญหาในสังคมไทย◇

ปัญหาความยากจน

บุคคลมีรายได้ไม่เพียงพอกับรายจ่าย ไม่สามารถบำบัดความต้องการทั้งทางร่างกาย
และจิตใจจนมีสภาพความเป็นอยู่ต่ำกว่าระดับมาตราฐานที่สังคมวางไว้ ปัญหาความยากจน
มีสาเหตุเกิดจากการเพิ่มขึ้นของจำนวนประชากร การขาดการศึกษา การมีบุตรมากเกินไป
รายได้ไม่พอกับรายจ่าย การมีลักษณะนิสัยเฉื่อยชาและเกียจคร้าน ไม่ชอบทำงาน และภัย
ธรรมชาติ เป็นต้น

ปัญหายาเสพติด

ปัจจุบันนี้ ในสังคมไทยพบผู้ที่ติดยาเสพติดมากซึ่งมีสาเหตุหลายอย่าง เช่น ถูก
ชักชวนให้ทดลอง ประกอบอาชีพบางอย่างที่ต้องการเพิ่มงานมากขึ้น ความอยากรู้และอยาก
ทดลอง สภาวะแวดล้อมไม่ดี อยู่ใกล้กับพวกเสพติด หรือเกิดจากการว่างงาน ไม่มีอะไรทำ
เป็นสาระก่อให้เกิดความกลัดกลุ้ม เมื่อติดยาเสพติดแล้ว จะทำให้เศรษฐกิจในครอบครัว
ตกต่ำจนถึงหายนะได้

ปัญหาโรคเอดส์

การแพร่ขยายของโรคเอดส์ทวีความรุนแรงขึ้นเรื่อย ๆ ส่งผลกระทบต่อสภาพเศรษฐกิจ สังคม และความมั่นคงของประเทศ ปัญหาที่เกิดจากการแพร่ของโรคเอดส์ ได้แก่ ปัญหาการละเมิดสิทธิเด็ก ปัญหาทางอารมณ์และจิตใจ ปัญหาทางเศรษฐกิจ ฯลฯ ปัญหาโรคเอดส์มีสาเหตุเกิดจากปัญหายาเสพติด การขาดความรู้ในการป้องกันโรค และความยากจน เป็นต้น

ปัญหาการค้าบริการทางเพศ

ปัจจุบันนี้จะพบการค้าบริการทางเพศอย่างเปิดเผยและแบบแอบแฝงในรูปแบบต่างๆ เช่น ป้ายรถเมล์ สวนสาธารณะ ตามโรงแรม ตามบ้านหรือที่รู้จักกันว่า "ซ่อง" หรือการค้าบริการที่แฝงมาในรูปอาบ อบ นวด ตามร้านภัตตาคาร บาร์ ไนท์คลับ นักแสดง ช่างเสริมสวย นักร้อง นางทางโทรศัพท์ ฯลฯ การค้าบริการทางเพศมีสาเหตุเนื่องมาจากฐานะทางเศรษฐกิจไม่ดี รายได้ไม่เพียงพอ หรือพวกที่แสวงหาผลประโยชน์ ตลอดจนค่านิยมในการใช้จ่ายที่ฟุ้งเฟ้อ การเอาแบบอย่างกัน เช่น แข่งขันกันมีเครื่องอำนวยความสะดวกเทคโนโลยีใหม่ ๆ ที่มีราคาแพง ฯลฯ

ปัญหาคอร์รัปชั่น

คอร์รัปชั่น มีขอบเขตกว้างขวาง ครอบคลุมการกระทำในลักษณะต่าง ๆ เช่น การแสวงหาผลประโยชน์โดยใช้อำนาจไม่ชอบธรรม การจูงใจ เรียกร้อง บังคับ ข่มขู่ หน่วงเหนี่ยว หรือกลั่นแกล้งเพื่อที่จะให้มีการตอบแทน สมยอม รู้เห็นเป็นใจ เพิกเฉยการกระทำที่ผิดกฎหมาย การช่วยพรรคพวกเข้าทำงานมีเงินเดือนหรือบำนาญ การเลือกที่รัก มักที่ชัง เป็นต้น

ปัญหาสิ่งแวดล้อม

ประเทศไทยประสบปัญหาสิ่งแวดล้อมหลายประการ เช่น ดินเสื่อมคุณภาพ มลพิษทางน้ำ มลพิษทางอากาศ น้ำเน่าเสีย เสียงเป็นพิษ ขยะมูลฝอย ป่าไม้และสัตว์ป่าถูกทำลาย แร่ธาตุที่เคยอุดมสมบูรณ์ต้องหมดไป ฯลฯ

อากาศเป็นพิษ

ปัญหาสิ่งแวดล้อมมีสาเหตุเกิดจากการเพิ่มขึ้นของจำนวนประชากรอย่างรวดเร็ว การขยายตัวทางด้านอุตสาหกรรม การส่งเสริมพัฒนาการท่องเที่ยว และการขาดความรับผิดชอบ ขาดระเบียบวินัยของสมาชิกในสังคม ฯลฯ

คำศัพท์

ชาติพันธ์ 种族；人种
เอื้อเฟื้อ 慷慨；帮助
เกื้อกูล 救助；帮助
ยึดมั่น 恪守；信守
ผูกพัน 关联；连结
ตรากตรำ 辛勤
มิ่งขวัญ 受尊敬的人
อาวุโส 资深；资格
ชาติสกุล 血统
ปลูกฝัง 树立；培养
พิการ 残废
เด็กกำพร้า 孤儿
โชค 运气
ปะพรมน้ำมนต์ 粘洒法水
ยึดเหนี่ยว 握住；拉住
ฤกษ์ยาม 良辰吉日
มั่งคั่ง 富裕
บารมี 恩德；德泽
ลูกน้อง 部下；手下
พื้นเพ 家世；世系
เลียนแบบ 模仿；效法
ยศถาบรรดาศักดิ์ 官衔；爵位
คุ้มครอง 保佑；保护
เกียจคร้าน 懒惰
กลมกลืน 和谐
เผื่อแผ่ 乐善好施
เครื่องทุ่นแรง 省力机械
รังเกียจ 反对；排斥
เทิดทูน 颂扬；推崇
พสกนิกร 黎民；百姓
เหนียวแน่น 坚固；牢固
คุณวุฒิ 资格
ยกย่อง 推崇；崇拜
ประพฤติ 执行；做
สงเคราะห์ 救助；周济
เครื่องรางของขลัง 护符；避邪物
ลาง 征兆；预兆
ขจัดภัย 消灾
สะเดาะเคราะห์ 消灾；避凶
ดิ้นรน 活动；找出路
เกรงกลัว 惧怕；畏惧
เกรงใจ 客气
สถานภาพ 地位；身份
ลงแขกเกี่ยวข้าว 互助收割
ศิลาฤกษ์ 奠基石
ระบบอุปถัมภ์ 庇护制
เฉื่อยชา 懈怠
ยาเสพติด 毒品

กลัดกลุ้ม 烦闷
ทวี 增加；增长
แอบแฝง 隐蔽
อาบ อบ นวด 洗浴；按摩
คอร์รัปชั่น 贪污
ข่มขู่ 威胁
กลั่นแกล้ง 刁难；故意为难
รู้เห็นเป็นใจ 串通 共谋
บำนาญ 养老金
มลพิษ(มน-ละ-พิด) 污染
หายนะ(หา-ยะ-นะ) 衰亡；破产
ละเมิด 侵犯
ซ่อง 窑子；妓院
ฟุ้งเฟ้อ 大手大脚；过度消费
จูงใจ 吸引
หน่วงเหนี่ยว 牵制
สมยอม 愿意
เพิกเฉย 置若罔闻；无动于衷
เลือกที่รัก มักที่ชัง 厚此薄彼
ขยะมูลฝอย 垃圾

แบบฝึกหัด

ตอนที่ 1 ทบทวนความรู้

1. จงเลือกคำตอบที่ถูกต้องหรือเหมาะสมที่สุดเพียงคำตอบเดียว

(1) การที่สังคมไทยเป็นสังคมเกษตรกรรม เพราะ_____

ก. สิ่งแวดล้อมทางธรรมชาติ ข. สิ่งแวดล้อมทางวัฒนธรรม

ค. สิ่งแวดล้อมทางสังคม ง. สิ่งแวดล้อมทางชาติพันธุ์

(2) ข้อ_____ไม่ใช่ลักษณะของสังคมไทย

ก. เคารพผู้ใหญ่ ข. สังคมเกษตรกรรม

ค. ยึดมั่นในพระพุทธศาสนา ง. ไม่นิยมระบบอุปถัมภ์

(3) สถาบันที่เป็นศูนย์รวมจิตใจของสังคมไทย คือสถาบัน_____

ก. พระมหากษัตริย์ ข. ศาสนา

ค. ครอบครัว ง. การศึกษา

(4) ที่มาของค่านิยมในสังคมไทยข้อ_____ไม่ถูกต้อง

ก. ศาสนาพุทธ ศาสนาพราหมณ์

ข. ระบบศักดินา ระบบเกษตรกรรม

ค. ความเชื่อในธรรมชาติและสิ่งศักดิ์สิทธิ์

ง. ความเจริญทางเทคโนโลยี

(5) ข้อ_____ ไม่ใช่ค่านิยมทั่วไปในสังคมไทย

    ก. นิยมความร่ำรวย มั่งคั่ง   ข. นิยมบริโภค

    ค. นิยมทำบุญ   ง. นิยมแข่งกับเวลา

(6) ข้อ_____ ได้บ่งบอกถึงค่านิยมรักสนุกของคนไทย

    ก. การพักผ่อนควบคู่กันไปกับการทำงาน

    ข. รักสถาบันที่ตนเล่าเรียน

    ค. จัดงานใหญ่ แต่งกายด้วยของมีค่า

    ง. ชอบเสาะแสวงหาอาหารรสอร่อย

(7) คนไทยนิยมทำบุญ เพราะ_____

    ก. คนส่วนใหญ่ประกอบอาชีพเกษตรกรรม

    ข. ความเชื่อในศาสนาพุทธ

    ค. ความเชื่อในศาสนาฮินดู

    ง. ระบบศักดินา

2. จงตอบคำถามต่อไปนี้ด้วยถ้อยคำสั้นๆ

    (1) ลักษณะสำคัญของสังคมไทยมีอะไรบ้าง

    (2) จงบอกที่มาของค่านิยมในสังคมไทย

    (3) ปัญหาสำคัญในสังคมไทยมีอะไรบ้าง

ตอนที่ 2 พัฒนาความคิด

1. ในเมืองไทย ผู้ใหญ่มักให้พรแก่ผู้น้อยว่า"ขอให้ได้เป็นใหญ่เป็นโต อยู่สุขสบายไม่ต้องทำงานหนัก และให้มั่งคั่งไปด้วยบริวาร" อันนี้ได้แสดงถึงค่านิยมของคนไทยข้อไหน

2. นักศึกษาจงพิจารณาปัจจัยที่เป็นตัวกำหนดลักษณะของสังคมไทยว่ามีอะไรบ้าง

3. นักศึกษาจงพิจารณาแสดงข้อคิดเห็นว่า ค่านิยมของสังคมไทยข้อใดบ้างที่น่ายกย่องปฏิบัติสืบต่อกันไป

บทอ่านประกอบ(๑)

วิธีสังเกตผู้ติดยาหรือสารเสพติด

1. **การเปลี่ยนแปลงทางร่างกาย** สุขภาพทรุดโทรมผอมซีด ทำงานหนักไม่ไหว ริมฝีปากเขียว คล้ำและแห้ง ร่างกายสกปรก มีกลิ่นเหม็น ชอบใส่เสื้อแขนยาว กางเกงขายาว ใส่แว่นดำเพื่อ ปกปิด

2. **การเปลี่ยนแปลงทางจิตใจ** อารมณ์หงุดหงิดง่าย ขาดความรับผิดชอบต่อหน้าที่ มั่วสุมกับ คนที่มีพฤติกรรมเกี่ยวกับยาเสพติด สูบบุหรี่จัด มีอุปกรณ์เกี่ยวกับยาเสพติด หน้าตาซึมเศร้า ขาดความเชื่อมั่น จิตใจอ่อนแอ ใช้เงินเปลือง สิ่งของภายในบ้านสูญหายบ่อย ๆ

3. **แสดงอาการอยากยาเสพติด** ตัวสั่น กระตุก ชัก จาม น้ำมูกไหล ท้องเดิน ถ่ายอุจจาระเป็น เลือดที่เรียกว่า "ลงแดง" มีไข้ปวดเมื่อยตามร่างกายอย่างรุนแรง นอนไม่หลับ ทุรนทุราย

หงุดหงิด	烦躁	กระตุก	抽搐，痉挛
ท้องเดิน	腹泻	ทุรนทุราย	坐卧不安

บทอ่านประกอบ(๒)

สามเหลี่ยมทองคำ

สามเหลี่ยมทองคำ(Golden triangle) หมายถึงพื้นที่รอยต่อระหว่างสามประเทศ คือ ประเทศไทย(จังหวัดเชียงราย) ประเทศลาว(แขวงบ่อแก้ว) และประเทศพม่า(จังหวัดท่า ขี้เหล็ก รัฐฉาน) มีลักษณะเป็นพื้นที่สามเหลี่ยมบรรจบกันโดยมีแม่น้ำโขงตัดผ่านชายแดน ไทยและลาว ที่ผ่านมาสามเหลี่ยมทองคำขึ้นชื่อด้วยการ ได้เป็นแหล่งค้ายาเสพติดหลักใน โลก

บทที่ ๑๐

ศาสนาและความเชื่อในสังคมไทย

→จุดประสงค์การเรียนรู้←

- บอกศาสนาที่สำคัญในสังคมไทยได้
- อธิบายอิทธิพลและบทบาทของพระพุทธศาสนาต่อสังคมไทยโดยสังเขปได้
- บอกคำสอนของศาสนาพรหมณ์โดยสังเขปได้

泰国是佛教色彩浓厚的国家，全国约94%的民众信仰佛教。佛教的因果、业报观念对泰国人的国民性格、行为方式有深远影响。人们乐善好施、知足、友善，重视佛教仪式，敬奉佛家三宝，为自己和亲人积累功德福报。泰阴历6月15佛诞节、8月15三宝节和3月15万佛节是重要的佛教节日，也是泰国法定的假日，节日期间除举办传统的讲经弘法、拜佛施僧等庆祝活动外，还有现代公益活动。

婆罗门教对泰国文化的影响仅次于佛教，其万物有灵、生死轮回、天堂地狱、命中注定、神灵创造观念早已成为泰国人宗教思想的重要组成部分，并为泰国的文学、美术、雕塑、建筑等艺术形式提供了取之不尽的创作素材。不过绝大部分泰国民众都把这些影响归结于佛教。人们虔诚敬拜的曼谷四面佛实际就是婆罗门教主神之一大梵天。

泰国的伊斯兰教徒集中在南部的北大年、惹拉、陶公、沙敦四府，而基督教徒则以清迈、曼谷和佛统府为多。

> เราจะทราบจิตใจของสังคมใดได้ ก็ต้องดูจากความเชื่อถือศาสนาของคนใน
> สังคมนั้น อันแสดงให้เห็นในทางขนบประเพณี ในการทำมาหากิน ในกฎหมาย ใน
> จรรยาความประพฤติ ในศิลปะและวรรณคดี
>
> —เสถียร โกเศศ

◇ศาสนาพุทธ◇

ในสังคมไทย มีการนับถือศาสนาที่แตกต่างกันไป แต่ประชาชนส่วนใหญ่นับถือ
พระพุทธศาสนา กล่าวได้ว่า พระพุทธศาสนาคือรากฐานของวัฒนธรรมไทยทั้งวัฒนธรรม
ทางวัตถุและวัฒนธรรมทางจิตใจ และพระพุทธศาสนาเองก็เป็นส่วนหนึ่งของวัฒนธรรม
ไทยด้วย

คำสอนของพุทธศาสนา

คำสอนของพระพุทธศาสนาที่มีจำนวนมากมาย สรุปเป็นหลักใหญ่ ๆ 3 หลัก อัน
แสดงให้เห็นทั้งหลักการ วิธีการและเป้าหมายของพระพุทธศาสนาไว้อย่างครบถ้วน
๑. เว้นความชั่วทั้งปวง (ไม่ทำบาป)
๒. ทำความดีให้บริบูรณ์ (ทำกุศล)
๓. ชำระจิตใจของตนให้บริสุทธิ์
คำสอนเรื่องความเชื่อในพระพุทธศาสนามีหลักใหญ่ ๆ อยู่ 2 ข้อ คือ **ความเชื่อเรื่อง
เหตุผล**และ**ความเชื่อเรื่องกรรม**

> กรรมคือการกระทำ พระพุทธศาสนาสอนว่าทุกคนเป็นผู้มีกรรม บุคคลจะดีจะชั่ว
> จะได้รับสุขหรือทุกข์ ย่อมเป็นไปตามกรรมที่ตนทำไว้ บุคคลอื่นหรือสิ่งภายนอกไม่อาจ
> บันดาลให้เราดี ชั่ว สุข ทุกข์ได้

พระรัตนตรัย

คำว่ารัตนตรัย แปลตามตัวว่า แก้ว 3 ดวง คือสิ่งมีค่าและเป็นที่เคารพบูชาสูงสุดของ
ชาวพุทธ 3 อย่าง ได้แก่ พระพุทธ พระธรรม และพระสงฆ์

พระพุทธ คือ พระพุทธเจ้า ซึ่งเป็นผู้บัญญัติพระพุทธศาสนา
พระธรรม คือ คำสั่งสอนของพระพุทธเจ้า จำแนกได้เป็น 3 อย่าง ได้แก่
ปริยัติธรรม – หลักและวิธีการสำหรับศึกษาเล่าเรียน
ปฏิปัตติธรรม – การปฏิบัติดัดกาย วาจาและจิต
ปฏิเวธธรรม – การใช้ปัญญาประเมินและปรับปรุง
พระสงฆ์ คือ ผู้ที่เชื่อและนับถือคำสั่งสอนของพระพุทธเจ้า ได้บวชเป็นภิกษุเพื่อสืบทอดและเผยแพร่พุทธศาสนา

เมื่อประกอบพิธีทางศาสนาพุทธ ชาวพุทธต้องเตรียมจัดโต๊ะบูชาพระรัตนตรัย ที่โต๊ะหมู่บูชา จะต้องจัดให้มีพระพุทธรูปและเครื่องบูชาหลัก คือ ธูป เทียน และดอกไม้ โดยพระพุทธรูปใช้แทนองค์พระพุทธเจ้า ธูปเป็นของหอม ใช้เป็นเครื่องหมายบูชาพระพุทธเจ้า ปกติใช้จำนวน 3 ดอก เทียนให้แสงสว่าง ใช้เป็นเครื่องหมายบูชาพระธรรม ซึ่งให้แสงสว่างคือปัญญาแก่ผู้ปฏิบัติ ปกติใช้ 1 คู่ เพื่อบูชาพระธรรมและพระวินัย ดอกไม้เป็นเครื่องหมายบูชาพระสงฆ์

โต๊ะหมู่บูชาพระรัตนตรัย

ในบางพิธีของทางราชการ เช่น การอบรม การประชุม สัมมนา ฯลฯ การตั้งโต๊ะหมู่บูชานิยมตั้งธงชาติและพระบรมฉายาลักษณ์ของพระเจ้าอยู่หัวร่วมกับโต๊ะหมู่บูชา เพื่อให้ครบทั้ง 3 สถาบัน คือ ชาติ ศาสนา และพระมหากษัตริย์

นอกจากใช้ประกอบพิธีแล้ว ชาวไทยพุทธยังนิยมจัดโต๊ะหมู่บูชาไว้ในที่สำนักงาน ห้องประชุมและบ้านเรือนด้วย

อิทธิพลและบทบาทของพุทธศาสนา

วิถีชีวิตของคนไทยเกี่ยวข้องกับพุทธศาสนาอย่างลึกซึ้ง คำสอนเรื่องแห่งกรรมและการเวียนว่ายตายเกิด ทำให้คนไทยมีปรัชญาชีวิตที่สงบสุข รู้ประมาณตัวเอง พอใจในสิ่งที่ตนมีและสิ่งที่ตนได้ มีความเมตตาสงสารต่อเพื่อนร่วมโลก มีความเชื่อว่าจะต้องทำบุญเพื่อกุศลของตนเองและญาติพี่น้อง ใครทำบุญมากได้บุญมาก

นอกจากมีอิทธิพลต่อชีวิตจิตใจของคนไทยแล้ว พุทธศาสนาก็เป็นรากฐานที่สำคัญ

ของประเพณีไทยทั้งจารีตประเพณี ขนบประเพณีและธรรมเนียมประเพณี จนกล่าวได้ว่าไม่
มีประเพณีชีวิตส่วนใดของคนไทยที่ไม่เกี่ยวข้องกับพระพุทธศาสนา

    ส่วนในด้านศิลปกรรม พระพุทธศาสนาได้
ก่อให้เกิดแรงบันดาลใจแก่ศิลปินไทยในอดีตอย่าง
ลึกซึ้ง ศิลปะชิ้นเยี่ยมของไทยในอดีตเป็นศิลปะทาง
พุทธศาสนาเกือบจะทั้งนั้น เช่น พระพุทธรูป พระ
สถูปเจดีย์ จิตรกรรมฝาผนัง สถาปัตยกรรม ลวดลาย
ปูนปั้น ลายจำหลักไม้ เป็นต้น ศิลปกรรมเหล่านี้ล้วน
เป็นเครื่องแสดงออกซึ่งความเคารพเลื่อมใสในพระ
พุทธ พระธรรม และพระสงฆ์

> **วัด**เป็นเสมือนพิพิธภัณฑ์ศิลปะของ
> ไทยมาแต่โบราณกาลเพราะเป็นที่
> รวมของศิลปะอันวิจิตรสูงส่งของ
> ไทยทุกแขนง ได้แก่ ปฏิมากรรม
> สถาปัตยกรรม จิตรกรรมและวรรณ-
> กรรม ประเทศไทยมีวัด 27,000 วัด
> โดยประมาณ ส่วนใหญ่ตั้งอยู่ใน
> ชนบท

วันสำคัญทางพุทธศาสนา

    วันสำคัญทางพุทธศาสนามีวันพระและวันประกอบพิธีกรรมเพื่อระลึกถึงพระรัตน
ตรัยเป็นพิเศษอีก 4 วัน คือ วันวิสาขบูชา วันอาสาฬหบูชา วันมาฆบูชาและวันอัฏฐมีบูชา
สำหรับวันอัฏฐมีบูชา เป็นกิจกรรมที่ทำกันเฉพาะพระภิกษุสงฆ์เท่านั้น

> **วันพระ** เป็นวันประชุมของพุทธศาสนิกชนเพื่อปฏิบัติกิจกรรมทางพระพุทธศาสนาประจำ
> สัปดาห์ มีกำหนดตามปฏิทินจันทรคติโดยมีเดือนละ 4 วัน ได้แก่ วันขึ้น 8 ค่ำ วันขึ้น 15 ค่ำ
> (วันเพ็ญ) วันแรม 8 ค่ำ และวันแรม 15 ค่ำ ทุกวันนี้คนไทยให้ความสำคัญกับวันพระ

    วันวิสาขบูชา ตรงกับวันขึ้น 15 ค่ำ เดือน 6 [1] เป็นวันสำคัญยิ่งทางพระพุทธศาสนา
เพราะเป็นวันที่พระพุทธเจ้าประสูติ (เกิด) ตรัสรู้ (สำเร็จ) ปรินิพพาน (ดับ) ในวันนี้พุทธศาส
นิกชนจะทำบุญตักบาตร ฟังเทศน์ และร่วมพิธีเวียนเทียนที่วัดเพื่อแสดงความเคารพและ
รำลึกพระคุณของพระองค์ วันวิสาขบูชามีมาตั้งแต่สมัยสุโขทัย

---

[1] 佛诞节、佛三宝节、万佛节及水灯节等宗教或传统节日均按照泰阴历时间计算。泰阴历时间与中
国阴历(农历)时间不同：泰阴历 1 月通常相当于公历（前一年）的 12 月—翌年 1 月，甚至也可能
从 11 月下旬开始，其他月份依次后推。中国阴历 1 月以春节为第一天，可能对应公历的 1—2 月或
者是 2—3 月。

พิธีเวียนเทียน

การฟังเทศน์

วันอาสาฬหบูชา ตรงกับวันขึ้น 15 ค่ำ เดือน 8 เป็นวันที่พระพุทธเจ้าทรงแสดงธรรมเป็นครั้งแรก และเป็นวันที่มีพระสงฆ์รูปแรกเกิดขึ้นในโลก คือ พระอัญญาโกณฑัญญะ ทำให้มีพระรัตนตรัยครบองค์ 3 ได้แก่ พระพุทธ พระธรรมและพระสงฆ์ วันอาสาฬหบูชาเพิ่งกำหนดให้มีขึ้นในรัชกาลที่ 9 พุทธศาสนิกชนจะร่วมกันฟังพระธรรมเทศนา และร่วมพิธีเวียนเทียนเพื่อระลึกคุณพระรัตนตรัย

วันมาฆบูชา ตรงกับวันเพ็ญขึ้น 15 ค่ำ เดือน 3 เป็นวันที่พระพุทธเจ้าได้แสดงธรรมโอวาทปาฏิโมกข์ คือ ละชั่ว ทำดี ทำจิตใจให้ผ่องใส ในวันนี้มีเหตุการณ์สำคัญ คือ เป็นวันเพ็ญขึ้น 15 ค่ำ พระสงฆ์จำนวน 1,250 รูป ซึ่งล้วนเป็นพระอรหันต์มาประชุมกันโดยมิได้นัดหมาย และทั้งหมดได้รับการอุปสมบทจากพระพุทธเจ้า กิจกรรมที่พุทธศาสนิกชนนิยมจัดทำในวันนี้ ก็เช่นเดียวกับวันวิสาขบูชาและวันอาสาฬหบูชา

วันมาฆบูชา

กิจกรรมในวันสำคัญทางพุทธศาสนาในปัจจุบันนี้นอกจากจะมีการทำบุญตักบาตร ฟังธรรมและเวียนเทียนแล้ว ยังมีการบำเพ็ญสาธารณประโยชน์ต่างๆ อีกด้วย เช่น การพัฒนาวัด การบริจาคเงินช่วยเหลือโรงพยาบาล การบริจาคโลหิตแก่สภากาชาดไทย การเลี้ยงอาหารเด็กกำพร้าและคนพิการ เป็นต้น

◇ศาสนาอิสลาม◇

คำว่าอิสลาม ภาษาอาหรับแปลว่า "สันติ ยอมจำนน" ผู้ที่นับถือศาสนาอิสลาม เรียก
ว่ามุสลิม แปลว่า ผู้รักสันติหรือผู้ยอมจำนนต่อพระประสงค์ของพระผู้เป็นเจ้า

มุสลิมนับถือพระผู้เป็นเจ้ายิ่งใหญ่องค์เดียว ได้แก่ อัลเลาะฮ์ ศาสนทูตผู้ได้รับ
โองการจาก อัลเลาะฮ์ให้นำบทบัญญัติมาเผยแผ่แก่มนุษย์ คือ นบีมุฮัมมัด

หลักปฏิบัติที่สำคัญ ได้แก่ การนมัสการวันละ ๕ ครั้ง การให้ทาน การถือศีลอด ซึ่ง
มีจุดมุ่งหมายให้เป็นคนดีในสังคม มีจิตใจบริสุทธิ์ อ่อนน้อมถ่อมตน มีระเบียบวินัย มีความ
เมตตากรุณา ปรานี และเป็นคนที่เห็นแก่ประโยชน์ส่วนรวม

เรือนไทยปั้นหยา
(สถาปัตยกรรมแบบเปอร์เซีย)

มัสยิดกลางจังหวัดปัตตานี
มัสยิดสวยที่สุดในประเทศไทย

ศาสนาอิสลาม มีผู้นับถือกันมากในจังหวัดปัตตานี ยะลา นราธิวาส และสตูล สิ่งที่
ชาวไทยได้รับจากชาวมุสลิมส่วนใหญ่เป็นเรื่องของภาษา วรรณกรรม สถาปัตยกรรม ศิลปะ
และวิชาความรู้ด้านต่าง ๆ

◇ศาสนาคริสต์◇

ศาสนาคริสต์เป็นศาสนาที่เชื่อในพระเจ้าและ
ได้ชื่อว่าเป็นศาสนาแห่งความรัก หลักคำสอนที่สำคัญ
ได้แก่ การให้แต่ละคนรักพระเจ้า รักครอบครัวของตน
เอง รักเพื่อนมนุษย์ทั้งมวล รักแม้กระทั่งศัตรูของตนเอง
พระเยซูเห็นว่าถ้ามวลมนุษย์รักกันแล้ว ความสุขจะ
เกิดขึ้นในสังคมมนุษย์

โบสถ์โรงเรียนอัสสัมชัญในกรุงเทพฯ

ในจังหวัดเชียงใหม่ กรุงเทพ ฯ และจังหวัดนครปฐม ประชากรที่นับถือคริสต์ศาสนามี มาก อิทธิพลและบทบาทของศาสนาคริสต์ในด้านคติความเชื่อ พิธีกรรมและขนบประเพณี ที่มีต่อคนไทยนั้น จะปรากฏอยู่เฉพาะในหมู่คนไทยที่เป็นคริสตศาสนิกชนเท่านั้น

◇ศาสนาพราหมณ์◇

ศาสนาพราหมณ์อาจเรียกได้ว่าเป็นศาสนาที่เก่าที่สุดในโลก ปัจจุบันรู้จักกันในนาม ว่าศาสนาฮินดู แต่สำหรับชาวไทย มักพูดถึงศาสนาฮินดูในนามว่าศาสนาพราหมณ์มากกว่า โดยเฉพาะอย่างยิ่งเมื่อพูดถึงเรื่องวัฒนธรรมไทยแล้ว นิยมพูดถึงพราหมณ์มากกว่าที่จะพูด ถึงฮินดู

คำสอนสำคัญ

คำสอนสำคัญของศาสนาพราหมณ์ ได้แก่

คำสอนเรื่องมหาพรหม ซึ่งเป็นตัวต้นหรือปฐมวิญญาณของสรรพสิ่งในโลก ดวง วิญญาณทั้งหลายออกมาจากปฐมวิญญาณนี้

คำสอนเรื่องพรหมลิขิต เนื่องจากสรรพสิ่งเกิดจากการสร้างสรรค์ของพรหมัน ความ เป็นไปของสรรพสิ่งทั้งการเกิดขึ้นและการสลายไป ทั้งความเสื่อมและความเจริญ จึงถูก กำหนดไว้อย่างแน่นอนตายตัวโดยผู้สร้างคือพรหมัน สรรพสิ่งจึงได้ชื่อว่าเป็นไปตามพรหม ลิขิต คือการกำหนดของพรหมันหรือพระพรหม

คำสอนเรื่องเชื่ออำนาจหรืออิทธิพลของเทวะ คือ นับถือพระพรหมว่าเป็นผู้สร้าง นับ ถือพระวิษณุ(พระนารายณ์) ว่าเป็นผู้รักษา และนับถือพระศิวะ (พระอิศวร) ว่าเป็นผู้ทำลาย

นอกจากนี้แล้ว ยังมีคำสอนเรื่องการเวียนว่ายตายเกิด คำสอนเรื่องนรกสวรรค์ คำ สอนเรื่องวรรณะสี่ เป็นต้น

อิทธิพลและบทบาทของศาสนาพราหมณ์

กล่าวได้ว่า ศาสนาพราหมณ์มีอิทธิพลต่อวิถีชีวิตของคนไทยเกือบจะทุกด้าน รอง จากพระพุทธศาสนา

ชาวไทยพุทธจำนวนไม่น้อยมีความเชื่อถือตามแบบพราหมณ์ เช่น เรื่องวิญญาณ ภูตผีปีศาจ การเวียนว่ายตายเกิด นรก สวรรค์ ตลอดถึงเรื่องเทพเจ้าและการบันดาลของสิ่ง ศักดิ์สิทธิ์ต่างๆ

วัฒนธรรมทางศาสนาของชาวไทยแสดงออกทั้งในรูปแบบของศาสนาพุทธและ รูปแบบของศาสนาพราหมณ์ เป็นต้นว่า ชาวไทยเคารพบูชาทั้งพระพุทธรูปและเทวรูป ใน บ้านเรือนของชาวไทย มีที่บูชาซึ่งตั้งทั้งพระพุทธรูปและเทวรูป และยังมีศาลพระภูมิด้วย

ศาลพระภูมิ (ศาลเจ้าที่)

คติความเชื่อแบบพราหมณ์มีอิทธิพลต่อศิลปกรรมของไทยอย่างลึกซึ้ง ทั้งในด้าน จิตรกรรม สถาปัตยกรรม และประติมากรรม ดังจะเห็นได้ว่ารูปเทพเจ้าต่าง ๆ ของพราหมณ์ ได้เป็นส่วนประกอบและเครื่องประดับที่สำคัญในลวดลายต่าง ๆ ของไทย จิตรกรรมของ ไทยก็นิยมเขียนภาพเทพเจ้า นรก สวรรค์ ตามคติความเชื่อแบบพราหมณ์เป็นส่วนใหญ่ สิ่ง เหล่านี้ชินหูชินตาของคนไทยจนแทบจะไม่มีใครเคยนึกสงสัยว่าสิ่งเหล่านี้มาจากไหนหรือ ว่ามาจากศาสนาอะไร เพราะคนไทยส่วนใหญ่เข้าใจว่าสิ่งเหล่านี้คือพระพุทธศาสนานั่นเอง

▶ คำศัพท์ ◀

จรรยา 品行	วัฒนธรรมทางวัตถุ 物质文化
วัฒนธรรมทางจิตใจ 精神文化	บาป 罪孽;罪恶
ทำกุศล 做功德	ชำระจิตใจ 忏悔;反思
บริสุทธิ์ 洁净	เหตุผล 因果
กรรม 业;行为	บันดาล 点化;创造
พระรัตนตรัย 佛家三宝	พระพุทธ 佛
พระธรรม 法	พระสงฆ์ 僧
บัญญัติ 规定	ปริยัติธรรม 必修的佛法,指三藏经

ปฏิบัติธรรม 实践的佛法

ปฏิเวธธรรม 使人成正果的佛法

เครื่องบูชา （敬神拜佛的）供品

รูป （用于僧侣的量词）位

ธูป 香

เทียน 烛

พระบรมฉายาลักษณ์ （国王或王后的）相片

เวียนว่ายตายเกิด 生死轮回

ประมาณตัวเอง 自量

เมตตา 慈悲；仁爱

ประเพณี 传统

จารีต(ประเพณี) 礼教

ขนบ(ประเพณี) 风俗；传统

ธรรมเนียม(ประเพณี) 礼仪；规矩；传统

แรงบันดาลใจ 动力；灵感

สัมมนา 研讨会

สถูปเจดีย์ （安放佛骨或纪念物的）纪念塔

จิตรกรรมฝาผนัง 壁画

จำหลัก 雕刻

ลวดลายปูนปั้น 用石灰塑刻的图案

สถาปัตยกรรม 建筑

พิพิธภัณฑ์ 博物馆

วิจิตร 美丽

สูงส่ง 高尚；高贵

แขนง 门；（学科）分科

วรรณกรรม 文学

ปฏิมากรรม 雕塑

วันพระ 佛日

วันวิสาขบูชา 佛诞节（佛陀诞生、悟道、涅磐纪念日）

วันอาสาฬหบูชา 佛三宝节，又作初转法轮节

วันมาฆบูชา 万佛节

ประสูติ 诞生

ตรัสรู้ (ตรัด-สะ-รู้) 顿悟；悟道

ปรินิพพาน 涅槃

พุทธศาสนิกชน 佛教徒

เทศน์ 讲经；讲说佛法

เวียนเทียน 巡烛

เทศนา 讲经；说法

โอวาทปาฏิโมกข์ 佛教的主要教义；经书

วันเพ็ญ 月圆之日（阴历十五日）

พระอรหันต์ 阿罗汉

อุปสมบท 剃度

บริจาคโลหิต 献血

มุสลิม 穆斯林

อัลเลาะฮ์ 安拉；真主

ศาสนทูต 使者

โองการ 启示

นบีมุฮัมมัด 穆罕穆德

นมัสการ 礼拜

ถือศีลอด 斋戒

ปรานี 仁慈；仁爱

มัสยิด 清真寺

ศาสนาพราหมณ์ 婆罗门教

ศาสนาฮินดู 印度教

มหาพรหม 梵天；大梵天（印度教主神之一，创造之神）

พรหมลิขิต 天数；命里注定

พรหมัน(พฺรม-มัน) 梵天

พระวิษณุ 毗湿奴（印度教主神之一，保护之神）

พระศิวะ(พระอิศวร) 湿婆（印度教主神之一，毁灭之神）

วรรณะสี่ 四种姓

ภูตผีปีศาจ 鬼神

ศาลพระภูมิ 土地庙

แบบฝึกหัด

<u>ตอนที่ 1 ทบทวนความรู้</u>

1. จงเลือกคำตอบที่ถูกต้องหรือเหมาะสมที่สุดเพียงคำตอบเดียว

(1) _____ คือรากฐานของวัฒนธรรมไทย

ก. พระพุทธศาสนา　　ข. พระรัตนตรัย

ค. ศาสนาผีสางเทวดา　　ง. พระพุทธศาสนา และศาสนาพรหมณ์

(2) หลักคำสอนเรื่องความเชื่อในพระพุทธศาสนา ได้แก่_____

ก. เชื่อเหตุผล　　ข. เชื่อทำดีได้ดี

ค. เชื่อกรรม　　ง. ทั้งข้อ ก. และ ข้อ ค.

(3) ข้อ_____ ไม่ใช่องค์ประกอบของพระรัตนตรัย

ก. พระสงฆ์　　ข. พระธรรม

ค. พระพุทธ　　ง. พระแก้ว

(4) ข้อ_____ ไม่ได้เป็นส่วนประกอบของโต๊ะหมู่บูชา

ก. ผลไม้สด　　ข. ดอกไม้

ค. พระพุทธรูป　　ง. ธูป และ เทียน

(5) ในวันมาฆบูชา ชาวพุทธควรปฏิบัติตามข้อ_____

ก. ทำบุญ ตักบาตร　　ข. ฟังเทศน์ เวียนเทียน

ค. ตักบาตร เวียนเทียน　　ง. ทำบุญ ตักบาตร ฟังเทศน์ เวียนเทียน

(6) ____ เป็นวันที่พระพุทธเจ้าทรงประกาศพระพุทธสาสนาเป็นครั้งแรก

ก. วันมาฆบูชา　　ข. วันอาสาฬหบูชา

ค. วันวิสาขบูชา ง. วันพระ

(7) มุสลิมนับถือพระผู้เป็นเจ้ายิ่งใหญ่องค์เดียว ได้แก่_____

ก. อัลเลาะฮ์ ข. นบีมุฮัมมัด

ค. ศาสนทูต ง. เยซู

(8) เทพเจ้าที่ทำหน้าที่เป็นผู้สร้างในศาสนาพราหมณ์- ฮินดู ได้แก่_____

ก. พระพรหม ข. พระวิษณุ

ค. พระศิวะ ง. พระนารายณ์

(9) ศาสนาพราหมณ์-ฮินดู และพระพุทธศาสนาต่างมีกำเนิดในประเทศอินเดีย ศาสนา _____ เกิดก่อน

ก. ศาสนาพราหมณ์

ข. ศาสนาพุทธ

ค. ศาสนาฮินดู

ง. ศาสนาพุทธและศาสนาพราหมณ์-ฮินดูเกิดพร้อมกัน

(10) ในประเทศไทย ยังมีพิธีกรรมประเภท_____ ที่ต้องเชิญพราหมณ์มาเป็นเจ้าพิธี

ก. รัฐพิธี ข. พระราชพิธี

ค. ศาสนาพิธี ง. ทั้งข้อ ก.และข้อ ข.

2. จงตอบคำถามต่อไปนี้ด้วยถ้อยคำสั้นๆ

(1) คำสอนพระพุทธศาสนาสรุปได้ 3 ประการ ได้แก่อะไรบ้าง

(2) คนไทยใช้โต๊ะหมู่บูชามาทำอะไร และนิยมจัดไว้ที่ไหน

(3) การจัดโต๊ะหมูบูชาต้องมีพระพุทธรูป เพราะอะไร

(4) วันสำคัญทางพุทธศาสนามีวันอะไรบ้าง

(5) คนไทยที่เชื่อถือศาสนาอิสลาม ส่วนใหญ่อยู่ที่ภาคไหน จังหวัดใดบ้าง

(6) กรรมลิขิตกับพรหมลิขิตต่างกันอย่างไร

<u>ตอนที่ 2 พัฒนาความคิด</u>

นักศึกษาจงพิจารณาแสดงข้อคิดเห็นว่าศาสนาพุทธและศาสนาพราหมณ์- ฮินดูมีอิทธิพลต่อสังคมไทยอย่างไรบ้าง

บทอ่านประกอบ

คนดีในศาสนาพุทธ

คนดีในศาสนาพุทธ ได้แก่คนกตัญญูและกตเวที

กตัญญู คือ การสำนึกถึงบุญคุณของผู้ที่เคยช่วยเหลือหรือทำความดีให้แก่เรา

กตเวที คือ การกระทำความดีตอบแทนผู้ที่เคยมีบุญคุณหรือเคยทำความดีให้แก่เรา

คนโดยมากมักจะมองข้ามความสำคัญที่คนอื่นมีกับตนโดยเฉพาะในเรื่องที่ผ่านพ้น
ไปแล้ว จะเห็นความสำคัญก็ต่อเมื่อตนต้องการความช่วยเหลือจากเขา ยิ่งสิ่งที่มีคุณใน
ธรรมชาติที่เกื้อกูลชีวิตความเป็นอยู่ แทบจะไม่ได้คิดถึงเลย ผู้ที่ระลึกถึงความดีของคนอื่น
หรือสิ่งอื่น และกระทำความดีตอบแทนผู้นั้นหรือสิ่งนั้น จึงนับว่าเป็นคนดี

บทที่ ๑๑

ศิลปกรรมไทย

◄จุดประสงค์การเรียนรู้►

● บอกประเภทงานศิลปกรรมไทยได้

● บอกลักษณะโดดเด่นของงานสถาปัตยกรรม ประติมากรรมและจิตรกรรมของไทย
  อย่างคร่าว ๆ ได้

● บอกวิวัฒนาการของวรรณกรรมไทยอย่างคร่าว ๆ ได้

建筑、雕塑、绘画、戏剧、舞蹈、音乐、文学等共同构筑了泰国独特的艺术文化宝库。

泰式建筑有造型各异的佛堂佛塔，有设计精巧的皇室宫殿，还有反映劳动人民智慧的木质高脚民居。又尖又高的三角墙是泰式建筑的典型标志。

传统雕塑和绘画主要为宗教服务。寺庙壁画默默叙述着佛本生经的故事，而素可泰时期和阿育陀耶时期精美绝伦的佛像造型至今仍震撼着人们的心灵。

泰国古典戏剧与古典舞剧相生相伴，深受印度婆罗门教仪式影响。著名的孔剧汇集了舞蹈、音乐、诗歌等多种艺术形式，其保留剧目《拉玛坚》常演不衰，神猴、罗刹等面具营造了一份神秘色彩。泰国民间舞蹈多为集体舞，节奏欢快，深受大众喜爱。

泰国民族乐器取材于椰壳、竹子、木材等天然材料，打击乐队主要在戏剧表演、布施、葬礼时演奏，弦乐队多用于喜庆活动。

泰国古代文学几乎都是宗教题材的诗歌（韵文）。曼谷王朝初期的译作《三国演义》以及从四世王时期开始接触到的西方文学，推动了泰国现代文学的产生，散文体逐渐取代韵文体成为主要的文学形式。

ชนชาติไทยเป็นชนชาติที่มีเอกลักษณ์ทางศิลปกรรมสูง งานศิลปกรรมถ่ายทอดทาง
อารมณ์ได้ 2 ลักษณะ คือ ถ่ายทอดออกมาเป็นรูปธรรม ได้แก่ สถาปัตยกรรม ประติมากรรม
จิตรกรรม และถ่ายทอดออกมาไม่เป็นรูปธรรม ได้แก่ วรรณกรรม ดนตรี และนาฏศิลป์
การถ่ายทอดทางอารมณ์ทั้ง 2 ลักษณะ ก่อให้เกิดวัฒนธรรมซึ่งเป็นเอกลักษณ์เฉพาะชาติ
ของคนไทย

◇สถาปัตยกรรม◇

สถาปัตยกรรมไทยมีทั้งที่สร้างขึ้นเพื่อการบำรุงพระพุทธศาสนา เช่น โบสถ์ วิหาร
เจดีย์ มณฑป และสร้างขึ้นเพื่อเป็นการเฉลิมพระราชอิสริยยศพระมหากษัตริย์ เช่น พระ
ราชวัง หมู่พระมหามนเทียร พระมหาปราสาท พระที่นั่งต่าง ๆ ตลอดจนหอและอาคารอื่น ๆ
สิ่งก่อสร้างเหล่านี้ล้วนสะท้อนให้เห็นถึงอารยธรรมของชาติไทยซึ่งสืบต่อมาจากอดีต

พระมณฑปวัดพระพุทธบาท
จว.สระบุรี

พระปฐมเจดีย์ จว.นครปฐม

พระที่นั่งไอศวรรย์ทิพยอาสน์
จว.พระนครศรีอยุธยา

สถาปัตยกรรมไทยอันลือชื่อมีมากมาย เช่น พระที่นั่งไอศวรรย์ทิพยอาสน์ในพระ
ราชวังบางปะอินจังหวัดพระนครศรีอยุธยา พระวิหารวัดสุทัศน์เทพวรารามและพระอุโบ-
สถวัดเบญจมบพิตรดุสิตวนารามในกรุงเทพมหานคร ฯลฯ

สถาปัตยกรรมไทยที่เด่นอีกอย่างหนึ่ง ได้แก่ เรือนไทย ซึ่งเป็นสถาปัตยกรรม
พื้นบ้าน ลักษณะของสถาปัตยกรรมพื้นบ้านจะมีความสัมพันธ์กับสภาพภูมิประเทศ ดินฟ้า
อากาศ ทรัพยากรธรรมชาติในเขตของท้องถิ่น ฯลฯ

เรือนไทยมีลักษณะพิเศษ คือ สร้างด้วยไม้ มีเสา ยกพื้นสูง มีใต้ถุนโล่ง ใช้เป็นที่
ทำงานและเก็บเครื่องมือเครื่องใช้ต่าง ๆ ถ้าเป็นเรือนริมน้ำก็ใช้เป็นที่จอดเรือ มีหลังคาชัน

114

และมีจั่วสูงสำหรับระบายอากาศ มีหลังคายื่นยาวเพื่อป้องกันฝนสาด และถ้าเป็นเรือนชนิด
ถาวร จะมีชานเรือนเพื่อประโยชน์ใช้สอยนานาชนิด

เรือนไทยประเภทต่างๆ

ปัจจุบันนี้ คนไทยนิยมสร้างบ้านด้วยอิฐหรือปูนตามแบบตะวันตกเพื่อความสะดวกใน
การหาวัสดุก่อสร้าง และให้สอดคล้องกับวิถีการดำรงชีวิตในสังคมธุรกิจการค้าและ
อุตสาหกรรม

บ้านเรือนคนไทยยุคปัจจุบัน   **หมู่บ้านจัดสรร**

◇ประติมากรรม◇

ประติมากรรมได้แก่ผลงานศิลปะที่แสดงออกโดยกรรมวิธีการปั้น การแกะสลัก การ
หล่อ หรือการประกอบเข้าเป็นรูปทรง 3 มิติซึ่งมีแบบอย่างเป็นของไทยโดยเฉพาะ วัสดุที่ใช้
ในการสร้างมักจะเป็น ดิน ปูน หิน อิฐ โลหะ ไม้ งาช้าง เขาสัตว์ กระดูก ฯลฯ
ประติมากรรมไทยส่วนใหญ่เน้นเนื้อหาทางศาสนาและมักปรากฏอยู่ตามวัดและวัง
เมื่อพิจารณาภาพรวมของประติมากรรมไทย อาจแบ่งออกเป็น3ประเภท คือ ประติมากรรม

รูปเคารพ ประติมากรรมตกแต่งและประติมากรรมเพื่อประโยชน์ใช้สอย ทั้งนี้ ประติมา-
กรรมรูปเคารพเป็นประติมากรรมเพื่อสักการะบูชาและเพื่อแสดงความเชื่อทางศาสนา
โดยเฉพาะพระพุทธศาสนา แบ่งได้เป็น 2 ประเภท คือ ประติมากรรมรูปคนและประติมา-
กรรมรูปสัญลักษณ์

ประติมากรรมสมัยสุโขทัย   **ภาพแกะสลักไม้**   **เศียรนาค ในวัดพระแก้ว**

◇จิตรกรรม◇

จิตรกรรมได้แก่ภาพเขียน ส่วนใหญ่จะเป็นภาพเขียนด้วยสีตามผนังโบสถ์ วิหาร
ศาลาการเปรียญ เพื่อประดับตกแต่งภายในให้เกิดความสวยงาม

นับแต่โบราณกาลจนถึงปัจจุบัน การเขียนรูปภาพจิตรกรรมในประเทศไทยมักเขียน
ขึ้นเพื่อนำมาใช้อธิบาย พรรณนาหรือลำดับเรื่องราวเกี่ยวกับศาสนา โดยเฉพาะเกี่ยวกับพุทธ
ประวัติ การพรรณนาและลำดับเรื่องอดีตชาติของพระพุทธเจ้าเมื่อยังเสวยชาติเป็นพระ
โพธิสัตว์ หรืออธิบายความเชื่อและเหตุผลแห่งหลักธรรมต่าง ๆ ให้คนทั่วไปเกิดความ
เข้าใจและยอมรับได้โดยง่าย นอกจากนั้น ยังแสดงพฤติกรรมและความเป็นไปในวิถีชีวิต
ของคนไทย

ภาพเขียนกลุ่มขุนนางในราชสำนัก   **จิตรกรรมฝาผนังเรื่องรามเกียรติ์ วัดพระแก้ว**

◇นาฏศิลป์◇

นาฏศิลป์เป็นศิลปะการละครและการฟ้อนรำ นาฏศิลป์ไทยอาจแบ่งออกได้เป็น 2 ประเภท คือ ประเภทที่เป็นแบบแผนในลักษณะประเพณี และประเภทที่เป็นนาฏศิลป์พื้นบ้าน เชื่อกันว่าไทยได้แบบอย่างการฟ้อนรำมาจากอินเดีย นาฏศิลป์แบบแผนเป็นเรื่องของพิธีกรรม การประกอบพิธีเกี่ยวกับเทพเจ้า การบูชาเทพเจ้า การแสดงเรื่องราวที่ศักดิ์สิทธิ์เกี่ยวกับพระเจ้า เช่น รามเกียรติ์และอื่น ๆ ส่วนนาฏศิลป์พื้นบ้านมีวัตถุประสงค์สร้างความบันเทิงใจ มีเนื้อหาที่รวดเร็วและสอดคล้องกับสภาพสังคม นาฏศิลป์ไทยที่นิยมกันแพร่หลายในปัจจุบัน ได้แก่ การฟ้อนรำ ละคร โขน และลิเก

รำวง

หัวโขน

◇ ดุริยางค์ศิลป์◇

ดุริยางค์ศิลป์หรือดนตรีของไทยเกิดจากการเลียนแบบธรรมชาติ โดยใช้วัสดุที่มีอยู่ในท้องถิ่นมาประดิษฐ์เป็นเครื่องดนตรี เช่น ทำซออู้จากกะลามะพร้าว ทำขลุ่ยจากไม้ไผ่ ทำระนาดจากไม้เนื้อแข็ง ฯลฯ ดนตรีไทยใช้เครื่องดนตรีหลายชนิด มีทั้งดีด สี ตี เป่า ซึ่งแบ่งออกได้เป็น 3 ประเภท คือ วงปี่พาทย์ วงเครื่องสาย และวงมโหรี

วงปี่พาทย์ ใช้ประกอบการแสดงต่าง ๆ เช่น โขน ละครและลิเก เล่นในงานฉลอง งานทำบุญเลี้ยงพระ งานศพ เป็นต้น ใช้เครื่องตีและเครื่องเป่าเป็นหลัก

วงเครื่องสาย นิยมใช้บรรเลงขับกล่อมในงานมงคล เช่น งานแต่งงาน และใช้บรรเลงทั่ว ๆไป ประกอบด้วยเครื่อง

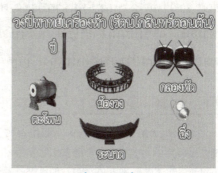

วงปี่พาทย์เครื่องห้า

ดีดและสีเป็นหลัก เช่น ซอ จะเข้ ขลุ่ย เป็นต้น

วงมโหรี ใช้บรรเลงในงานมงคลและงานฉลองต่าง ๆ ประกอบด้วยเครื่องดนตรีผสม กันระหว่างวงปี่พาทย์และวงเครื่องสาย

◇วรรณกรรม◇

วรรณกรรมไทยเริ่มมีมาตั้งแต่สมัยสุโขทัยภายหลังจากการคิดประดิษฐ์อักษรไทย ขึ้น โดยทั่วไป คนไทยถือว่าวรรณกรรมไทยเรื่องแรกคือ ศิลาจารึกหลักที่ 1

วรรณกรรมไทยมีทั้งประเภทร้อยแก้วและร้อยกรอง ในสมัยสุโขทัย สมัยอยุธยา และสมัยรัตนโกสินทร์ตอนต้น วรรณกรรมไทยส่วนใหญ่เป็นวรรณกรรมประเภทร้อยกรอง เนื้อหาของวรรณกรรมได้รับอิทธิพลมาจากพระพุทธศาสนาและวรรณกรรมของอินเดีย เช่นไตรภูมิพระร่วงในสมัยสุโขทัย มหาชาติคำหลวงในสมัยอยุธยา บทละครเรื่องรามเกียรติ์ มหาเวสสันดรชาดก[1] ในสมัยรัตนโกสินทร์

ในสมัยรัตนโกสินทร์ตอนต้น ไทยได้ติดต่อค้าขายกับประเทศจีนมากขึ้น จึงได้ นำเอาวรรณกรรมของจีนมาแปล เช่น สามก๊ก ไซฮั่น เป็นต้น

ในสมัยรัชกาลที่ 4 แห่งกรุงรัตนโกสินทร์ วรรณกรรมไทยได้รับอิทธิพลจาก ประเทศตะวันตก เริ่มมีวรรณกรรมประเภทร้อยแก้วมากขึ้น ครั้นถึงสมัยรัชกาลที่ 5 วรรณกรรมไทยได้รับอิทธิพลจากประเทศตะวันตกอย่างครบครัน มีวรรณกรรมที่เป็นสาร คดีตามแนวตะวันตกหลายประเภท เช่น สารคดีท่องเที่ยว ชีวประวัติ บทความ ฯลฯ และ วรรณกรรมร้อยแก้วประเภทบันเทิงคดีเกิดขึ้นด้วย ได้แก่ เรื่องสั้นและนวนิยาย

---

[1] มหาเวสสันดรชาดก又名มหาชาติชาดก，指维善塔拉本生经，在我国傣族地区称作 "维先达腊本生经"，讲述佛陀前世第十次转世为善施太子时乐善好施的故事，共有十三章。เวสสันดร，善施太子，也有人译为须大拏太子、须大拿太子。诵讲维善塔拉本生经，泰语叫作เทศน์มหาชาติ。

ปัจจุบันนี้ การติดต่อสื่อสารกับประเทศต่าง ๆ ทั่วโลกเป็นไปอย่างรวดเร็ว การพิมพ์มีความเจริญก้าวหน้ามากขึ้น ทำให้วรรณกรรมไทยเปลี่ยนแปลงไปอย่างรวดเร็ว มีวรรณกรรมประเภทต่าง ๆ อย่างหลากหลาย และวรรณกรรมประเภทร้อยแก้วได้รับความนิยมมากกว่าประเภทร้อยกรอง

คำศัพท์

ศิลปกรรม 艺术

เอกลักษณ์ 特色

ถ่ายทอด 传达；表达

อารมณ์ 感情；心情

รูปธรรม 具体

วรรณกรรม 文学

ดนตรี 音乐

นาฏศิลป์(นา-ตะ-สิน) 戏剧艺术

โบสถ์ 佛殿；佛堂；教堂

วิหาร 佛堂

เจดีย์ 塔

มณฑป(มน-ดบ) 带尖顶的四方形屋顶建筑样式

พระราชอิสริยยศ 尊贵；显要

พระราชวัง 皇宫；宫殿

มนเทียร 宫殿

พระมหาปราสาท 宫殿

พระที่นั่ง 宫殿；王殿

อารยธรรม 文明

พระราชวังบางปะอิน 挽巴因宫（行宫）

วัดสุทัศน์เทพวราราม 善见寺；素泰寺（简称“วัดสุทัศน์ฯ”）

วัดเบญจมบพิตรดุสิตวนาราม 云石寺；大理石寺（简称“วัดเบญจมบพิตร”）

เรือนไทย 泰式高脚屋

ใต้ถุน 高脚屋底下

โล่ง 开阔

ชัน 陡

จั่ว（屋顶的）三角墙

ระบาย 排出

ชาน 延伸部分；（高脚屋的）凉台

สอดคล้อง 符合 一致

ปั้น 塑；塑造

แกะสลัก 雕刻

หล่อ 铸；铸造

มิติ 维；度

ตกแต่ง 装饰

จิตรกรรม 美术；绘画

ศาลาการเปรียญ 佛堂

พรรณนา 描绘；描写

พุทธประวัติ 佛史

เสวย 统治

พระโพธิสัตว์ 菩萨

ละคร 戏；戏剧

ฟ้อนรำ 舞蹈；跳舞

แบบแผน 经典

พื้นบ้าน 民间

โขน 泰国的一种古典剧

ลิเก 泰国民间古典戏剧

ดุริยางค์ศิลป์ 音乐

ซอ 琴；胡琴

ซออู้ 二胡

กะลา 半拉椰壳

ขลุ่ย 笛子

ระนาด 木琴

ดีด 弹

สี 拉（琴）

ตี 敲；打击

เป่า 吹

วงปี่พาทย์ 泰国民族乐队（以吹奏和打击乐器为主）

วงเครื่องสาย 泰国民族弦乐队

วงมโหรี 民族管弦乐队（วงมโหรีเครื่องใหญ่指大型管弦乐队）

เครื่องตี 打击乐器

เครื่องเป่า 吹奏乐器

บรรเลงขับกล่อม 演奏

จะเข้ 筝

ร้อยแก้ว 散文

ร้อยกรอง 韵文

ไตรภูมิพระร่วง 三界经

มหาชาติคำหลวง 大世赋

สามก๊ก 三国

ไซฮั่น 西汉

สารคดี 非小说类文学作品；写实文学

บันเทิงคดี 小说；虚构的文学作品

เรื่องสั้น 短篇小说

นวนิยาย 长篇小说

แบบฝึกหัด

จงเติมคำลงในช่องว่างเพื่อให้ได้ข้อความถูกต้องสมบูรณ์

(1) งานศิลปกรรมไทยที่ถ่ายทอดออกมาเป็นรูปธรรม ได้แก่ สถาปัตยกรรม _____ และประติมากรรม

(2) สถาปัตยกรรมไทยมีส่วนหนึ่งสร้างขึ้นเพื่อการบำรง _____

(3) สถาปัตยกรรมพื้นบ้านของไทย ได้แก่ _____

(4) ประติมากรรมไทยส่วนใหญ่ปรากฏตาม _____ และ _____

(5) นาฏศิลป์ไทยที่นิยมกันแพร่หลายในปัจจุบัน ได้แก่ การฟ้อนรำ ละคร _____ และลิเก

(6) วงดนตรีไทยแบ่งออกได้เป็น 3 ประเภท ได้แก่ วงปี่พาทย์ วงเครื่องสาย และ _____

(7) วรรณกรรมไทยเรื่องแรก คือ _____

(8) วรรณกรรมจีนเรื่องสามก๊กแปลเป็นภาษาไทยในสมัย _____ ของไทย

กิจกรรม

1. ให้นักศึกษาร่วมกันจัดหาภาพเกี่ยวกับสถาปัตยกรรม ประติมากรรมและจิตรกรรมไทย เพื่อนำมาเป็นข้อมูลสำหรับการเสริมการเรียนรู้ลักษณะเด่นชัดของสถาปัตยกรรม จิตรกรรม และประติมากรรมของไทย

2. ให้นักศึกษาร่วมกันจัดหาวิดีทัศน์ทางด้านนาฏศิลป์และดุริยางค์ศิลป์ของไทย เพื่อนำมา เป็นข้อมูลสำหรับการเสริมการเรียนรู้ลักษณะทั่วไปของนาฏศิลป์และดุริยางค์ศิลป์ของไทย

3. จัดงานนิทรรศการศิลปกรรมไทยในมหาวิทยาลัย

บทอ่านประกอบ(๑)

หน้าบัน

สถาปัตยกรรมแบบไทยเดิมจะพิถีพิถันกับการประดับประดาหลังคามาก ถ้าหาก เป็นอุโบสถในวัดหลวง ยอดหลังคาที่ทำเป็นชั้นลดนั้น ส่วนใหญ่เป็นแบบ 3 ชั้น ตัวไม้ ที่ติดอยู่ตรงหน้าบัน รูปคล้ายหัวนาคชูขึ้น เรียกว่าช่อฟ้า ไม้รับกระเบื้องหลังคาเรียกว่า ใบระกา ส่วนปลายของลำยองที่มีรูปหัวนาคเรียงซ้อนกัน เรียกว่า หางหงส์

ช่อฟ้า 龙首状饰物   **ใบระกา** 龙鳞状饰物   **หางหงส์** 凤尾状饰物

บทอ่านประกอบ(๒)

นาค

    นาคหรือพญานาค เป็นงูขนาดใหญ่ มีหงอน ประเทศไทยมีความเชื่อเรื่องพญานาค ซึ่งเป็นความเชื่อมาจากอินเดียโดยถือกันว่านาคเป็นเทวดาดูแลรักษาน้ำ จะให้ฝนตกหรือไม่ ตกก็ได้ นาคจึงเป็นสัญลักษณ์แห่งความยิ่งใหญ่ ความอุดมสมบูรณ์และความมีวาสนา ใน ประเทศไทยยังมีคตินิยมที่ว่านาคเป็นสะพานหรือสายรุ้งที่เชื่อมโลกมนุษย์กับสวรรค์ ฉะนั้น นาคจึงเป็นส่วนประกอบที่สำคัญทางสถาปัตยกรรมไทยโดยเฉพาะตามอาคารวัดต่างๆ มัก จะเห็นสัญลักษณ์ที่เกี่ยวกับนาคได้เสมอ

บทอ่านประกอบ(๓)

ศาลาการเปรียญ

ศาลาการเปรียญเป็นอาคารอเนกประสงค์ในบริเวณวัดเพื่อใช้ประกอบกิจกรรมต่างๆ
ทางพุทธศาสนา แต่เดิมนั้น ใช้เป็นสถานที่เพื่อการเรียนของสงฆ์เท่านั้น

อเนกประสงค์	多功能的

บทที่ ๑๒

ประเพณีไทย (๑)

➡ จุดประสงค์การเรียนรู้ ➡

- จำแนกประเภทของประเพณีได้
- บอกประเพณีเกี่ยวกับชีวิตของคนไทยโดยสังเขปได้
- บอกประเพณีเกี่ยวกับเทศกาลของคนไทยโดยสังเขปได้

泰国的传统文化体现在生活习俗、节日习俗、宗教习俗、服装、饮食、体育竞技等多个方面。

泰国人从出生、成年、出家到嫁娶、丧葬有一套完备的人生仪礼。过去新生儿满月后有剃胎发、命名仪式，儿童时期留顶髻，进入少年时则举办剃顶髻礼。现在男性佛教徒一生至少出家一次，为父母积德修福，剃度仪式非常隆重。结婚通常有求婚、下聘订婚、婚礼宴请、入洞房、铺床等程序。丧葬则有浴尸、洒水、入殓、诵经、火化、安放骨灰等过程。

泰国传统节日包括宋干节、水灯节、秋节等。每年的 4 月 13—15 日是泰国的传统新年宋干节，期间人们访亲探友，泼水狂欢。水灯节在泰阴历 12 月 15 日，夜幕降临后人们在皎洁的月光下漂放水灯，祝愿祈福。

每年阴历 8 月 16 日—11 月 15 日，泰国的僧侣将守夏安居三个月，入夏节前是泰国男子出家高峰。守夏结束后的一个月为敬献伽亭僧衣时间，可为寺庙捐助功德。

由于佛教的深远影响，佛教仪式和活动是泰国人生活习俗和节日习俗中不可缺少的组成部分，包括拜佛、布施、斋僧、听经、巡烛、放生、行洒水礼等。

> **ธรรมเนียมประเพณี** ประเพณีเกี่ยวกับเรื่องธรรมดาสามัญของคนทั่วไปในสังคม เช่น
> มารยาทการยืน เดิน นั่ง นอน กินอยู่ หลับนอน พูดจา และประเพณีการแต่งกาย เป็นต้น
> **ขนบประเพณี** ประเพณีที่ปฏิบัติกันเป็นแบบแผน เช่น การบวช การแต่งงาน
> **จารีตประเพณี** ประเพณีเกี่ยวกับศีลธรรม เช่น การทดแทนบุญคุณบิดามารดา

     ประเพณี คือแนวทางปฏิบัติที่คนในแต่ละสังคมยึดถือและสืบทอดกันมา ด้วยเห็นว่า
เป็นสิ่งถูกต้องดีงาม ทำให้การอยู่ร่วมกันเป็นปกติสุขและเกิดประโยชน์ทั้งต่อตนเองและ
ส่วนรวม ประเพณีมีหลายอย่างหลายแง่ ได้แก่ ธรรมเนียมประเพณี ขนบประเพณีและจารีต
ประเพณี ต่อไปจะกล่าวเฉพาะขนบประเพณีของคนไทยเท่านั้น

◇ประเพณีเกี่ยวกับชีวิต◇

ประเพณีการเกิด

     สมัยก่อน เมื่อเด็กคลอดมาได้ 3 วัน จะมีการทำขวัญวัน
เพื่อป้องกันผี และรับขวัญเพื่อเป็นสิริมงคล เมื่ออายุครบ 1
เดือน ก็มีพิธีทำขวัญเดือน โกนผมไฟและตั้งชื่อ พอย่างเข้าสู่
วัยรุ่น คือเด็กชายอายุ 13 ปี เด็กหญิงอายุ 11 ปี จะมีพิธีโกนจุก
เพื่อเป็นสิริมงคลในการเปลี่ยนวัยเด็กเข้าสู่วัยรุ่น

เด็กไทยไว้จุก

     ประเพณีการเกิดที่ยังนิยมทำกันอยู่คือการทำบุญอายุหรือ
การทำบุญวันเกิด มีทั้งที่ทำทุกปีและทำเฉพาะรอบปีนักษัตรหรือครบรอบ 12 ปี โดยเฉพาะ
วันที่อายุครบ 5 รอบ คือ 60 ปีบริบูรณ์ วิธีปฏิบัติในการทำบุญวันเกิดมีหลายอย่าง เช่น ตัก
บาตรพระสงฆ์ บำเพ็ญกุศลอุทิศแก่บรรพบุรุษก่อนแล้วบำเพ็ญกุศลเนื่องในวันเกิด ถวาย
สังฆทาน ทำทานช่วยชีวิตสัตว์ เช่นปล่อยนก ปล่อยปลา ฯลฯ

ประเพณีการบวช

     การบวชในสมัยก่อนก็คือการส่งเด็กเข้าโรงเรียนนั่นเอง
เพราะก่อนสมัยรัชกาลที่ 5 เมืองไทยยังไม่มีระบบโรงเรียน
     การบวชมี 2 อย่าง คือ การบวชเป็นสามเณรเมื่ออายุครบ

20 ปี..ที่แม่รอคอย

7 ขวบ และการบวชเป็นพระภิกษุเมื่ออายุครบ 20 ปีบริบูรณ์ ระหว่างที่บวชอยู่นั้น ต้องศึกษา
พระธรรมวินัยและฝึกฝนตนเองให้มีความรู้ เพื่อเป็นการเตรียมตัวที่จะทำหน้าที่เป็นหัวหน้า
ครอบครัวและเป็นพลเมืองดีเมื่อสึกจากพระแล้ว

          ปัจจุบันแม้จะมีระบบโรงเรียนแล้ว แต่การบวชยังมีความสำคัญอยู่ เพราะคนไทยมี
ความเชื่อว่าการบวชเป็นการสืบทอดพระพุทธศาสนาและเป็นการทดแทนบุญคุณบิดา
มารดา สมัยก่อน คนไทยนิยมบวชครบพรรษาในช่วงฤดูฝน แต่ปัจจุบันนี้ นิยมบวชตาม
ประเพณีระยะ 15 - 30 วัน บางทีระยะสั้นๆ เพียง 3-7 วันก็ได้

          การบวชพระ คนไทยมักจะจัดงานกันใหญ่โต มีพิธีกรรมประกอบหลายอย่าง เช่น
พิธีลาบวช พิธีปลงผม พิธีสู่ขวัญนาค พิธีแห่นาค อย่างไรก็ตาม พิธีใหญ่โตและยืดยาวใน
สมัยก่อนนั้นได้มีการเปลี่ยนแปลงไปบ้างแล้ว ใช้เวลาจัดงานน้อยลงและประหยัดมากขึ้น

การบวชเณร

ขบวนแห่นาคในพิธีบวชพระ

ประเพณีการแต่งงาน

          การแต่งงานเป็นพิธีสำหรับชายหญิงที่จะครองคู่กัน คือเปลี่ยนจากคนโสดเป็นคนมี
ครอบครัว

          ขั้นตอนการแต่งงานเริ่มต้นจากการที่ฝ่ายชายจัดผู้ใหญ่ที่เรียกกันว่า"เฒ่าแก่"ไปทาบ
ทามสู่ขอ เมื่อฝ่ายหญิงยินยอม ก็จะกำหนดนัดหมายให้ฝ่ายชายจัดขันหมากหมั้น นำ
สินสอดทองหมั้นไปมอบให้ฝ่ายหญิง เป็นสัญญาว่า จะแต่งงานกันแน่นอน ไม่กลับถ้อย
คืนคำ เมื่อถึงวันแต่งงานตามฤกษ์ยามที่หาเอาไว้ ตอนเช้ามีการทำบุญเลี้ยงพระ เจ้าบ่าว
เจ้าสาวตักบาตรร่วมกัน ตกเย็นก็มีการเชิญแขกมารดน้ำอวยพร หลังจากนั้น ก็มีการเลี้ยง
อาหารแขกที่มาในงาน

          เมื่อได้ฤกษ์ส่งตัวเจ้าสาว เจ้าบ่าวนำดอกไม้ ธูปเทียนแพ ใส่พานไปไหว้บิดามารดา

เจ้าสาว บางแห่งก็ไหว้พร้อมทั้งบิดามารดาเจ้าบ่าวด้วย จากนั้นฝ่ายเจ้าสาวจะขอให้ผู้ใหญ่ซึ่ง
เป็นคู่สามีภรรยาที่เตรียมเชิญไว้ล่วงหน้าแล้ว เป็นผู้ปูที่นอนเอาฤกษ์ เรียกกันว่า ฤกษ์เรียง
หมอน เสร็จแล้วก็ให้ศีลให้พรแก่คู่บ่าวสาว เป็นเสร็จพิธี

พิธีแต่งงาน

ประเพณีงานศพ

เมื่อสมาชิกคนใดคนหนึ่งในครอบครัวเสียชีวิตไป คนในครอบครัวนั้นก็จะแจ้งให้
ญาติมิตรทราบเพื่อมาร่วมงานศพ ซึ่งมักมีขั้นตอนตามลำดับ คือ การอาบน้ำศพ การรดน้ำ
ศพ การตราสังบรรจุศพ การสวดพระอภิธรรม การทำบุญหน้าศพ การเผาศพและการเก็บอัฐิ
ในสมัยก่อน คนไทยมักจะเก็บศพไว้ระยะหนึ่งก่อน หลังจากนั้นจึงนำไปเผา แต่ใน
ปัจจุบัน ไม่นิยมแล้ว และถ้าจะเก็บไว้ก็เก็บไว้ไม่นาน ส่วนมากจะทำการเผาหลังจากที่สวด
พระอภิธรรม 3-7 วัน เมื่อเผาแล้วก็จะมีพิธีเก็บอัฐิ นำไปบรรจุไว้ตามเจดีย์ในวัด หรือไม่ก็
เก็บไว้ที่บ้าน
พิธีงานศพในแต่ละภูมิภาคของไทยอาจแตกต่างกันไปบ้าง แต่แนวปฏิบัติส่วนใหญ่
มักคล้ายๆ กัน คนไทยยังมีความเชื่อเหมือน ๆ กันว่า บรรพบุรุษที่ตายไปแล้ว วิญญาณยังคง
มีอยู่ และวนเวียนคอยคุ้มครองป้องกันลูกหลาน ดังนั้น จึงทำให้เกิดประเพณีการทำบุญอุทิศ
ส่วนกุศลไปให้ผู้ที่ตายไปแล้ว

การรดน้ำศพ   การสวดพระอภิธรรม

◇ประเพณีเกี่ยวกับเทศกาล◇

ประเพณีวันสงกรานต์

วันสงกรานต์เป็นวันปีใหม่ตามประเพณีเดิมของไทยตั้งแต่สมัยสุโขทัยก่อนที่ทาง-
การจะกำหนดให้วันที่ 1 มกราคมเป็นวันปีใหม่แทนเมื่อปี ค.ศ.1940

เทศกาลสงกรานต์มี 3 วัน เริ่มตั้งแต่วันที่ 13 จนถึงวันที่ 15 เมษายน กิจกรรมที่จะ
ปฏิบัติในวันสงกรานต์มีการทำบุญตักบาตร การปิดทององค์พระ การปล่อยนกปล่อยปลา
การสรงน้ำพระพุทธรูปพระสงฆ์ การรดน้ำดำหัวผู้ใหญ่ การเล่นสาดน้ำ ตลอดจนการขน
ทรายเข้าวัดและการก่อพระเจดีย์ทราย ฯลฯ

ปัจจุบัน ชาวไทยยังนิยมประเพณีสงกรานต์ แต่จุดมุ่งหมายเพื่อกิจกรรมการบันเทิง
ความสนุกสนาน การได้ไปเยี่ยมพ่อแม่และญาติพี่น้อง มีมากกว่าจุดมุ่งหมายอย่างอื่น

ประเพณีวันสารท

วันสารทหรือวันสารทเดือนสิบเป็นวันทำบุญอุทิศส่วนกุศลให้บิดามารดาปู่ย่าตายาย
และญาติทั้งหลายที่ล่วงลับไปแล้ว เทศกาลวันสารทตรงกับวันแรม 15 ค่ำ เดือน 10 ในภาค
กลางจะมีขนมกระยาสารทกับกล้วยไข่เป็นสัญลักษณ์ ส่วนภาคใต้มีขนมพอง ขนมลา ขนม
สะบ้าและขนมดีซำเป็นสัญลักษณ์

ประเพณีลอยกระทง

เชื่อกันว่าประเพณีลอยกระทงสืบมาจากประเพณีการลอยพระประทีปของพวก
พราหมณ์ในอินเดีย ต่อมาไทยได้นำมาดัดแปลงจนเป็นประเพณี ซึ่งมีความหมายอย่างหลาก
หลายตามความเชื่อของแต่ละท้องถิ่น เช่น ลอยกระทงเพื่อขอบคุณพระแม่คงคาที่อำนวย
ประโยชน์ต่างๆแก่มวลชนมนุษยชาติ กราบขอขมาต่อพระแม่คงคาที่ทิ้งสิ่งปฏิกูลลงแม่น้ำ
หรือเพื่อเป็นการลอยเคราะห์ ลอยเหตุการณ์ร้ายๆที่ผ่านมาให้ผ่านพ้นไป

การลอยกระทงจัดในวันเพ็ญเดือน 12 ของทุกปี ผู้คนทั่วประเทศจะพากันฉลอง
เทศกาลลอยกระทงอย่างสนุกสนานรื่นเริงตามลำน้ำทั่วไป จะมีกระทงรูปดอกบัว มีเทียน
จุดอยู่ข้างในลอยไปตามน้ำ มองเห็นระยิบระยับสวยงามมาก

ประเพณีลอยกระทงเป็นกิจกรรมที่สามารถทำร่วมกันได้ทั้งครอบครัว เป็นการ
แสดงออกถึงความกตัญญู รู้จักสำนึกถึงคุณค่าของน้ำที่ใช้อุปโภคบริโภคทุกวัน นับเป็นสิ่ง
ที่สะท้อนถึงวัฒนธรรมที่ดีงามอย่างหนึ่งของไทย

การลอยกระทง

การลอยกระทงสาย

◇ประเพณีทางพระพุทธศาสนา◇

พระพุทธศาสนามีวันสำคัญที่พุทธศาสนิกชนประกอบกิจกรรมเป็นประเพณีสืบต่อกันมา ได้แก่ ประเพณีวันวิสาขบุชา วันมาฆบูชา วันอาสาฬหบูชา ประเพณีทอดกฐิน ประเพณีเข้าพรรษาและออกพรรษา

ประเพณีเข้าพรรษา

ประเพณีการเข้าพรรษา คือการที่พระภิกษุอยู่ประจำในวัดเป็นเวลา 3 เดือน ระหว่างวันแรม 1 ค่ำ เดือน 8 ซึ่งเป็นวันต่อจากวันอาสาฬหบูชา ถึงวันขึ้น 15 ค่ำ เดือน 11

มูลเหตุที่มีการเข้าพรรษา คือ ในสมัยพุทธกาล พระภิกษุได้จาริกไปยังสถานที่ต่าง ๆ ครั้นถึงฤดูฝน ก็ได้ไปเหยียบข้าวกล้าที่ชาวบ้านปลูกไว้ให้ได้รับความเสียหาย เมื่อพระพุทธเจ้าทรงทราบ จึงได้ทรงบัญญัติให้พระภิกษุอยู่จำพรรษาเป็นเวลา 3 เดือนในช่วงฤดูฝน การที่พระสงฆ์มีเวลาอยู่ประจำที่เป็นเวลานานเช่นนี้ ทำให้มีเวลาศึกษาและปฏิบัติธรรมมากขึ้น

ในปัจจุบัน พุทธศาสนิกชนก็ยังนิยมให้บุตรหลานบวชเป็นพระภิกษุเพื่อจำพรรษา ซึ่งเชื่อว่าจะได้รับอานิสงส์มาก เป็นการเพิ่มศรัทธาในพระพุทธศาสนายิ่งขึ้น ฤดูเข้าพรรษาทุกปี จะมีอุบาสกอุบาสิกาจำนวนมากไปทำบุญและปฏิบัติธรรมที่วัดเป็นประจำตลอด 3 เดือน

ประเพณีออกพรรษา

วันออกพรรษาเป็นวันสิ้นสุดการจำพรรษาของพระสงฆ์ ตรงกับวันขึ้น 15 ค่ำ เดือน 11 ซึ่งนับแต่วันนี้เป็นต้นไป พระภิกษุสามารถไปไหนมาไหนได้ตามความจำเป็นและที่เห็นสมควร

ในช่วงการออกพรรษา มีประเพณีหลายอย่างที่นิยมทำสืบกันมา บางอย่างก็ทำกันอย่างกว้างขวางทั่วประเทศ เช่นการทอดกฐิน บางอย่างก็ทำกันเฉพาะในท้องถิ่นหรือภูมิภาค เช่น ประเพณีตักบาตรเทโวและพิธีรับพระในภาคกลาง ประเพณีการชักพระในภาคใต้

ประเพณีการทอดกฐินทอดผ้าป่า

การทอดกฐินเป็นบุญประเพณีที่ทำกันหลังจากการออกพรรษาโดยถวายผ้ากฐินแก่พระสงฆ์ เพื่อให้ผลัดเปลี่ยนกับชุดเดิมที่ใช้มาตลอดพรรษา

การทอดกฐินมีการกำหนดระยะตั้งแต่วันแรม 1 ค่ำ เดือน 11 ไปจนถึงกลางเดือน 12 รวมเวลา 1 เดือน จะทอดก่อนหรือหลังจากเขตกฐินนี้ไม่ได้

การจัดงานทอดกฐินนอกจากจะมีการถวายผ้ากฐินแล้ว ในสังคมไทยยังมีธรรมเนียมถวายสิ่งของเครื่องใช้อันเป็นสิ่งจำเป็นสำหรับพระสงฆ์ เงินที่ได้จากการทอดกฐินก็นำไปก่อสร้างหรือบูรณะวัดและอื่นๆ ตามความเห็นชอบของกรรมการวัด

สำหรับการทอดผ้าป่านั้นเป็นพิธีที่เกิดจากการที่พุทธศาสนิกชนเห็นความลำบากที่ภิกษุจะต้องนำเอาผ้าบังสุกุล นำเอาเศษผ้ามาเย็บติดกันเป็นจีวร จึงได้นำผ้าไปทอดหรือทิ้งไว้ตามป่าช้า ตามป่า หรือข้างทางเดิน เมื่อภิกษุสงฆ์มาพบ เห็นว่าเป็นผ้าที่ผู้เป็นเจ้าของทอดอาลัยแล้ว ก็นำเอามาทำเป็นสบงจีวร ต่อมาภายหลังจึงเกิดประเพณีการทอดผ้าป่าขึ้น โดยนำเอาผ้าทอดไว้ตามกิ่งไม้และมีสิ่งของอื่น ๆ ที่จัดไว้ไปทอดด้วย สิ่งต่าง ๆ เหล่านั้นอาจเป็นสบู่ ผงซักฟอก ข้าวสาร น้ำตาล ฯลฯ

การทอดผ้าป่าไม่มีกำหนดระยะเวลาเหมือนทอดกฐิน ทำได้ทุกฤดูกาล แต่นิยมทำกันหลังจากช่วงระยะการทอดกฐิน บางทีจุดประสงค์ก็เพื่อร่วมกันหาเงินสร้างถาวรวัตถุต่างๆ เช่น โบสถ์ วิหาร ศาลาการเปรียญ และอื่น ๆ

การทอดกฐิน

ขอเชิญร่วมเป็นเจ้าภาพทอดกฐินสามัคคี
เพื่อก่อสร้างกำแพงวัด และปฏิสังขรณ์เสนาสนะภายในวัด
และเพื่ออุทิศส่วนกุศลแด่ พล.ท.สุรศักดิ์ โตดุทา
ทอดถวาย ณ วัดนันทรังสิทธิ์ บ้านหนองแคน ต.หนองแคน อ.ปทุมรัตต์ จ.ร้อยเอ็ด
วันที่ 10 - 11 ตุลาคม พ.ศ. 2552

นามผู้บริจาค........................ นามสกุล........................
บ้านเลขที่.............. หมู่ที่.............. บ้าน/ซอย.............. ถนน..............
ตำบล.............. อำเภอ.............. จังหวัด..............
โทรศัพท์.............. จำนวนเงินบริจาค.............. บาท.............. สตางค์

ขออำนาจคุณพระศรีรัตนตรัยและสิ่งศักดิ์สิทธิ์ทั้งหลาย จงดลบันดาลให้ท่านผู้บริจาคและครอบครัว
จงประสพแต่ความสุข ความเจริญ พร้อมด้วย อายุ วรรณะ สุขะ พละ ปฏิภาณ ธนสารสมบัติ ทุกประการเทอญ

ซองกฐิน

คำศัพท์

บวช 出家

คลอด 分娩；出生

โกน 剃；刮

นักษัตร 生肖；属相

บรรพบุรุษ 祖先

สามเณร 沙弥

สึก 还俗

พิธีกรรม 仪式

นาค 已削发准备出家的人

พิธีแห่นาค 游“那伽”仪式

สู่ขอ 求婚

ฤกษ์ 良辰；吉时

พาน 高脚盘

วิญญาณ 灵魂

เทศกาล 节日

วันแรม 下弦日

ศีลธรรม 道德

ทำขวัญวัน 三日招魂仪式

จุก 脑顶髻

บำเพ็ญกุศล 行善

สังฆทาน（献给僧人的）布施品

พลเมือง 公民

สืบทอด 继承；承接

ปลงผม（僧人）削发

พิธีสู่ขวัญนาค 剃度招魂仪式

ทาบทาม 试探；探询

กลับถ้อยคืนคำ 食言；反悔

แพ 排（量词，用于成排物品）

อัฐิ (อัด-ถิ) 骨灰

วนเวียน 盘旋；环绕

วันสารท 秋节

กระยาสารท 秋节甜点（用花生、芝麻、炒米、糖等制成）

กล้วยไข่ 香芽蕉

ประทีป 灯

พระแม่คงคา 河神

ระยิบระยับ 闪烁

ทอดกฐิน 奉献伽亭僧衣

ออกพรรษา 出夏节；解夏节

ข้าวกล้า 稻秧

ประเพณีลอยกระทง 水灯节

ดัดแปลง 改变；改造

ขอขมา 请罪；赔礼

ทอด 献；奉献

เข้าพรรษา 入夏节

จาริก 游历

ปฏิบัติธรรม 修行；实践佛法

จำพรรษา 守夏（僧人在入夏雨季时守庙 3 个月）

อานิสงส์ 功德；善果

อุบาสก 居士

ศรัทธา 信奉；敬仰

อุบาสิกา 女居士

วันขึ้น 15 ค่ำ 阴历 1C 日

ตักบาตรเทโว（阴历 11 月 1C 日举办的）斋僧活动

เขตกฐิน（可以举行献伽亭僧衣礼的）时间期限

ความเห็นชอบ 赞同；赞成

ทอดผ้าป่า 施布礼；施放黄布（因施者多将黄布挂在野外树枝上而得名）

ผ้าบังสุกุล 僧人从尸体上取下的布　　　　　　　จีวร 袈裟

ป่าช้า 坟地；坟场　　　　　　　　　　　　　ถาวรวัตถุ 永久建筑物

แบบฝึกหัด

ตอนที่ 1 ทบทวนความรู้

1. จงเติมคำลงในช่องว่างเพื่อให้ได้ข้อความถูกต้องสมบูรณ์

(1) ประเพณีมีหลายประเภท เช่น ธรรมเนียมประเพณี _____ประเพณี และจารีตประเพณี

(2) สมัยก่อน เด็กไทยมีประเพณี _____ เมื่อเข้าสู่วัยรุ่น ก็จะมีพิธีโกนจุก

(3) วิธีปฏิบัติในการทำบุญวันเกิดมีหลายอย่าง เช่น ตักบาตรพระสงฆ์ ถวาย_____ ทำทานช่วยชีวิตสัตว์ เป็นต้น

(4) การบวชมี 2 อย่าง คือ การบวชเป็น _____ เมื่ออายุครบ 7 ขวบ และเมื่ออายุครบ _____ ปีบริบูรณ์ ก็จะบวชเป็นพระภิกษุ

(5) ประเพณีแต่งงานของสังคมไทยสามารถลำดับขั้นตอนได้ดังนี้ การเกี้ยวพาราสี ➝ การทาบทาม ➝ _____ ➝ การหมั้น ➝ การปลูกเรือนหอ ➝ การแห่ขันหมาก ➝ พิธีรดน้ำ ➝ พิธีส่งตัว

(6) ขั้นตอนพิธีงานศพในเมืองไทย ได้แก่ การอาบน้ำศพ ➝ การรดน้ำศพ ➝ การตราสังบรรจุศพ ➝ การสวดพระอภิธรรม ➝ การทำบุญหน้าศพ ➝ การ_____ ศพ และการเก็บอัฐิ

(7) เทศกาลสงกรานต์เริ่มตั้งแต่วันที่ _____จนถึงวันที่ _____ เมษายน

(8) ประเพณีลอยกระทงจัดในวันเพ็ญ เดือน_____ ของทุกปี

(9) การจำพรรษาจัดในช่วงฤดู _____ มีระยะเวลา _____ เดือน

(10) การทอดกฐินมีการกำหนดเวลา_____ เดือนเท่านั้น

2. จงตอบคำถามต่อไปนี้ด้วยถ้อยคำสั้นๆ

(1) วันสำคัญทางพระพุทธศาสนาที่ถือเป็นประเพณีของสังคมไทยได้แก่วันอะไรบ้าง

(2) ประเพณีเกี่ยวกับชีวิตของคนไทยมีอะไรบ้าง

ตอนที่ 2 พัฒนาความคิด

นักศึกษานำเสนอรายงานหน้าชั้นเรียน เรื่อง

(1) ประเพณีไทยมีบทบาทอย่างไรในการสืบทอดวัฒนธรรมไทย

(2) ประเพณีไทยได้รับอิทธิพลจากศาสนาใดมากที่สุด เพราะเหตุใด

บทอ่านประกอบ(๑)

ประเพณีทางราชการ

ประเพณีทางราชการคือประเพณีที่ทางราชการเป็นผู้กระทำขึ้น จำแนกได้เป็น 2 ประเภท คือ รัฐพิธีและพระราชพิธี

รัฐพิธีเป็นพิธีประจำปีที่ทางราชการกำหนดขึ้น ที่สำคัญ ได้แก่ **พิธีที่ระลึกวันจักรี** (วันที่6เมษายน) และ **พิธีวันพระราชทานรัฐธรรมนูญ** (วันที่10ธันวาคม) มีการชักและประดับธงชาติตามสถานที่ราชการ สำนักงานและอาคารบ้านเรือนทั่วไป

พระราชพิธีนั้นมีมานานแล้ว จัดขึ้นโดยราชสำนัก พระราชพิธีที่สำคัญ ได้แก่

พระราชพิธีฉัตรมงคล ตรงกับวันที่ 5 พฤษภาคมของทุกปี เป็นวันคล้ายวันเสด็จขึ้นเสวยราชสมบัติของพระบาทสมเด็จพระเจ้าอยู่หัวภูมิพลอดุลยเดช เมื่อวันที่ 5 พ.ค. ปี 1951 ในวันนี้พระบาทสมเด็จพระเจ้าอยู่หัวพร้อมด้วยพระบรมวงศานุวงศ์จะประกอบพระราชพิธีในพระบรมมหาราชวัง

พระราชพิธีเฉลิมพระชนมพรรษา วันเฉลิมพระชนมพรรษาพระบาทสมเด็จพระเจ้าอยู่หัวตรงกับวันที่ 5 ธันวาคม ซึ่งถือเป็นวันพ่อแห่งชาติ ส่วนวันเฉลิมพระชนมพรรษาสมเด็จพระบรมราชินีนาถตรงกับวันที่ 12 สิงหาคม ซึ่งถือเป็นวันแม่แห่งชาติ ในสองวันนี้ จะมีการประดับธงชาติ ธงทิวและไฟฟ้า ตามสถานที่ราชการ อาคารบ้านเรือนและหน่วยงานต่างๆ เพื่อแสดงความจงรักภักดี

พิธีถวายสัตย์ปฏิญาณตนและสวนสนามของทหารรักษาพระองค์เนื่องในวันเฉลิมพระชนมพรรษาพระบาทสมเด็จพระเจ้าอยู่หัวฯ

พิธีฉัตรมงคล   登基纪念庆典

พิธีเฉลิมพระชนมพรรษา   寿辰庆典

พระราชพิธีพืชมงคลจรดพระนังคัลแรกนาขวัญ เป็นพระราชพิธีที่ประกอบขึ้นใน
วันพืชมงมลเพื่อเป็นการทำขวัญและเพื่อความอุดมสมบูรณ์ของพืชพันธุ์ธัญญาหาร
ประกอบด้วย 2 พิธี คือ พระราชพิธีพืชมงคลและพระราชพิธีจรดพระนังคัลแรกนาขวัญ
ซึ่งจะจัดติดต่อกัน 2 วัน

พิธีพืชมงคลเป็นพิธีทางสงฆ์ จัดทำเพื่อทำขวัญพืชพันธุ์ต่างๆ ทำกันที่พระอุโบสถ
วัดพระศรีรัตนศาสดาราม(วัดพระแก้ว) ส่วนพิธีจรดพระนังคัลแรกนาขวัญเป็นพิธีทาง
ศาสนาพราหมณ์ ทำกันที่ท้องสนามหลวง

เนื่องจากข้าวเป็นอาหารหลักของคนไทย และเกษตรกรรมก็เป็นอาชีพหลักของคน
ไทยมาตั้งแต่สมัยโบราณ ดังนั้น ประเพณีไทยหลายอย่างมักจะเกี่ยวข้องกับวิถีชีวิตของ
เกษตรกร ตั้งแต่ปีค.ศ.1966 เป็นต้นมา ทางราชการกำหนดให้วันพืชมงมลเป็นวันเกษตรกร
ประจำปี

วันพืชมงคลจะมีขึ้นในเดือนพฤษภาคมของทุกๆปี เพราะเป็นระยะเวลาที่เหมาะสม
ในการเริ่มต้นทำนาในประเทศไทย แต่ไม่มีการกำหนดวันที่แน่นอน เนื่องจากต้องพิจารณา
ฤกษ์ยามที่เหมาะสมในแต่ละปี

วันพืชมงมล	春耕节	พิธีพืชมงคล	吉谷仪式
พิธีจรดพระนังคัลแรกนาขวัญ	春耕礼	วัดพระแก้ว	玉佛寺

บทอ่านประกอบ(๒)

การถวายสังฆทาน

การถวายสังฆทานหมายถึงการถวายทานสิ่งของแก่สงฆ์โดยมิได้เจาะจงแก่ภิกษุรูป

ใดรูปหนึ่ง เป็นการถวายกลางๆ ให้สงฆ์เฉลี่ยกันใช้สอย คนไทยเชื่อกันว่าการทำบุญแบบถวายสังฆทานเป็นการทำทานที่ได้บุญมาก

ของที่จะถวายสังฆทาน มักเป็นอาหารและสิ่งของที่จำเป็นสำหรับภิกษุสามเณร เช่น สบง จีวร ผ้าเช็ดตัว แปรงสีฟัน ยาสีฟัน สบู่ เครื่องกระป๋อง นม อาหารแห้ง เป็นต้น รวมถึงชา กาแฟ โอวัลติน และเงิน ตามความจำเป็นและตามความพอใจของผู้ที่จะทำสังฆทาน จะมากหรือน้อยอย่างไรตามแต่สมควร

พิธีการถวายสังฆทาน

บทที่ ๑๓

ประเพณีไทย (๒)

➡จุดประสงค์การเรียนรู้➡

- บอกประเพณีการแต่งกายของคนไทยโดยสังเขปได้
- บอกชนิดและลักษณะอาหารไทยโดยสังเขปได้
- บอกประเพณีการรับประทานอาหารของคนไทยโดยสังเขปได้

　　历史上，泰国男子多不穿上衣、下着绊尾幔，女子以布束胸、穿筒裙或绊尾幔。从曼谷王朝四世王时期开始，泰国男子逐渐改变了不穿上衣的习俗。现在的泰国人非常重视着装礼仪，正式场合男士一般穿西装，女士穿裙子，衣服剪裁十分合体，而日常生活着装颜色常常较为鲜艳。不同单位或企业通常要求员工在工作或集体活动时，服装样式及颜色整齐划一。为了弘扬和发展传统民族服装，在诗丽吉王后的积极推动下，泰国人设计了 8 套泰式女装，供女性在不同场合穿着，深受泰国女性青睐。

　　泰国人以大米为主食，菜肴通常味道偏重，以辣为主，辣椒、鱼露、柠檬、香茅、虾酱、椰汁是常用的佐料。由于地域的不同，泰国北部、东北部、南部和中部饮食习惯各有不同：北部、东北部喜吃糯米；南方菜以特辣著称；中部菜肴融合了各地特色，是典型泰国菜的代表，同时也成就了世界各地的泰餐厅。

　　古代泰国人习惯席地而坐，用手抓饭。而今，左手拿叉、右手拿勺的方法已非常普遍，公用叉、勺在聚餐和宴请时更是必不可少。

◇ประเพณีการแต่งกาย◇

การแต่งกายของคนไทยในสมัยโบราณไม่มีจดหมายเหตุบันทึกไว้เป็นหลักฐาน การเขียนประวัติการแต่งกายตั้งแต่สมัยสุโขทัยลงมาจนถึงกรุงรัตนโกสินทร์ตอนต้น จึงขาดหลักฐานที่ชัดเจน ได้แต่สันนิษฐานจากโบราณวัตถุที่ทำเป็นรูปเทวดาและมนุษย์ในสมัยนั้นๆ แล้วคาดว่า การแต่งกายของคนไทยในสมัยดังกล่าวคงจะเป็นเช่นใด

สมัยสุโขทัย

สมัยอยุธยา

กล่าวกันว่า สมัยสุโขทัยผู้ชายนุ่งกางเกงยาวแค่เข่า ส่วนผู้หญิงจะนุ่งซิ่นและใช้ผ้าคาดอกหรือห่มผ้าสไบเฉียง สมัยอยุธยาผู้ชายนุ่งผ้าโจงกระเบน ผู้หญิงนุ่งจีบห่มแพร โดยทั่วไปแล้ว ผู้ชายไม่นิยมปิดกายท่อนบน แต่จะมีผ้าขาวม้าติดตัวอยู่ประจำ

ถึงสมัยกรุงรัตนโกสินท์พระบาทสมเด็จพระจอมเกล้าเจ้าอยู่หัว รัชกาลที่ 4 ทรงโปรดเกล้าให้ขุนนางสวมเสื้อเวลาเข้าเฝ้า ต่อมาในสมัยพระบาทสมเด็จพระจุลจอมเกล้าเจ้าอยู่หัว รัชกาลที่ 5 ทรงให้ข้าราชการทหารนุ่งกางเกงอย่างทหารยุโรป ส่วนข้าราชการพลเรือนให้ใส่เสื้อราชปะแตนซึ่งดัดแปลงจากเสื้อนอกของฝรั่ง และนุ่งผ้าม่วงหรือโจงกระเบน พร้อมทั้งสวมถุงเท้า รองเท้าด้วย

การแต่งกายผู้หญิงในสมัยกรุงรัตนโกสินทร์ ช่วงรัชกาลที่ 4 และ รัชกาลที่ 5

ปัจจุบันนี้ คนไทยส่วนใหญ่แต่งกายตามแบบสมัยนิยม เช่น ผู้ชายนิยมใส่สูท ผู้หญิงนิยมนุ่งกระโปรง แต่ก็มีชาวไทยอีกไม่น้อยที่แต่งกายตามความนิยมในท้องถิ่น

ชุดไทยพระราชนิยม

ชุดไทยเรือนต้น

ชุดไทยเรือนต้น

ชุดไทยจักรี

ชุดไทยจักรพรรดิ

ชุดไทยพระราชนิยมเกิดจากการที่สมเด็จพระนางเจ้าสิริกิติ์พระบรมราชินีนาถในรัชกาลที่ 9 ทรงมีพระราชดำริว่า สตรีไทยควรจะมีชุดประจำชาติสำหรับเป็นแบบแผนในการแต่งกายที่แน่นอน จึงทรงให้ทำการศึกษาค้นคว้าประวัติการแต่งกายของสตรีไทยโบ-ราณ แล้วสร้างสรรค์ออกแบบชุดสตรีไทยขึ้น ให้เรียกกันโดยรวมว่าชุดไทยพระราชนิยม มีอยู่ด้วยกัน 8 ชุด เพื่อแต่งในงานที่แตกต่างกัน ทั้ง 8 ชุดนี้เป็นซิ่นยาวกรอมเท้าทั้งนั้น ส่วนเสื้ออาจผ่าหน้า ติดกระดุม คอกลม หรือผ่าหลัง คอตั้ง เสื้อบางชุดเป็นแบบเปิดไหล่ มีสไบเฉียงห่มทับ

ชุดไทยพระราชทาน

ชุดไทยพระราชทานเป็นชุดแต่งกายสำหรับชายไทย ซึ่งยังไม่เป็นที่นิยมแพร่หลายอย่างชุดไทยพระราชนิยม ใช้ผ้าทอพื้นเมือง คอเสื้อตั้ง แขนสั้นหรือยาว มีกระเป๋า 2 ใบ กระดุม 5 เม็ด ส่วนกางเกง ยังคงสวมแบบสากล

เครื่องแบบของคนไทย

คนไทยให้ความสำคัญกับเครื่องแบบ มีเครื่องแบบข้าราชการพลเรือน เครื่องแบบข้าราชการทหาร เครื่องแบบข้าราชการตำรวจ เครื่องแบบนักเรียน เครื่องแบบนิสิตนักศึกษา

เครื่องแบบสีกากีของข้าราชการ

ตลอดจนเครื่องแบบของบริษัทหรือหน่วยงานต่างๆ ซึ่งมีสีและเครื่องประดับที่แตกต่างกัน

เครื่องแบบนายทหารมหาดเล็กรักษาพระองค์

เครื่องแบบสีขาวของข้าราชการ

เครื่องแบบข้าราชการไทย

ชุดนักเรียน

ชุดนักศึกษา

เครื่องแบบนักเรียนนักศึกษา

◇อาหารไทย◇

อาหารไทยแบ่งออกได้เป็น2 ชนิดใหญ่ๆ คือ อาหารคาวและอาหารหวาน นอกจากนี้แล้ว ยังมีอาหารว่างซึ่งเป็นอาหารคาวก็ได้หรืออาหารหวานก็ได้ ไว้รับประทานระหว่างแต่ละมื้อ

อาหารคาว

ตามปกติ อาหารคาวจะประกอบด้วยอาหารประเภทแกง ประเภทผัด ประเภทยำ ประเภททอด เผาหรือย่าง ประเภทเครื่องจิ้มและเครื่องเคียง

ยำวุ้นเส้นกุ้งสด

แกงไทยมีชนิดแกงเผ็ด แกงจืด แกงส้ม เป็นต้น ผัดจะใช้ผักและเนื้อทุกชนิด ปรุงด้วยน้ำปลาหรือซี-อิ๊วขาว ถ้าผัดเผ็ด ก็ใส่พริกสดหรือพริกแห้ง ส่วนยำเทียบได้กับสลัดผักของอาหารฝรั่ง มีรสหวานและรสเปรี้ยว ยำที่มีรสหวานประกอบด้วยกะทิ มะพร้าวคั่ว เช่น ยำถั่วพู ยำหัวปลี ยำที่มีรสเปรี้ยว ได้แก่ ยำใหญ่และยำที่ใช้เนื้อประกอบผัก สำหรับเนื้อสัตว์จะปรุงรสและดับกลิ่นคาวด้วยผักชี กระเทียม พริกไทยและเกลือ แล้วนำไปทอด เผา หรือย่าง เช่นปลาทอด กุ้งเผา ไก่ย่าง เป็นต้น

เครื่องจิ้ม เป็นอาหารที่คนไทยชอบรับประทานมาก ได้แก่ น้ำพริกกะปิ น้ำพริกมะม่วง กะปิคั่วแสร้งว่า ปลาร้าหลน เต้าเจี้ยวหลนและน้ำปลาหวาน ฯลฯ เครื่องจิ้มนี้จะรับประทานกับผักทั้งผักสดและผักสุก ผักสด ได้แก่ มะเขือ แตงกวา ผักบุ้ง ขมิ้นขาว ผักสุก ได้แก่ หน่อไม้ลวก มะเขือยาวเผาหรือชุบไข่ทอด ชะอมทอด ถ้าต้องการให้อร่อยมากขึ้น ก็จะรับประทานกับปลาทอด กุ้งเผาหรือกุ้งต้ม ตัวอย่างเช่น น้ำพริกและผักรับประทานกับปลาทูทอด หรือน้ำปลาหวานยอดสะเดารับประทานกับกุ้งเผาหรือปลาดุกย่าง เป็นต้น

เครื่องเคียงเป็นอาหารประกอบเพื่อชูรสชาติยิ่งขึ้น เช่น แกงเผ็ดจะมีของเค็มเครื่องเคียง ได้แก่ ไข่เค็ม ปลาเค็มหรือเนื้อเค็ม อาหารบางชนิดจะรับประทานกับผักดอง เช่น แตงกวาดอง ขิงดอง กระเทียมดอง เป็นต้น ผู้ปรุงจะต้องเลือกจัดให้เข้ากันตามลักษณะของอาหาร

อาหารหวาน

อาหารหวานของไทยมีทั้งชนิดน้ำและแห้ง ส่วนมากปรุงด้วยกะทิ น้ำตาล และแป้ง เป็นหลัก เช่น กล้วยบวชชี ขนมเปียกปูน ขนมใส่ไส้ ขนมเหนียว เป็นต้น

ขนมหวานชนิดแห้งรับประทานได้ทุกเวลา ที่นิยมทำกันทุกๆ ภาคของเมืองไทยใน พิธีการต่างๆ เนื่องในการทำบุญเลี้ยงพระก็คือขนมจากไข่ และมักถือเคล็ดจากชื่อและ ลักษณะของขนมนั้นๆ งานศิริมงคลต่างๆ เช่น งานมงคลสมรส ทำบุญวันเกิด หรือทำบุญ ขึ้นบ้านใหม่ ส่วนใหญ่ก็จะมีการเลี้ยงพระกับแขกที่มาในงานเพื่อเป็นศิริมงคลของงาน ขนม ก็จะมีฝอยทองเพื่อหวังให้อยู่ด้วยกันยืดยาว มีอายุยืน ขนมชั้นก็ให้ได้เลื่อนขั้นเงินเดือน ขนมถ้วยฟูก็ขอให้เฟื่องฟู ขนมทองเอกก็ขอให้ได้เป็นเอก เป็นต้น

ขนมไทยเป็นที่รู้จักกันดี เพราะเป็นเอกลักษณ์ด้านวัฒนธรรมประจำชาติไทยอย่าง หนึ่ง แสดงให้เห็นถึงความละเอียดอ่อนประณีตในการทำตั้งแต่วัตถุดิบ วิธีการทำที่กลม-กลืนพิถีพิถันในเรื่องรสชาติ สีสัน ความสวยงาม กลิ่นหอม รูปลักษณะชวนรับประทาน ตลอดจนกรรมวิธีการรับประทานขนมแต่ละชนิดซึ่งยังแตกต่างกันไปตามลักษณะของขนม ชนิดนั้นๆ

ข้าวเหนียวมะม่วง   กล้วยบวชชี   ขนมถ้วยฟู

อาหารไทยสี่ภาค

อาหารไทยค่อนข้างจะมีรสเผ็ดและแก่เครื่องเทศ เพราะว่าอาหารไทยเกือบทั้งหมด จะปรุงโดยการใส่เครื่องปรุงหลักๆ เช่น กระเทียม พริก น้ำมะนาว ตะไคร้และใบผักชีสด พร้อมทั้งน้ำปลาหรือกะปิเพื่อทำให้เกิดรสเค็ม

ความจริงแล้ว อาหารไทยมีรสชาติที่แตกต่างกันออกไปในแต่ละภูมิภาคซึ่งสามารถ จะแยกแยะออกได้ดังนี้

ภาคกลาง อาหารจะมีรสเผ็ด เค็ม หวานและเปรี้ยว ข้าวจะรับประทานกับน้ำพริก ต่างๆและซุป เช่นต้มยำกุ้ง โดยปกติ อาหารจะประกอบด้วยเครื่องปรุงและเครื่องเทศมาก

ต้มยำกุ้ง

ก๋วยเตี๋ยวผัดไทย

ทอดมันปลา

ปลาย่างเกลือ

อาหารไทยภาคกลางบางอย่างรสชาติคุ้นลิ้นง่าย อย่าง ต้มข่าไก่ ก๋วยเตี๋ยวผัดไทย ขนมจีนน้ำพริก โดยเฉพาะต้มยำกุ้งกลายเป็นรายการอาหารขึ้นชื่อตามร้านอาหารไทยในต่างแดนทุกแห่ง หากเดินทางไปในภาคกลางเมืองที่ราบลุ่มแม่น้ำ รายการอาหารที่จะได้ลิ้มรสบ่อย ๆ ก็คือ ปลา กุ้งและหอย นำมาประกอบอาหารได้หลากหลายชนิด ทั้งกุ้งเผาสะเดาลวก แกงกุ้ง ต้มยำ ต้มส้ม แกงส้ม ทอดมันปลา ฉู่ฉี่ปลา เป็นต้น

ภาคเหนือ อาหารจะมีรสจืดหรือเผ็ด เค็มและเปรี้ยว แต่ไม่นิยมหวาน มักทานข้าวเหนียวกับผักต้มและน้ำพริกอ่อง ไส้อั่ว แคบหมู แหนม ถือเป็นอาหารถิ่นของคนเหนือที่แพร่หลายเป็นที่นิยมไปทั่วทุกภาค ชาวไทยภาคเหนือมีภาชนะใส่อาหารที่เรียกว่า ขันโตก ประเพณีเลี้ยงขันโตกนอกจากมีอาหารรสชาติเยี่ยมแล้ว ยังมีการรำฟ้อนต่างๆให้แขกได้ชมด้วย

ขันโตก

ภาคอีสาน อาหารทางภาคอีสาน จะมีรสเผ็ด เค็มและเปรี้ยว อาหารที่โปรดปรานกัน
มากในภาคนี้ก็คือ ส้มตำ ก้อยและลาบ ชาวอีสานจะใช้เครื่อง ปรุงมาก แต่ไม่ใส่เครื่องเทศ
มาก อาหารหลักส่วนใหญ่ก็จะประกอบ ด้วยข้าวเหนียวและน้ำพริกปลาร้าพร้อมกับทานผัก
ชนิดต่างๆ

ตำส้มตำ

ส้มตำไทย

ภาคใต้ อาหารภาคใต้ขึ้นชื่อว่าเผ็ดมาก นิยมทานแกง มักพบแกงเหลือง หรือแกงไต
ปลาอยู่เสมอในแต่ละมื้อ ส่วนข้าวยำและน้ำบูดูเป็นอาหารที่นิยมรับประทานกันเป็นประจำ
โดยปกติ ชาวใต้ทานอาหารประเภทเนื้อน้อย และไม่ค่อยนิยมทานน้ำพริกชนิดต่างๆ เท่าใด
นัก ที่มีทานกันมากหน่อยก็คงจะเป็นน้ำพริกกะปิ

นอกจากอาหารที่มีเอกลักษณ์ของแต่ละภาคแล้ว อาหารจานด่วนจานเดียว เช่น ข้าว
มันไก่ ข้าวผัดกระเพรา ข้าวขาหมู ก๋วยเตี๋ยว เย็นตาโฟ ก็เป็นอาหารโปรดของคนทั่วไป
เพราะทั้งอร่อย ราคาถูก และหาซื้อได้ง่าย

ข้าวมันไก่

ข้าวผัดกระเพราปลาหมึก

เย็นตาโฟ

<u>ประเพณีการรับประทานอาหารของคนไทย</u>

สมัยโบราณ ครอบครัวไทยนั่งรับประทานอาหารกับพื้น ใช้ผ้าสะอาดหรือเสื่อปูลาด
บนพื้นบ้าน ผู้ที่จะรับประทานนั่งล้อมวงกัน ตักข้าวจากโถใส่จานอาหารจัดมาเป็นสำรับ

วางสำรับไว้ตรงกลางวง มีช้อนกลางสำหรับตักกับข้าวใส่จานของตนและเปิบอาหารด้วยมือ บางบ้านจะมีขันหรือจอกตักน้ำและกระโถนเตรียมไว้เพื่อรองน้ำล้างมือด้วย

ในสมัยรัชกาลที่ 4 ประเทศไทยได้เริ่มติดต่อกับประเทศทางซีกโลกตะวันตกมากยิ่งขึ้น วัฒนธรรมตะวันตกได้แพร่เข้ามา ทำให้วิธีรับประทานอาหารของคนไทยเปลี่ยน ไปโดยดัดแปลงให้เหมาะสมกับอาหารไทย เช่น ใช้ช้อนส้อมแทนมีดและส้อมแบบตะวันตกเป็นต้น การนั่งรับประทานอาหารกับพื้นก็เลิกไป เปลี่ยนมาเป็นนั่งรับประทานอาหารกับโต๊ะแทน แต่ยังคงวางอาหารทุกอย่างไว้กลางโต๊ะ มีช้อนกลางสำหรับตักอาหารและมีถ้วยเล็กๆ สำหรับผู้ร่วมวงแต่ละคน เพื่อใส่กับข้าวที่แบ่งจากกลางวง เมื่อรับประทานอาหารคาวเสร็จแล้ว ก็จะถอนของคาวออกหมด และแจกของหวานสำหรับทุกคนต่อไป

การใช้ช้อนส้อมของคนไทยนั้น มีธรรมเนียมแตกต่างจากพวกยุโรปและอเมริกาคือ คนไทยจะใช้ช้อนในการตักข้าวเข้าปาก แต่สำหรับคนยุโรปจะใช้ส้อมตักข้าวแทนเมื่อรับประทานอาหารเสร็จแล้วก็จบด้วยการรวบช้อนและส้อมเข้าหากัน โดยวางคู่กันในจานคล้ายเลขสิบเอ็ด ซึ่งจะหมายถึงเรารับประทานเสร็จแล้ว ถ้าหากไปงานเลี้ยงแล้วพนักงานเสิร์ฟคอยตักข้าวเติมให้ตลอดทั้งๆที่อิ่มแล้ว ก็ให้มองดูในจานข้าวว่าช้อนส้อมของคุณวางยังไง

คำศัพท์

สันนิษฐาน 推测	นุ่ง 穿；围（裤、裙等）
ซิ่น 筒裙	คาด 束；缠
สไบ 披肩	โจงกระเบน 绊尾幔
ผ้าขาวม้า（男子用的）浴布；水布	ราชปะแตน 王家装
ผ้าม่วง 带色丝裙	พระราชดำริ（皇语）旨意
กรอม 蔽；遮没	กระดุม 扣子
คอกลม 圆领	คอตั้ง 立领
อาหารคาว 荤食	อาหารว่าง 小吃；茶点
แกง 汤菜	ผัด 炒菜

ยำ 凉拌菜

เผา 烤；烧

เครื่องจิ้ม 蘸料；蘸酱

น้ำปลา 鱼露

กะทิ 椰浆

ยำใหญ่ 多种蔬菜和配料制成的凉拌菜

ผักชี 香菜；芫荽

พริกไทย 胡椒

มะเขือ 茄子

ขมิ้นขาว 姜黄的一种

ลวก 用沸水烫；焯

พิถีพิถัน 讲究

เครื่องเทศ 香料

ตะไคร้ 香茅

พนักงานเสิร์ฟ (serve) 服务员

ทอด 油炸

ย่าง 烤；烧

เครื่องเคียง 小菜；配菜

ซีอิ๊วขาว 白酱油

คั่ว 干炒

ดับ 消除；去除

กระเทียม 大蒜

สุก 熟

ผักบุ้ง 空心菜；蕹菜

หน่อไม้ 竹笋

กลมกลืน 和谐；协调

รสชาติ 味道

เครื่องปรุง 佐料

เปิบ 用手抓饭吃

แบบฝึกหัด

ตอนที่ 1 ทบทวนความรู้

1. จงเติมคำลงในช่องว่างเพื่อให้ได้ข้อความถูกต้องสมบูรณ์

(1) สมัยอยุธยา ผู้ชายนิยมนุ่งผ้า _____ และมี _____ ติดตัวอยู่ประจำ

(2) สมัยโบราณ ผู้ชายไทยไม่นิยมปิดกาย _____

(3) ชุดไทยพระราชนิยมถือว่าเป็นชุดประจำชาติสำหรับ _____ ไทยในปัจจุบัน

(4) อาหารไทยแบ่งออกเป็น 2 ชนิดใหญ่ๆ คือ _____ และ _____

(5) น้ำพริกถือว่าเป็นอาหารคาวชนิด _____ มักรับประทานกับผักสดและผักสุก

(6) อาหารหวานของไทยส่วนมากปรุงด้วย _____ น้ำตาล และ _____ เป็นหลัก

(7) คนภาคเหนือนิยมทานข้าวเหนียวกับ _____ และน้ำพริกอ่อง

(8) การเลี้ยง _____ ถือว่าเป็นประเพณีอาหารทางภาคเหนือ

(9) อาหารที่โปรดปรานกันมากในภาคอีสาน ได้แก่ _____ ก้อย และลาบ

(10) อาหารภาคใต้ขึ้นชื่อด้วยรส _____

2. จงตอบคำถามต่อไปนี้ด้วยถ้อยคำสั้นๆ

(1) ชุดไทยพระราชนิยมมีลักษณะอย่างไรบ้าง

(2) อาหารไทยได้รสหวานและรสเปรี้ยวอย่างไร

(3) อาหารไทยมีเครื่องปรุงอะไรบ้าง

(4) อาหารที่ขึ้นชื่อในภาคกลางมีอย่างใดบ้าง

(5) ประเพณีการรับประทานอาหารของคนไทยเป็นอย่างไร

ตอนที่2   พัฒนาความคิด

นักศึกษาจงไปศึกษาค้นคว้าเพิ่มเติมและเปรียบเทียบว่าวิธีปรุงกับข้าวในประเทศจีนและประเทศไทยเหมือนกันและต่างกันอย่างไร

บทอ่านประกอบ

มวยไทย

มวยไทยจัดว่าเป็นทั้งกีฬาและอาวุธป้องกันตัว นักมวยได้รับอนุญาติให้ใช้อวัยวะเกือบทุกส่วนของร่างกาย เช่น หมัด ศอก แขนท่อนล่าง เท้า แข้ง เข่า ฝ่ามือ ฝ่าเท้า ศีรษะ ฯลฯ อย่างไรก็ตาม ก็ยังมีข้อห้ามอื่นๆ เป็นต้นว่า ห้ามกัด ห้ามถ่มน้ำลายใส่กัน นักมวยอาจจะต่อสู้กันโดยต่อย เตะ ผลักและใช้เท้าเปล่า ขา หัวเข่า ข้อศอกและไหล่เพื่อเอาชนะฝ่ายตรงข้ามได้

การแข่งขันในแต่ละคู่กำหนดให้มี 5 ยก แต่ละยกใช้เวลาเพียง 3 นาที และในระหว่างยก ให้พักได้ 2 นาที ตามธรรมเนียมแล้ว ก่อนที่จะก้าวขึ้นสู่เวที นักมวยจะใช้เวลา 5 นาทีทำพิธีการไหว้ครู   โดยการแสดงท่าร่ายรำและการเคลื่อนไหวของร่างกายไปพร้อมกับเสียงดนตรี

การที่จะเป็นนักมวยระดับมืออาชีพได้นั้น จะต้องใช้เวลาหลายปีในค่ายฝึกมวย และโดยปกติ การฝึกนี้จะเริ่มตั้งแต่อายุยังน้อยๆ เพราะว่าการชกมวยเป็นศิลปะที่ต้องอาศัยการฝึกฝนเป็นระยะเวลายาวนาน

ปัจจุบันนี้ มีการจัดการแข่งมวยในเวทีมวยใหญ่ๆในกรุงเทพฯและในสนามมวยต่างจังหวัดเกือบทุกวัน

บทที่ ๑๔

เศรษฐกิจไทย (๑)

➤จุดประสงค์การเรียนรู้➤

● บอกโครงสร้างระบบเศรษฐกิจไทยในปัจจุบันโดยสังเขปได้

● บอกสภาพเกษตรกรรม อุตสาหกรรมและบริการของไทยโดยสังเขปได้

● บอกสินค้าส่งออกหลักของไทยโดยสังเขปได้

自 1961 年开始实施第一个国家经济与社会发展计划以来，泰国已完成了从传统农业社会向现代工业社会的转变，目前工业和服务业在国内生产总值中的比重超过 90%。经历了 1997 年亚洲金融危机和 2008 年次贷危机之后，泰国政府更加重视本国经济安全及风险抵御能力。

农业始终是泰国经济的基础，农业从业人口占劳动力总数的 38.2%。泰国每年出产大量的稻谷、玉米、甘蔗、木薯等粮食作物以及橡胶、热带水果、兰花等经济作物。大米、天然橡胶、兰花、菠萝罐头、榴莲、山竹、龙眼等出口量稳居世界第一。

制造业是泰国工业的支柱，汽车制造、钢铁、电子电器、化工、塑料、纺织服装、水泥、珠宝首饰等行业创造了占 GDP 39%的产值。虽然拥有锡、石膏、铅、褐煤、天然气等较为丰富的矿产资源，但产值不高。

泰国服务业发达，除了闻名全球、长盛不衰的旅游业之外，金融、教育、医疗保健、体育娱乐等行业也不断发展、完善。

国家经济社会发展委员会隶属于总理府，是制定经济和社会发展政策的主要机构。

สังคมไทยเป็นสังคมเกษตรแบบดั้งเดิมมาเป็นเวลานาน เศรษฐกิจของประเทศขึ้นอยู่กับสินค้าเกษตรกรรมเพียงไม่กี่ชนิด ประเทศไทยเริ่มให้ความสนใจในการดำเนินกิจกรรมทางเศรษฐกิจอย่างจริงจังเมื่อมีการปรับจัดตั้ง**สภาพัฒนาการเศรษฐกิจแห่งชาติ**ในปีค.ศ.1959 ต่อมา ในปีค.ศ.1961 รัฐบาลของจอมพลสฤษดิ์ ธนะรัชต์ได้เริ่มประกาศใช้แผนพัฒนาเศรษฐกิจและสังคมแห่งชาติฉบับแรกเพื่อให้ความสำคัญต่อการลงทุนและการพัฒนาประเทศอย่างมีระบบ หลังจากนั้น เศรษฐกิจของประเทศไทยได้ขยายตัวเพิ่มขึ้นทุกปี มีการติดต่อค้าขายกับกลุ่มการค้าของประเทศในภูมิภาคต่างๆทั่วโลก มีผลผลิตทางภาคอุตสาหกรรมเพิ่มขึ้นและทำรายได้มากกว่าภาคเกษตรกรรม จนกล่าวได้ว่าประเทศไทยได้ยกระดับการพัฒนาจากที่เคยอยู่ในกลุ่มประเทศด้อยพัฒนาไปอยู่ในกลุ่มประเทศกำลังพัฒนาและได้ก้าวเข้าสู่ความเป็นประเทศอุตสาหกรรมอยู่แล้ว

ปัจจุบันนี้ ประเทศไทยกำลังดำเนินแผนพัฒนาเศรษฐกิจและสังคมแห่งชาติฉบับที่ 12 (2017-2021) ซึ่งได้จัดทำขึ้นในช่วงเวลาของการปฏิรูปประเทศและสถานการณ์โลกที่เปลี่ยนแปลงอย่างรวดเร็วและเชื่อมโยงกันใกล้ชิดกันมากขึ้น โดยมีเป้าหมายหลัก คือ เสริมสร้างภูมิคุ้มกันและช่วยให้สังคมไทยสามารถยืนหยัดอยู่ได้อย่างมั่นคง เกิดภูมิคุ้มกันและมีการบริหารจัดการความเสี่ยงอย่างเหมาะสม ส่งผลให้การพัฒนาประเทศสู่ความสมดุลและยั่งยืน

◇เกษตรกรรม◇

การเกษตรได้แก่การเพาะปลูก การเลี้ยงสัตว์ การประมงและการทำป่าไม้ ปัจจุบันนี้แม้ผลผลิตนอกภาคเกษตรจะมีมูลค่าสูง แต่รัฐบาลไทยก็ยังมุ่งเน้นและให้ความสำคัญต่อการพัฒนาการเกษตร เศรษฐกิจไทยยังมีพื้นฐานมาจากการเกษตร โดยมีอุตสาหกรรมด้านต่างๆเป็นส่วนเสริมสร้างให้มั่งคั่งและมั่นคงยิ่งขึ้น

การเพาะปลูก

ประเทศไทยมีพื้นที่เหมาะแก่การเพาะปลูกกว่า 27% ของพื้นที่ทั่วประเทศ การเพาะปลูกเป็นอาชีพที่ทำกันทั่วไปในทุกภูมิภาค พืชที่ใช้เพาะปลูกได้แก่พืชอาหารและพืชเศรษฐกิจ อย่างเช่น พืชน้ำมัน พืชผักสวนครัว พืชผลไม้ พืชเส้นใยและอื่นๆ พืชอาหารที่สำคัญในประเทศไทยมีข้าว ข้าวโพด อ้อยและมันสำปะหลัง ส่วนพืชเศรษฐกิจก็มีหลากหลายชนิด ได้แก่ ยางพารา ยาสูบ กาแฟ ปาล์มน้ำมัน กล้วยไม้และผลไม้ต่างๆ

ประเทศไทยมีการปลูกข้าวกันแทบทุกจังหวัด ข้าวเป็นอาหารหลักของคนไทยและเป็นสินค้าส่งออกที่สำคัญมากของไทยด้วย ส่วนแบ่งการตลาดข้าวในตลาดโลกเมื่อปี 2010-2011อยู่ที่ร้อยละ30.7 ซึ่งเป็นอันดับที่1ในโลก ถัดไปคือประเทศเวียดนาม อินเดีย ปากีสถาน สหรัฐฯ บราซิล อุรุกวัย กำพูชา พม่า ฯลฯ ประเทศที่ไทยส่งข้าวออกไปขายมากที่สุด ได้แก่ ฮ่องกง มาเลเซีย แคนาดา อิหร่าน เป็นต้น โดยข้าวที่ส่งออกไปขายนั้น มีทั้งข้าวเปลือก ข้าวหอมมะลิ ข้าวเจ้าและข้าวเหนียว

เนื่องจากรัฐบาลไทยดำเนินนโยบายสนับสนุนการขยายเนื้อที่ปลูกยางพารา ทำให้เนื้อที่ปลูกยางพาราของประเทศไทยเพิ่มขึ้นอย่างต่อเนื่อง ปัจจุบัน ประเทศไทยมีเนื้อที่ปลูกยางพารามากเป็นอันดับ 2 ของโลก รองจากอินโดนีเซีย แต่ไทยเป็นประเทศที่มีผลผลิตยางมากที่สุดในโลก และเป็นประเทศส่งออกรายใหญ่ที่สุดในโลกโดยจีนเป็นตลาดส่งออกยางพาราที่สำคัญของไทย แหล่งผลิตยางพาราที่สำคัญส่วนใหญ่อยู่ในจังหวัดทางภาคใต้ เช่น นครศรีธรรมราช สงขลา สุราษฎร์ธานี เป็นต้น

ปริมาณยางส่งออกไปยังประเทศผู้ซื้อปลายทาง ปี พ.ศ. 2552-2561

หน่วย / เมตริกตัน

ปี	จีน	ญี่ปุ่น	มาเลเซีย	สหรัฐอเมริกา	เกาหลีใต้	อื่นๆ	รวม
2009	929,425.31	250,166.02	679,480.28	163,085.50	145,844.15	570,582.83	2,738,584.0
2012	1,227,211.43	273,727.87	547,332.57	183,678.02	185,242.24	581,674.79	2,998,866.90
2014	1,528,304.98	251,324.20	604,250.82	150,932.82	180,275.21	694,299.40	3,409,387.42
2016	1,602,204.70	210,538.88	598,271.21	196,968.03	146,945.06	738,042.95	3,492,970.82
2018	238,886.07	40,885.07	128,180.70	37,832.96	22,952.27	152,005.83	620,742.90

ที่มา สมาคมยางพาราไทย

การส่งออกยางพาราแบ่งได้เป็น 2 กลุ่ม กลุ่มที่ 1 คือผลิตภัณฑ์ยางกึ่งสำเร็จรูป เป็นการแปรรูปน้ำยางได้ให้เป็นในรูปแบบที่ต้องการและนำไปส่งออกเพื่อนำไปใช้เป็นวัตถุดิบในงานอุตสาหกรรมการผลิตผลิตภัณฑ์ยาง กลุ่มที่2 คือผลิตภัณฑ์ยางสำเร็จรูป เป็นกระบวนการแปรรูปน้ำยางให้เป็นสินค้าสำเร็จรูป เช่น ยางรถยนต์ ถุงมือยาง ถุงยางอนามัย ท่อยาง เป็นต้น

ประเทศไทยผลิตผลไม้ได้ทุกภาค ไม้ผลที่ปลูกมากได้แก่ สับปะรด ลำใย ทุเรียน มังคุด มะม่วง กล้วย ส้ม เงาะ ลางสาด เป็นต้น ปัจจุบันนี้ ไทยเป็นประเทศส่งออกสับปะรด กระป๋องและน้ำสับปะรดมากเป็นอันดับที่ 1 ในโลกทั้งปริมาณและมูลค่า และเป็นผู้ ส่งออกลำไยรายใหญ่ของโลก โดยส่วนใหญ่จะส่งออกในรูปของลำไยสดและลำไยอบแห้ง ตลาดหลักสำหรับลำไยสดของไทยได้แก่ จีน อินโดนีเซียและฮ่องกง ส่วนตลาดหลักสำหรับ ลำไยอบแห้งของไทยได้แก่ จีนและฮ่องกง นอกจากนี้แล้ว ไทยยังเป็นผู้ผลิตและผู้ส่งออก ทุเรียนและมังคุดรายใหญ่ของโลก ส่วนใหญ่จะส่งออกในรูปทุเรียนสดและมังคุดสด ซึ่ง ตลาดหลักของไทยคือประเทศจีน

ไทยเป็นผู้ผลิตและผู้ส่งออกดอกกล้วยไม้เขตร้อนมากเป็นอันดับ 1 ของโลก มีแหล่ง ปลูกกล้วยไม้ที่สำคัญ 5 อันดับแรก คือ กรุงเทพมหานคร นนทบุรี นครปฐม ราชบุรี และ สมุทรสาคร เนื่องจากสภาพภูมิอากาศเหมาะแก่การเจริญเติบโตของกล้วยไม้ มีแหล่งน้ำที่ สมบูรณ์และการคมนาคมขนส่งสะดวก

การปศุสัตว์

แต่เดิมมา คนไทยเลี้ยงสัตว์เพียงเพื่อใช้ในครัวเรือน แต่ปัจจุบันนี้ เป็นการเลี้ยงสัตว์ เพื่ออุตสาหกรรมผลิตภัณฑ์อาหารและเพื่อการส่งออก สัตว์เลี้ยงที่สำคัญของไทย ได้แก่ โค กระบือ สุกรและสัตว์ปีก โดยปริมาณการส่งออกเนื้อไก่และผลิตภัณฑ์ของไทยอยู่อันดับที่ 4 ของโลก

การประมง

อาชีพประมงเป็นอาชีพหลักของคนไทย รองจากการเพาะปลูก การประมงของไทย มีการประมงน้ำจืด การประมงน้ำเค็ม (การประมงทะเล) และการประมงน้ำกร่อย ผลิตภัณฑ์ จากสัตว์น้ำใช้สำหรับทั้งบริโภคภายในประเทศและส่งออกนอกประเทศ

ประเทศไทยมีชายฝั่งทะเลยาวประมาณ2,705กิโลเมตร จึงสามารถทำการประมง ทะเลได้มาก แหล่งจับสัตว์น้ำทะเลที่สำคัญคือบริเวณอ่าวไทยและทะเลอันดามัน ส่วน แหล่งประมงน้ำจืดที่สำคัญอยู่ในภาคกลางและภาคตะวันออกเฉียงเหนือ การประมงไทย เคยขยายตัวอย่างรวดเร็วในช่วงระยะเวลาหนึ่ง แต่ด้วยเหตุที่ทรัพยากรการประมงลดน้อยลง ทำให้ประเทศไทยหันมาให้ความสำคัญกับการเพาะเลี้ยงสัตว์น้ำแทน

การป่าไม้

ประเทศไทยตั้งอยู่ในเขตร้อน ป่าไม้ส่วนใหญ่เป็นป่าไม้ใบกว้าง ซึ่งจำแนกได้เป็น
ป่าประเภทที่ไม่ผลัดใบ (evergreen) กับป่าประเภทที่ผลัดใบ (deciduous) ไม้ที่ขึ้นชื่อมากที่
สุดได้แก่ ไม้สัก เนื่องจากทรัพยากรป่าไม้ถูกทำลายไปเป็นอันมาก รัฐบาลไทยหันมาดำเนิน
นโยบายอนุรักษ์พื้นที่ป่าไม้และส่งเสริมปลูกป่าเพื่อทดแทน ดังนั้น รายได้จากการป่าไม้จึงมี
จำนวนน้อย

เนื้อที่ป่าของประเทศไทยปี 1973 –2017 (หน่วย: ไร่)

ปี	เนื้อที่ป่า	%	ปี	เนื้อที่ป่า	%
1973	138,566,875	43.21	2006	99,157,869	30.92
1985	138,566,875	29.40	2008	107,241,031	33.44
1993	138,566,875	26.03	2013	102,119,538	31.57
1998	81,076,250	25.28	2017	102,156,351	31.58

ที่มา : กรมป่าไม้

◇อุตสาหกรรม◇

นับตั้งแต่มีการพัฒนาอุตสาหกรรมตามแผนพัฒนาเศรษฐกิจและสังคมแห่งชาติเป็น
ต้นมา อุตสาหกรรมไทยได้สร้างความเจริญเติบโตทางเศรษฐกิจเป็นอันมากและเป็นภาคที่
สร้างรายได้เข้าประเทศมากที่สุด

อุตสาหกรรมการผลิต

ภาคอุตสาหกรรมการผลิตของประเทศไทยมีการผลิตสินค้าที่หลากหลายชนิดโดย
เป็นการผลิตเพื่อการจำหน่ายในประเทศและต่างประเทศ สร้างรายได้ถึง39% ของผลิตภัณฑ์
มวลรวมภายในประเทศ (GDP) สาขาสำคัญในภาคนี้ได้แก่อุตสาหกรรมยานยนต์ เหล็กและ
เหล็กกล้า เครื่องใช้ไฟฟ้าและอิเล็กทรอนิกส์ เคมีภัณฑ์ พลาสติก สิ่งทอและเครื่องนุ่งห่ม
ปูนซีเมนต์ อัญมณีและเครื่องประดับ และอุตสาหกรรมอาหาร ฯลฯ

ปัจจุบันนี้ประเทศไทยมียุทธศาสตร์เศรษฐกิจที่มุ่งหมายเป็นศูนย์กลางของภูมิภาคใน
อุตสาหกรรมการผลิตหลากหลายประเภท เช่น อุตสาหกรรมยานยนต์ อุตสาหกรรมปิโตร
เคมีและพลังงาน

การทำเหมืองแร่

ประเทศไทยมีผลผลิตแร่ธาตุมากกว่า 40 ชนิด แร่ธาตุหลักมี ฟลูออไรต์ ยิปซัม ตะกั่ว ลิกไนต์ ก๊าซธรรมชาติ แทนทาลัม ดีบุกและทังสเตน ประเทศไทยเป็นประเทศผู้ส่งออก ยิปซัมรายใหญ่ที่สุดเป็นอันดับ 2 ของโลก รองจากแคนาดา นอกจากการผลิตแร่ธาตุแล้ว ประเทศไทยได้มีการขุดพบก๊าซธรรมชาติและน้ำมันดิบทั้งในอ่าวไทยและบนบกด้วย โดยมี **บริษัท ปตท. จำกัด (มหาชน)** เป็นบริษัทประกอบธุรกิจก๊าซธรรมชาติและน้ำมันปิโตรเลียม รายใหญ่ที่สุดในประเทศ

แม้ว่าประเทศไทยมีก๊าซธรรมชาติสำรองไว้ เป็นจำนวนไม่น้อย แต่เนื่องด้วยก๊าซธรรมชาติ เป็นเชื้อเพลิงที่สะอาด คุณภาพดีและราคาถูกกว่า เชื้อเพลิงชนิดอื่นๆ ทำให้ปริมาณการใช้ก๊าซธรรม ชาติของไทยสูงขึ้นเรื่อยๆทุกปี จึงจำเป็นต้องนำ เข้าจากต่างประเทศอีกด้วย เช่น ประเทศพม่า มาเลเซีย เป็นต้น

สัญลักษณ์ บริษัท ปตท.

การก่อสร้าง

กลุ่มอุตสาหกรรมก่อสร้างและธุรกิจต่อเนื่องเป็นภาคที่มีความสำคัญในระบบ เศรษฐกิจของประเทศไทย ซึ่งมีผลกระทบเชื่อมโยงกับอุตสาหกรรมและภาคเกษตร สังคม สิ่งแวดล้อม และการจ้างงาน กิจกรรมการก่อสร้างในประเทศไทยเคยเจริญพัฒนาอย่าง รวดเร็วระหว่างปี ค.ศ.1980-1996 แต่ประสบผลกระทบอย่างหนักภายหลังการเกิดวิกฤติ เศรษฐกิจโลกในปีค.ศ.1997

ปัจจุบันนี้ รัฐบาลไทยได้จัดสรรงบประมาณเพื่อกระตุ้นเศรษฐกิจโดยผ่านโครงการ ไทยเข้มแข็ง ซึ่งในโครงการเหล่านี้ มีโครงการจำนวนมากเกี่ยวข้องกับภาคการก่อสร้าง สาธารณูปโภคขั้นพื้นฐาน วงการก่อสร้างของไทยจึงได้มีโอกาสฟื้นตัวอีกครั้ง

◇การบริการ◇

การบริการหมายถึงว่าการประกอบกิจกรรมเพื่อให้เกิดประโยชน์ ความพึงพอใจและ อำนวยความสะดวกต่างๆให้กับผู้ใช้บริการโดยใช้แรงงานเป็นหลัก ซึ่งอาจจะอยู่ในรูปของ

บริการเพียงอย่างเดียว หรือมีสิ่งอันประกอบด้วยก็ได้ เช่น บริการทางการเงิน การสื่อสาร การขนส่งและคมนาคม การรักษาพยาบาล การกฎหมาย การประกันภัย การศึกษา ที่อยู่อาศัย การกีฬาและบันเทิง เป็นต้น

การบริการในประเทศไทยขยายตัวอย่างรวดเร็วและสร้างรายได้ให้แก่ประเทศปีละมากๆ โดยเฉพาะอย่างยิ่งการท่องเที่ยว ประเทศไทยมีแหล่งท่องเที่ยวทางธรรมชาติที่สวยงามหลายแห่งและมีศิลปวัฒนธรรมที่เป็นเอกลักษณ์ของตนเอง พร้อมทั้งการบริการที่ได้มาตรฐาน จึงดึงดูดชาวต่างชาติเข้ามาเที่ยวชมอยู่ตลอดเวลา

ในปีค.ศ. 2017 มีผู้เยี่ยมเยือนระหว่างประเทศเดินทางมาประเทศไทยจำนวน 37,919,389 คน ในจำนวนนี้เป็นนักท่องเที่ยวชาวต่างประเทศ 35,591,978 คน และนักทัศนาจร 2,327,411 คน เมื่อเปรียบเทียบกับปีที่ผ่านมาพบว่า จำนวนผู้เยี่ยมเยือนระหว่างประเทศขยายตัวร้อยละ 9.68 ตามการฟื้นตัวของนักท่องเที่ยวจีน สำหรับรายได้จากการท่องเที่ยวระหว่างประเทศมีมูลค่า1,841,912.50ล้านบาท ขยายตัวร้อยละ12.09ตามการเพิ่มขึ้นของจำนวนผู้เยี่ยมเยือน ส่วนค่าใช้จ่ายเฉลี่ยของนักท่องเที่ยวชาวต่างประเทศขยายตัวร้อยละ 2.90

◤คำศัพท์◢

สังคมเกษตรแบบดั้งเดิม 传统农业社会

แผนพัฒนาเศรษฐกิจและสังคมแห่งชาติ 国家经济社会发展计划

ลงทุน 投资

ผลผลิต 产品

ประเทศด้อยพัฒนา 不发达国家

ประเทศกำลังพัฒนา 发展中国家

ประเทศอุตสาหกรรม 工业化国家

เสมอภาค 平等

เป็นธรรม 公平

ภูมิคุ้มกัน 免疫力；抵抗力

การเพาะปลูก 种植业

การเลี้ยงสัตว์ 畜牧业

การประมง 渔业

การทำป่าไม้ 林业

มั่งคั่ง 丰富；繁荣

มั่นคง 稳固；稳定

พืชอาหาร 粮食作物

พืชเศรษฐกิจ 经济作物

พืชน้ำมัน 油料作物

พืชเส้นใย 纤维作物

ข้าวโพด 玉米

อ้อย 甘蔗

มันสำปะหลัง 木薯

ยางพารา 橡胶

ยาสูบ 烟草
ปาล์ม 棕榈
ปาล์มน้ำมัน 油棕
กล้วยไม้ 兰花
ส่วนแบ่งการตลาด 市场份额
อุรุกวัย 乌拉圭
พม่า 缅甸
ต่อเนื่อง 持续
สับปะรด 菠萝
ลำใย 龙眼
ทุเรียน 榴莲
มังคุด 山竹
มะม่วง 芒果
เงาะ 红毛丹
ลางสาด 榔色果
สับปะรดกระป๋อง 菠萝罐头
น้ำสับปะรด 菠萝汁
ปริมาณ 数量
มูลค่า 价值
โค 黄牛
กระบือ 水牛
สุกร 猪
สัตว์ปีก 禽类
การประมงน้ำจืด 淡水渔业
การประมงน้ำเค็ม 海水渔业
การประมงน้ำกร่อย 淡咸水渔业
บริโภค 消费
การเพาะเลี้ยงสัตว์น้ำ 水产养殖
ป่าไม้ใบกว้าง 阔叶林
ป่าประเภทที่ไม่ผลัดใบ (evergreen) 常绿林
ป่าประเภทที่ผลัดใบ (deciduous) 落叶林
ผลิตภัณฑ์มวลรวมภายในประเทศ 国内生产总值(GDP)
ไม้สัก 柚木
ยานยนต์ 汽车；机动车
อุตสาหกรรมอาหาร 食品工业
ฟลูออไรท์ (fluorite) 萤石
ยิปซัม 石膏
ตะกั่ว 铅
ลิกไนต์ (lignite) 褐煤
ก๊าซธรรมชาติ 天然气
แทนทาลัม (tantalum) 钽
ดีบุก 锡
ทังสเตน (tungsten) 钨
น้ำมันดิบ 原油
สำรอง 储备
เชื้อเพลิง 燃料
ธุรกิจต่อเนื่อง 产业链
จัดสรร 分配
งบประมาณ 预算
กระตุ้น 刺激；激励
สาธารณูปโภคขั้นพื้นฐาน 基础设施
การเงิน 金融
ประเทศเกิดใหม่ 新兴国家

แบบฝึกหัด

ตอนที่ 1 ทบทวนความรู้

1. จงเติมคำลงในช่องว่างเพื่อให้ได้ข้อความถูกต้องสมบูรณ์

(1) ในอดีต ประเทศไทยเป็นสังคมเกษตรแบบดั้งเดิม ปัจจุบันนี้ ได้ก้าวเข้าสู่ประเทศ
_____

(2) ประเทศไทยเริ่มดำเนินแผนพัฒนาเศรษฐกิจและสังคมแห่งชาติฉบับที่ 1 เมื่อ _____

(3) เกษตรกรรมในประเทศไทยประกอบด้วย 4 ภาค ได้แก่ _____ _____ _____ และ
_____

(4) แหล่งผลิตยางพาราที่สำคัญส่วนใหญ่อยู่ในจังหวัดทางภาค_____ของไทย เช่น _____
_____

(5) ประเทศไทยเป็นผู้ผลิตและผู้ส่งออกดอกกล้วยไม้เขตร้อนมากเป็นอันดับ _____ ของ
โลก

(6) แหล่งจับสัตว์น้ำทะเลที่สำคัญของไทย ได้แก่ _____ และ _____

(7) บริษัท_____ เป็นบริษัทประกอบธุรกิจก๊าซธรรมชาติและน้ำมันปิโตรเลียมรายใหญ่
ที่สุดของไทย

2. จงตอบคำถามต่อไปนี้ด้วยถ้อยคำสั้นๆ

(1) พืชอาหารที่สำคัญของไทยมีอะไรบ้าง

(2) พืชเศรษฐกิจที่สำคัญของไทยมีอะไรบ้าง

(3) ประเทศไทยส่งออกผลไม้ชนิดใดบ้าง

(4) แหล่งปลูกกล้วยไม้ที่สำคัญของไทยมีลักษณะอย่างไรบ้าง

(5) จากตารางเนื้อที่ป่าของไทยปี 1973-2008 บอกสภาพการเปลี่ยนแปลงของเนื้อที่ป่าไม้
ของไทยอย่างคร่าวๆ

(6) สาขาอุตสาหกรรมการผลิตที่สำคัญของไทยมีสาขาไหนบ้าง

(7) แรงงานไทยประกอบอาชีพทางภาคเศรษฐกิจภาคใดมากที่สุด

ตอนที่ 2 พัฒนาความคิด

1. น.ศ.จงศึกษาค้นคว้าด้วยตนเองว่า ความสัมพันธ์ทางการค้าระหว่างจีนกับไทยเป็น
อย่างไรในช่วงปัจจุบัน

2. จากแผนภูมิและข้อมูลข้างล่างนี้ ให้ น.ศ. พิจารณาว่า โครงสร้างระบบเศรษฐกิจของไทย
มีลักษณะอย่างไร

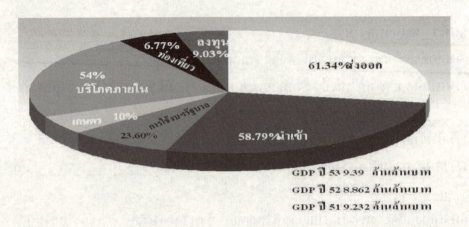

GDP ปี 53 9.39 ล้านล้านบาท
GDP ปี 52 8.862 ล้านล้านบาท
GDP ปี 51 9.232 ล้านล้านบาท

เศรษฐกิจของประเทศไทยผูกติดกับบริบทการค้าโลกถึงร้อยละ 120 ต่อ GDP โดย
ตัวเลขการส่งออกของปี 2553 มีตัวเลขสูงถึง 5.762 ล้านล้านบาท คิดเป็นสัดส่วนร้อยละ
61.34 ของ GDP   ขณะที่การนำเข้ามีสัดส่วนอยู่ใน GDP ประมาณร้อยละ 58.80   จะเห็น
ได้ว่า สัดส่วนการค้าระหว่างประเทศของไทย มีความสำคัญต่อการเติบโตทางเศรษฐกิจสูง
มากเมื่อเปรียบเทียบกับภาคเกษตร ภาคการท่องเที่ยว ภาคการลงทุน การใช้จ่ายงบ
ประมาณ และการบริโภคภายใน ทั้งนี้ การค้าระหว่างประเทศในปริมาณที่สูง ทำให้
ประเทศไทยพึ่งพิงอุตสาหกรรมการส่งออก โดยสินค้าส่งออกของไทยหลายรายการถือเป็น
Top Ten ของโลก เช่น เครื่องใช้ไฟฟ้าและอิเล็กทรอนิกส์ ยานยนต์ เครื่องนุ่งห่มและสิ่งทอ
ผลิตภัณฑ์อาหารเกษตรแปรรูป ผลิตภัณฑ์ประเภทพลาสติก ฯลฯ ขณะที่ผลิตภัณฑ์ภาค
เกษตรกว่าร้อยละ 40 ก็ล้วนผลิตเพื่อการส่งออกไม่ว่าทางตรงหรือทางอ้อม

บทอ่านประกอบ(๑)

ความเป็นมาของ สศช

สำนักงานคณะกรรมการพัฒนาการเศรษฐกิจและสังคมแห่งชาติ (สศช./NESDB-
Office of the National Economic and Social Development Board) เป็นที่รู้จักกันโดยทั่วไป
ว่า "สภาพัฒน์"หรือ"สภาพัฒนาฯ" ได้ก่อตั้งขึ้นเมื่อวันที่ 15 กุมภาพันธ์ 1950 โดยในระยะ
แรกใช้ชื่อว่า"สภาเศรษฐกิจแห่งชาติ" มีหน้าที่เสนอความเห็นและคำแนะนำตลอดจนข้อ
ชี้แจงต่อรัฐบาลในเรื่องเกี่ยวกับเศรษฐกิจของประเทศ

ต่อมาคณะผู้เชี่ยวชาญจากธนาคารโลกได้เสนอแนะให้มีการปรับเปลี่ยนและเพิ่ม
บทบาทหน้าที่ของ"สภาเศรษฐกิจแห่งชาติ"ให้มีมากขึ้น และให้จัดตั้งเป็นหน่วยงานกลาง
เพื่อทำหน้าที่วางแผนพัฒนาประเทศขึ้นมาเป็นการเฉพาะ ดังนั้นในปี 1959 จึงได้มีการปรับ
โครงสร้างการทำงานและเปลี่ยนชื่อของหน่วยงานแห่งนี้ใหม่เป็น "สำนักงานสภา
พัฒนาการเศรษฐกิจแห่งชาติ" และได้จัดทำแผนพัฒนาการเศรษฐกิจแห่งชาติฉบับแรกขึ้น
เพื่อใช้เป็นเครื่องมือในการพัฒนาประเทศตั้งแต่ ปี 1961 เป็นต้นมา

จนกระทั่งในปี 1972 มีการนำกระบวนการวางแผนพัฒนาสังคมเข้ามาใช้ควบคู่กับ
การวางแผนพัฒนาเศรษฐกิจอย่างจริงจัง จึงได้มีการเปลี่ยนชื่อของหน่วยงานใหม่อีกครั้ง
หนึ่งเป็น"สำนักงานคณะกรรมการพัฒนาการเศรษฐกิจและสังคมแห่งชาติ" ซึ่งเป็นชื่อที่ใช้
อย่างเป็นทางการจนถึงปัจจุบันนี้ โดยอยู่ภายใต้สังกัดสำนักนายกรัฐมนตรีตลอดมา

บทอ่านประกอบ(๒)

ธนาคารของไทย

ธนาคารในประเทศไทยมี 3 ประเภท ได้แก่ ธนาคารกลาง ธนาคารพาณิชย์ และธนา-
คารเฉพาะกิจอื่นๆ (เช่น ธอส.ธกส.) ซึ่งทำหน้าที่คล้ายกันบางส่วนและแตกต่างกันบางส่วน
ตามวัตถุประสงค์ของการก่อตั้ง

ธนาคารแห่งประเทศไทยหรือธนาคารกลาง มีหน้าที่หลักในการควบคุมดูแลระบบ
การเงินของประเทศ ให้ดำเนินไปอย่างเรียบร้อยเหมาะสมและมีระเบียบ ทำให้ภาวะการเงิน
ของประเทศอยู่ในภาวะสมดุล ไม่ปล่อยให้ปริมาณเงินหมุนเวียนมากหรือน้อยจนเกินไป
การดำเนินงานของธนาคารแห่งประเทศไทยมิได้มุ่งหวังกำไรดังเช่นสถาบันการเงินอื่น
และไม่รับฝากเงินหรือให้กู้ยืมเงินกับประชาชนทั่วไป

ธนาคารออมสิน มุ่งให้บริการรับฝากเงินแก่ผู้ฝากเงินรายย่อย ส่งเสริมการออมทรัพย์
อย่างกว้างขวางในกลุ่มนักเรียนและประชาชนโดยทั่วไป มีบริการเงินฝากให้เลือกหลาย
ประเภทที่นอกเหนือจากเงินฝากประจำ เงินฝากออมทรัพย์และเงินฝากเผื่อเรียกแบบใช้เช็ค
สั่งจ่ายแล้ว ยังมีเงินรับฝากประเภทอื่นอีกด้วย เช่น เงินฝากประเภทสงเคราะห์ชีวิตและ
ครอบครัวที่มีลักษณะเป็นเงินฝากรวมกับประกันชีวิต เงินฝากสงเคราะห์ชีวิตและการศึกษา
เป็นเงินฝากเพื่อประโยชน์ในการนำไปใช้จ่ายเพื่อการศึกษาของผู้เยาว์ที่อยู่ในอุปการะ

ธนาคารเพื่อการเกษตรและสหกรณ์การเกษตร มีหน้าที่ในการจัดหาเงินทุนจาก
แหล่งต่างๆเพื่อนำมาให้กู้แก่เกษตรกรและสถาบันเกษตรกรสำหรับใช้เป็นทุนในการ

ดำเนินงานเพื่อพัฒนาและปรับปรุงการเกษตรในด้านทรัพย์สิน วัสดุ และอุปกรณ์การเกษตร
ที่เกษตรกรยังขาดแคลนเพื่อเพิ่มพูนผลิตผลทางการเกษตรให้มากขึ้นอันเป็นการพัฒนา
ความเป็นอยู่ของประชาชนส่วนใหญ่ที่เป็นเกษตรกรและช่วยเพิ่มปริมาณสินค้าเกษตรอัน
เป็นสินค้าส่งออกที่สำคัญของประเทศ

    ธนาคารอาคารสงเคราะห์ มีวัตถุประสงค์ในการช่วยเหลือทางการเงินให้ประชาชน
ที่มีรายได้น้อยและขาดแคลนที่อยู่อาศัยมีที่อยู่อาศัยเป็นของตนเอง นับว่าเป็นการบริการที่
ทางรัฐบาลได้จัดให้แก่ประชาชนของประเทศเพื่อประโยชน์สุขของประชาชนโดยส่วนรวม

    ธนาคารพาณิชย์ ประกอบธุรกิจประเภทรับฝากเงินที่ต้องจ่ายคืนเมื่อทวงถามหรือ
เมื่อสิ้นระยะเวลาอันกำหนดไว้ และใช้ประโยชน์เงินนั้นในทางหนึ่งหรือหลายทาง เช่น

    (ก) ให้สินเชื่อ

    (ข) ซื้อขายตั๋วแลกเงินหรือตราสารเปลี่ยนมืออื่นใด

    (ค) ซื้อขายเงินปริวรรตต่างประเทศ

    การดำเนินงานของธนาคารพาณิชย์เปรียบเสมือนเป็นตัวกลางทางการเงิน ทำหน้าที่
รับฝากเงินและกู้ยืมเงินจากแหล่งต่างๆที่มีเงินเหลือมาให้กู้ยืมต่อแก่ผู้ที่ต้องการเงิน โดย
ธนาคารพาณิชย์จ่ายดอกเบี้ยจำนวนหนึ่งให้กับผู้ฝากเงินและผู้ให้กู้ และคิดดอกเบี้ยจากผู้ที่
กู้ยืมเงินจากธนาคารพาณิชย์ในอัตราที่สูงกว่า ธนาคารได้รายได้จากส่วนต่างของอัตรา
ดอกเบี้ยส่วนต่างนั้น

    ประเทศไทยมีธนาคารพาณิชย์หลายแห่ง เช่น ธนาคารกรุงเทพฯ ธนาคารกรุงไทย
ธนาคารไทยพาณิชย์ ธนาคารกสิกรไทย ธนาคารยูโอบี ฯลฯ

บทที่ ๑๕

เศรษฐกิจไทย (๒)

➤จุดประสงค์การเรียนรู้➤

- บอกรูปแบบการคมนาคมขนส่งในประเทศไทยได้
- อธิบายความสำคัญของการคมนาคมขนส่งทางถนนโดยสังเขปได้
- บอกท่าเรือและท่าอากาศยานที่สำคัญในประเทศไทยโดยสังเขปได้

泰国是东南亚交通运输中心，陆路、水路、航空运输都很发达。

公路是最重要的运输部门，承担国内绝大部分的客运和货运。泰国公路网发达，以曼谷为中心，覆盖城乡各地。主干线有 4 条，即北线、东北线、东线和南线。亚洲公路网有 9 条途经泰国，而湄公河次区域框架下的公路有 3 条，分别通往柬埔寨、越南和中国。这几类公路虽然名称各异，实际很多身兼数职。泰国铁路建设起步早于公路，但发展较为缓慢。

河运主要承担农产品及原木、砂石等大宗货物运输，费用相对较低，但受季节影响较大。泰国海岸线长，港口众多，林查班港是世界级深水集装箱港。海洋运输承担了泰国 96% 以上的国际贸易货运量。

泰航是泰国最大的航空公司，航线遍布全国主要城市、通往世界 35 个国家。素万那普机场建好后，取代廊曼机场，成为最大的国际机场。

泰国固定电话业务由国有 TOT 公司主营，移动电话业务则全部由私人公司经营，包括 AIS、DTAC 和 True Move 等公司。

◇การคมนาคมและการขนส่ง◇

การคมนาคมและขนส่งเป็นรากฐานในการพัฒนาประเทศที่สำคัญยิ่ง ไม่ใช่เฉพาะ
ในด้านเศรษฐกิจเท่านั้น แต่รวมถึงด้านสังคม ด้านการเมืองและยุทธศาสตร์ด้วย ประเทศ
ไทยเป็นศูนย์กลางการคมนาคมขนส่งของภูมิภาคเอเชียตะวันออกเฉียงใต้ เส้นทางการ
คมนาคมขนส่งในประเทศไทยมีทั้งทางบก ทางน้ำและทางอากาศ เส้นทางทางบกที่สำคัญ
ได้แก่เส้นทางถนนและทางรถไฟ ส่วนทางน้ำแยกเป็นทางแม่น้ำลำคลองและทางทะเล

ทางถนน

การคมนาคมขนส่งทางถนนในประเทศไทยได้รับการพัฒนาให้เจริญก้าวหน้าอย่าง
สะดวกและรวดเร็ว จนเป็นที่นิยมของประชาชนทั่วไป โดยมีถนนเอกชนซึ่งเอกชน บริษัท
หรือองค์กรเอกชนเป็นผู้สร้างและดูแลรักษา และทางหลวงซึ่งจัดสร้างและดูแลรักษาโดย
รัฐบาล

ทางหลวงเป็นถนนสาธารณะที่ทุกคนมีสิทธิ์ใช้ร่วมกัน ไม่ว่าในระดับพื้นดิน ใต้หรือ
เหนือพื้นดิน ทางหลวงในไทยมีหลายประเภท เช่น ทางหลวงแผ่นดิน ทางหลวงชนบท
ทางหลวงเทศบาล ทางหลวงสัมปทานและทางหลวงพิเศษ

ทางหลวงแผ่นดิน คือทางหลวงสายหลักที่เป็นโครงข่ายเชื่อมระหว่างภาค จังหวัด
อำเภอ ตลอดจนสถานที่สำคัญ โดยกรมทางหลวงเป็นผู้ดำเนินการก่อสร้าง ขยายบูรณะและ
บำรุงรักษา ทางหลวงแผ่นดินในไทยมีสายสำคัญหรือสายประธาน4 สาย คือ สายเหนือ(สาย
1) สายตะวันออกเฉียงเหนือ(สาย 2) สายตะวันออก(สาย 3) และสายใต้(สาย 4)

ทางหลวงเอเชีย ทางหลวงสายเอเชียเป็นเส้นทางที่เชื่อมโยงประเทศต่าง ๆ ในทวีป
เอเชีย มีช่วงที่ผ่านประเทศไทย 9 สาย ระยะทางประมาณ 5,000 กิโลเมตร ได้แก่ AH-1,
AH-2, AH-3, AH-12, AH-13, AH-15, AH16, AH-18 และ AH19 โดยมี AH-1 และ AH-2
เป็นเส้นทางหลักที่ผ่านมากกว่าหนึ่งอนุภูมิภาค[1]

นอกจากนี้แล้ว ประเทศไทยยังมีเส้นทางที่เกี่ยวข้องภายใต้กรอบความร่วมมือ
อนุภูมิภาคลุ่มแม่น้ำโขง 3 เส้นทาง โดยสามารถเชื่อมต่อกับประเทศกัมพูชาและเวียดนาม
ผ่านเส้นทาง R1 และ R2 ในขณะที่การเดินทางไปยังประเทศจีนตอนใต้ก็สามารถกระทำได้
2 เส้นทางด้วยกัน

---

[1]AH-1 จากชายแดนประเทศบัลกาเรียถึงกรุงโตเกียวประเทศญี่ปุ่น AH-2 จากประเทศอินโดนีเซียถึง
ประเทศอิหร่าน

ตารางที่1
เส้นทางที่เกี่ยวข้องกับประเทศไทยภายใต้กรอบความร่วมมืออนุภูมิภาคลุ่มแม่น้ำโขง

เส้นทาง	แนวเส้นทาง
R1	กรุงเทพฯ - พนมเปญ - โฮจิมินต์ซิตี้ - วุงเตา
R2	โครงข่ายเชื่อมโยงแนวตะวันออก-ตะวันตก (East West Corridor) ไทย –ลาว -เวียดนาม
R3	เส้นทางเชื่อมโยงกับประเทศจีนตอนใต้ เชียงราย - คุนหมิง • R3A (ไทย – ลาว – จีน) • R3B (ไทย – พม่า – จีน)

ที่ผ่านมา การใช้บริการขนส่งสินค้าทางถนนโดยรถบรรทุกภายในประเทศไทยขยาย
ตัวมาก โดยในปี2016 สัดส่วนปริมาณการขนส่งสินค้าทางถนนสูงถึงประมาณร้อยละ 81.12
ของการใช้บริการขนส่งทั้งหมดซึ่งมากกว่าการขนส่งทางอื่นๆที่เหลือรวมกัน สินค้าที่ขนส่ง
ส่วนใหญ่เป็นสินค้าที่ใช้เป็นวัตถุดิบหลักในอุตสาหกรรมของประเทศ   โดยเฉพาะเชื้อเพลิง
และอุตสาหกรรมก่อสร้าง สินค้าเกษตรที่มีปริมาณมาก ได้แก่ อ้อยและข้าว

ตารางที่ 2
ปริมาณการขนส่งสินค้าภายในประเทศ (หน่วย: พันตัน)

ที่มา: กระทรวงคมนาคม

รูปแบบการขนส่ง	1999	2003	2008	2013	2016
ทางถนน	392,244	440,018	424,456	458,828	486,743
ทางราง	9,264	10,521	12,807	11,920	11,970
ทางน้ำภายในประเทศ	17,910	30,055	47,687	45,413	50,327
ชายฝั่งทะเล	26,500	27,222	29,615	45,441	50,894
ทางอากาศ	97	103	106	120	122

ทางรถไฟ

การคมนาคมขนส่งทางรถไฟของไทยมีขึ้นก่อนการสร้างทางหลวง แต่การขยายตัว
สู้ทางหลวงไม่ได้ ทางรถไฟสายแรก คือ กรุงเทพฯ–อยุธยา ระยะทาง 71 กิโลเมตร เปิดเดิน
รถเมื่อปีค.ศ.1896 ปัจจุบันนี้ การรถไฟมีระยะทางที่เปิดการเดินรถแล้วรวมทั้งสิ้น 4,346
กิโลเมตร เส้นทางที่สำคัญ ได้แก่

- ทางสายเหนือ กรุงเทพถึงจังหวัดเชียงใหม่ ระยะทาง 751 กิโลเมตร
- ทางสายใต้ กรุงเทพถึงจังหวัดนราธิวาส (สุไหงโก-ลก) ระยะทาง 1,143 กิโลเมตร และสถานีปาดังเบซาร์ (สงขลา) ระยะทาง 974 กิโลเมตร
- ทางสายตะวันออก กรุงเทพถึงจังหวัดสระแก้ว (อรัญประเทศ) ระยะทาง 255 กิโลเมตร และนิคมอุตสาหกรรมมาบตะพุต ระยะทาง 200 กิโลเมตร
- ทางสายตะวันออกเฉียงเหนือ จากกรุงเทพฯ ถึงจังหวัดอุบลราชธานี ระยะทาง 575 กิโลเมตร และถึงจังหวัดหนองคาย ระยะทาง 624 กิโลเมตร
- ทางสายตะวันตก จากกรุงเทพฯถึงสถานีน้ำตก จังหวัดกาญจนบุรี ระยะทาง 194 กิโลเมตร

เนื่องจาก“ระบบราง”ได้รับการยอมรับว่าเป็นพาหนะที่กำหนดเวลาการเดินทางได้แน่นอน ตรงเวลา จุผู้โดยสารได้ในปริมาณมาก ราคาย่อมเยาและเป็นมิตรต่อสิงแวดล้อม การรถไฟแห่งประเทศไทยจึงมีวิสัยทัศนที่จะเป็นผู้ให้บริการระบบรางของรัฐที่ดีที่สุดในอาเซียนในปีพ.ศ.2570โดยมาตรการหลายอย่าง เช่น จัด“สถานีกลางบางซื่อ”เป็นศูนย์กลางระบบรางของไทยทดแทนสถานีกรุงเทพฯ พัฒนาโครงข่ายรถไฟทางไกลจากทางเดี่ยวเป็นทางคู่ ดำเนินโครงการรถไฟความเร็วสูง 4 สายเพื่ออำนวยความสะดวกด้านการเดินทาง สนับสนุนเศรษฐกิจการค้าการลงทุนและการท่องเที่ยวให้รุดหน้า กระจายความเจริญไปยังทุกภูมิภาคของประเทศ ฯลฯ

สถานีรถไฟกรุงเทพ (หัวลำโพง)

ทางแม่น้ำ

แม่น้ำเป็นเส้นทางคมนาคมขนส่งที่สำคัญของไทยมาตั้งแต่สมัยโบราณ เนื่องจากเหมาะแก่การขนส่งผลผลิตการเกษตรที่มีแหล่งผลิตอยู่ใกล้แม่น้ำ เช่น แม่น้ำเจ้าพระยา

แม่น้ำท่าจีน แม่น้ำแม่กลอง แม่น้ำบางปะกง และสามารถบรรทุกสินค้าหนักและปริมาณ
มากๆ ได้ เช่น ไม้ซุง หิน กรวดทราย สัตว์มีชีวิต เป็นต้น

การขนส่งทางน้ำมีค่าใช้จ่ายในการก่อสร้างซ่อมแซมหรือบำรุงเส้นทางขนส่งน้อย
กว่าทางอื่นๆ แต่ปัญหาของการคมนาคมขนส่งทางแม่น้ำลำคลองคือ ในฤดูแล้ง ร่องน้ำมัก
ตื้นเขิน ทำให้การเดินเรือต้องหยุดชะงัก ดังนั้น ทางรัฐจึงมีโครงการขุดลอกร่องน้ำในแม่น้ำ
สายหลักเพื่อให้เรือเดินสะดวกยิ่งขึ้นและสร้างสถานีขนส่งทางน้ำตามจุดหลักๆ เพิ่มขึ้นด้วย

ทางทะเลและมหาสมุทร

การขนส่งทางทะเลแบ่งออกเป็น 2 เส้นทาง คือทางชายฝั่งทะเลและทางมหาสมุทร
การคมนาคมขนส่งทางชายฝั่งทะเลเป็นการขนส่งสินค้าและผู้โดยสารระหว่างกรุงเทพฯกับ
จังหวัดต่างๆที่ตั้งอยู่ตามชายฝั่งทะเล ท่าเรือของแต่ละจังหวัดส่วนใหญ่เป็นท่าเรือขนาดเล็ก
ให้บริการได้เฉพาะเรือสินค้าและเรือประมงขนาดไม่ใหญ่มาก

การคมนาคมขนส่งทางมหาสมุทรเป็นการขนส่งทางเรือข้ามทะเลและมหาสมุทร
เพื่อติดต่อกันระหว่างประเทศ ประเทศไทยมีพื้นที่ชายฝั่งทะเลทั้งฝั่งตะวันตกและฝั่ง
ตะวันออก ยาวเป็นระยะทาง 2,705 กิโลเมตร ทำให้การขนส่งสินค้าระหว่างประเทศพึ่งพิง
กับการขนส่งทางทะเลถึงร้อยละ 96-98

ประเทศไทยมีท่าเรือระดับโลก(ท่าเรือคอนเทนเนอร์) 2 แห่ง คือท่าเรือแหลมฉบัง
และท่าเรือกรุงเทพฯ ท่าเรือน้ำลึกแหลมฉบังมีขีดความสามารถในการรับตู้สินค้า 7.5 ล้าน
TEU ต่อปี นอกจากนี้แล้ว ยังมีท่าเรือระดับภูมิภาค เช่น ท่าเรือมาบตาพุด(จังหวัดระยอง)
ท่าเรือสงขลา ท่าเรือระนอง เป็นต้น

ท่าเรือแหลมฉบังในจังหวัดชลบุรี

　　ปัจจุบันการพัฒนาศักยภาพการขนส่งทางน้ำนับเป็นหัวใจสำคัญประการหนึ่ง สำหรับการพัฒนาระบบโลจิสติกส์ของประเทศเพื่อรองรับยุทธศาสตร์เศรษฐกิจของชาติที่ มุ่งหมายเป็นศูนย์กลางของภูมิภาคในอุตสาหกรรมการผลิตหลากหลายประเภท และมุ่ง หมายที่จะเป็นประตูเชื่อมโยงการค้าและการลงทุนภายในภูมิภาค เนื่องจากไทยมีข้อ ได้เปรียบในด้านทำเลที่ตั้งที่สามารถเชื่อมโยงกับประเทศจีนตอนใต้ และเชื่อมต่อจากฝั่ง ตะวันออกของประเทศไปยังกลุ่มประเทศเอเชียใต้และตะวันออกกลาง

ตารางที่ 3
ปริมาณการขนส่งสินค้าระหว่างประเทศ (หน่วย: พันตัน)

ที่มา: กระทรวงคมนาคม

รูปแบบการขนส่ง	ปี2013	ปี2014	ปี2015	ปี2016
ทางถนน	26142	27525	32297	32293
ทางราง	97	80	126	222
ทางเรือระหว่างประเทศ	186,087	204,293	202,104	209,226
ทางอากาศ	679	696	688	736
ทางไปรษณียภัณฑ์และอื่นๆ	1.0	1.0	2.0	3.1

ทางอากาศ

　　เดิมประเทศไทยมีบริษัทการบิน 2บริษัท ได้แก่ บริษัทเดินอากาศไทยที่ให้การบริการภายในประเทศ และบริษัทการบินไทยที่ให้บริการการบินระหว่าง ประเทศ ต่อมาได้รวมกันเป็นบริษัทเดียว โดยมีชื่อว่า บริษัทการบินไทย จำกัด (มหาชน) (Thai Airways International Public Company Limited)

ตราสัญลักษณ์บริษัทการบินไทย

　　การขนส่งทางอากาศของไทยเจริญก้าวหน้าอย่างรวดเร็วและกระจายท่าอากาศยาน ภายในประเทศไปทั่วถึงทุกภูมิภาค การบินไทยให้บริการการบินระหว่างประเทศถึง 62 จุด บิน 35 ประเทศ

นอกจากบริษัทการบินไทยซึ่งเป็นสายการบินแห่งชาติแล้ว ยังมีบางกอกแอร์เวย์ ซึ่ง
เป็นสายการบินเอกชน(Bangkok Airways) รับบริการผู้โดยสารทั้งภายในประเทศและ
ประเทศใกล้เคียง และสายการบินต้นทุนต่ำ เช่น สายการบินนกแอร์ (Nok Air) สายการบิน
ไทยแอร์เอเชีย (Thai Air Asia) และสายการบินวันทูโก แอร์ไลน์

ประเทศไทยมีท่าอากาศยานระหว่างประเทศ 6 แห่ง ท่าอากาศยานภายในประเทศ 31
แห่ง ท่าอากาศยานที่อยู่ในความดูแลของบริษัทท่าอากาศยานแห่งประเทศไทย(ทอท.) ได้แก่
ท่าอากาศยานสุวรรณภูมิ ท่าอากาศยานดอนเมือง ท่าอากาศยานภูเก็ต ท่าอากาศยานแม่ฟ้า
หลวงเชียงราย ท่าอากาศยานเชียงใหม่ และท่าอากาศยานหาดใหญ่ ส่วนสนามบินอู่ตะเภา
อยู่ภายใต้การบริหารงานของกองทัพเรือ

ปัจจุบันท่าอากาศยานสุวรรณภูมิเป็นท่าอากาศยานหลักในประเทศไทย สามารถรอง
รับผู้โดยสารได้ 45 ล้านคนต่อปี รองรับเที่ยวบินได้ 76 เที่ยวบินต่อชั่วโมง และรองรับการ
ขนถ่ายสินค้าได้ 3 ล้านตันต่อปี

ท่าอากาศยานดอนเมืองหรือที่รู้จักกันโดยทั่วไปว่า สนามบินดอนเมือง เคยเป็น
สนามบินที่สำคัญที่สุดในประเทศไทยก่อนที่สนามบินสุวรรณภูมิเปิดใช้งาน ปัจจุบันนี้ให้
บริการด้านการบินที่หลากหลาย เช่น เที่ยวบินประจำภายในประเทศ เที่ยวบินไม่ประจำทั้ง
ภายในประเทศและระหว่างประเทศ

◇การโทรคมนาคม◇

กิจการโทรคมนาคมในประเทศไทยอยู่ในการกำกับดูแลของสำนักงานคณะกรรม-
การกิจการโทรคมนาคมแห่งชาติ(Office of National Telecommunications Commission/
กทค.) ซึ่งเป็นหน่วยภายใต้คณะกรรมการกิจการกระจายเสียง กิจการโทรทัศน์ และกิจการ
โทรคมนาคมแห่งชาติ (National Broadcasting and Telecommunication Commission/
กสทช.)

โทรศัพท์ประจำที่ มีผู้ให้บริการ 3 ราย คือ รัฐวิสาหกิจ 1 ราย ได้แก่ บริษัท ทีโอที คอร์
ปอเรชั่น จำกัด(มหาชน) บริษัทเอกชน 2 ราย ได้แก่ ทรู คอร์ปอเรชั่น จำกัด(มหาชน) และบริษัทที
ทีแอนด์ที จำกัด(มหาชน) ซึ่งรับสัมปทานให้บริการ
โทรศัพท์ประจำที่จากบริษัททีโอที

โทรศัพท์เคลื่อนที่ มีผู้ให้บริการเป็น
บริษัทเอกชน ได้แก่ บริษัทแอดวานซ์ อินโฟร์

ตราสัญลักษณ์ บริษัท dtac

เซอร์วิส จำกัด (มหาชน) (AIS) บริษัทโทเทิล แอ็คเซ็ส คอมมูนิเคชั่น จำกัด (มหาชน) (DTAC -Total Access Communication Public Company Limited) และบริษัท ทรูมูฟ จำกัด (True Move) เป็นต้น

ไปรษณีย์ไทย ผู้นำตลาดขนส่ง E-Commerce

ไปรษณีย์ไทยเป็นผู้นำตลาดขนส่งสำหรับธุรกิจE-Commerce ด้วยส่วนแบ่งการตลาดโดยรวมทั่วประเทศอยู่ที่ร้อยละ 55 ซึ่งผลกำไรหลักของไปรษณีย์ไทยเกิดจากปริมาณการขนส่งไปรษณียภัณฑ์และพัสดุไปรษณีย์ที่เพิ่มขึ้น ประกอบด้วย 3 ประเภทหลัก คือ (1) พัสดุกล่องและบริการ EMS โดยส่วนใหญ่เป็นพัสดุจากการสั่งซื้อสินค้าออนไลน์ คิดเป็นสัดส่วนร้อยละ 50 ของรายได้ (2) การขนส่งซองจดหมายและเอกสาร คิดเป็นสัดส่วนร้อยละ 30 ของรายได้ (3) การบริการด้านการเงินและค้าปลีก อาทิ ธนาณัติออนไลน์ คิดเป็นสัดส่วนร้อยละ 20 ของรายได้

การบริการจัดส่งด่วน

ธุรกิจบริการจัดส่งด่วน(Express Delivery Services — EDS) ที่ให้บริการอยู่ในประเทศไทยยังมีบริษัทต่างประเทศ ได้แก่ บริษัท United Parcel Services (UPS) Federal Express (FEDEX) DHL TNT Airborne Express และ SF Express ฯลฯ โดยทุกบริษัทมีเครือข่ายการให้บริการรับส่งเอกสาร สิ่งพิมพ์ พัสดุด่วน และสินค้าที่ขนส่งทางอากาศมากกว่า 200 ประเทศทั่วโลก โดย UPS FEDEX และ Airborne Express เป็นบริษัทของสหรัฐอเมริกา ขณะที่ DHL และ TNT เป็นบริษัทของยุโรป SF Express เป็นบริษัทของจีน โดยแต่ละบริษัทให้บริการที่คล้ายคลึงกัน

◤คำศัพท์◢

คมนาคม 交通	ขนส่ง 运输
ยุทธศาสตร์ 战略	ทางหลวง 公路；国道
โครงข่าย 网络	บูรณะ 修复；修缮
บำรุงรักษา 保护	พนมเปญ 金边
โฮจิมินต์ซิตี้ 胡志明市	วุงเตา 头顿市
รถบรรทุก 卡车	นิคมอุตสาหกรรม 工业园区
ไม้ซุง 原木	กรวดทราย 砂石
ขุดลอก 疏浚	ร่องน้ำ 水道

ตื้น 浅
เขิน 隆起的；高起的
ท่าเรือน้ำลึก 深水港
ตู้สินค้า 集装箱
TEU (twenty-foot equivalent unit) 标准集装箱（集装箱运量统计单位）
บริษัทการบิน 航空公司
ท่าอากาศยาน 机场
ต้นทุน 成本
สนามบินอู่ตะเภา 坞塔堡机场
สนามบินดอนเมือง 廊曼机场
การบริการจัดส่งด่วน 快递服务
โทรคมนาคม 电信
โทรศัพท์ประจำที่ 固定电话
โทรศัพท์เคลื่อนที่ 移动电话

แบบฝึกหัด

<u>ตอนที่ 1 ทบทวนความรู้</u>

1. จงเติมคำลงในช่องว่างเพื่อให้ได้ข้อความถูกต้องสมบูรณ์

(1) ประเทศไทยเป็นศูนย์กลางการคมนาคมขนส่งของภูมิภาค _____

(2) เส้นทางการคมนาคมขนส่งในประเทศไทย มีทั้งทางถนน ทางรถไฟ ทางแม่น้ำลำคลอง ทาง _____ และทางอากาศ

(3) ทางหลวงในเมืองไทยหมายถึง ถนนที่จัดสร้างและดูแลรักษาโดย _____

(4) ทาง R3 เป็นเส้นทางเชื่อมโยงประเทศไทยกับประเทศจีนตอนใต้ ระหว่างเชียงรายกับเมือง _____

(5) การขนส่งสินค้าระหว่างประเทศในประเทศไทยพึ่งพิงกับการขนส่งทาง _____ เป็นส่วนใหญ่

(6) ประเทศไทยมีท่าเรือระดับโลก 2 แห่ง ได้แก่ ท่าเรือ _____ และ ท่าเรือ _____

(7) การบินไทยสามารถให้บริการการบินเชื่อมโยงกับต่างประเทศ จำนวน _____ ประเทศ

(8) ท่าอากาศยานที่ใหญ่ที่สุดในประเทศไทย คือ _____

(9) สนามบินอู่ตะเภาอยู่ภายใต้การบริหารงานของ _____

(10) บริษัท AIS และบริษัท DTAC ให้บริการโทรศัพท์ _____

2. จงตอบคำถามต่อไปนี้ด้วยถ้อยคำสั้นๆ

(1) ทางหลวงแผ่นดินในไทยมีสายประธานอะไรบ้าง

(2) การขนส่งทางน้ำมีข้อดีอย่างไร

(3) ปัญหาสำคัญของการขนส่งทางแม่น้ำลำคลองในฤดูแล้งไทย คือปัญหาอะไร

(4) ท่าเรือที่สำคัญในด้านอ่าวไทยมีท่าไหนบ้าง? ท่าเรือฝั่งอันดามันมีท่าเรือน้ำลึกหรือเปล่า

(5) ท่าอากาศยานระหว่างประเทศของประเทศไทย ส่วนใหญ่อยู่ภายใต้การบริหารของบริษัทใด

(6) การโทรคมนาคมในประเทศไทยอยู่ในความรับผิดชอบของหน่วยงานใด

(7) ผู้ให้บริการโทรศัพท์เคลื่อนที่ในประเทศไทย เป็น บริษัทภาครัฐหรือภาคเอกชน

(8) ผู้ให้บริการโทรศัพท์ประจำที่มีกี่ราย ดำเนินงานในรูปแบบอย่างใด

ตอนที่ 2 พัฒนาความคิด

1. มีผู้กล่าวว่าประเทศไทยมีความได้เปรียบในด้านLogistics สามารถให้เกิดผลประโยชน์ในทางเศรษฐกิจเหนือกว่าประเทศอื่นๆในภูมิภาคเอเชียตะวันออกเฉียงใต้ นักศึกษาลองพิจารณาด้วยตนเองว่า ปัจจัยที่เอื้ออำนวยให้ประเทศไทยเป็น Logistics Hub ของภูมิภาคเอเชียมีอะไรบ้าง

2. น.ศ.ลองศึกษาค้นคว้าว่าบริษัท AIS ก่อตั้งโดยใคร กิจกรรมด้านการค้าของบริษัท AIS มีความสัมพันธ์อย่างไรกับการเปลี่ยนแปลงสถานการณ์การเมืองของไทย

บทอ่านประกอบ (๑)

ระบบหมายเลขทางหลวง

ในยุคสมัยเริ่มต้นของการก่อสร้างทางหลวง กรมทางหลวงนิยมใช้ชื่อบุคคลที่มีความสำคัญในสายทางนั้นมาตั้งชื่อถนนหรือสะพาน เช่น ถนนวิภาวดีรังสิต สะพานสารสินเป็นต้น ต่อมาได้มีการพัฒนาระบบโครงข่ายทางหลวงทั่วประเทศเป็นจำนวนมาก การใช้ชื่ออาจจะก่อให้เกิดการสับสนและไม่สามารถทราบว่าทางสายนั้นอยู่ในภาคใด ดังนั้นจึงได้มีการนำระบบหมายเลขทางหลวงมาใช้กำกับทางหลวงพิเศษ ทางหลวงแผ่นดิน และทางหลวงสัมปทานที่อยู่ในความดูแลของกรมทางหลวง โดยหมายเลขกำกับมีความหมาย ดังนี้

1. แสดงที่ตั้งของทางหลวง

ทางหลวงสายที่ขึ้นต้นด้วยหมายเลข 1 แสดงว่าทางสายนั้นอยู่ในภาคเหนือ

สายที่ขึ้นต้นด้วยหมายเลข 2 แสดงว่าทางสายนั้นอยู่ในภาคตะวันออกเฉียงเหนือ

สายที่ขึ้นต้นด้วยหมายเลข 3 แสดงว่าทางสายนั้นอยู่ในภาคกลาง ตะวันออก และภาคใต้ตอนบน

สายที่ขึ้นต้นด้วยหมายเลข 4 แสดงว่าทางสายนั้นอยู่ในภาคใต้

2. การจำแนกระบบหมายเลขทางหลวง

- ทางหลวงที่มีหมายเลขตัวเดียว หมายถึงทางหลวงแผ่นดินสายประธาน เชื่อมการจราจรระหว่างภาคต่อภาค ในปัจจุบันมีอยู่ 4 สาย คือ

   ทางหลวงแผ่นดินหมายเลข 1 (ถนนพหลโยธิน) จากกรุงเทพฯ - เชียงราย

   ทางหลวงแผ่นดินหมายเลข 2 (ถนนมิตรภาพ) จากสระบุรี - หนองคาย

   ทางหลวงแผ่นดินหมายเลข 3 (ถนนสุขุมวิท) จากกรุงเทพฯ - ตราด

   ทางหลวงแผ่นดินหมายเลข 4 (ถนนเพชรเกษม) จากกรุงเทพฯ - อ.สะเดา จ.สงขลา

- ทางหลวงที่มีหมายเลข 2 ตัว หมายถึงทางหลวงแผ่นดินสายประธานตามภาคต่างๆ เช่น ทางหลวงแผ่นดินสายประธานหมายเลข 22 เป็นทางหลวงแผ่นดินสายประธานในภาคตะวันออกเฉียงเหนือ สายอุดรธานี-นครพนม เป็นต้น

- ทางหลวงที่มีหมายเลข 3 ตัว หมายถึงทางหลวงแผ่นดินสายรอง เช่น ทางหลวงแผ่นดินหมายเลข 202 เป็นทางหลวงแผ่นดินสายรองในภาคตะวันออกเฉียงเหนือ สายชัยภูมิ-เขมราฐ ทางหลวงแผ่นดินหมายเลข 314 เป็นทางหลวงแผ่นดินสายรองในภาคกลาง สายบางปะกง - ฉะเชิงเทรา เป็นต้น

- ทางหลวงที่มีหมายเลข 4 ตัว หมายถึงทางหลวงแผ่นดินที่เชื่อมระหว่างจังหวัดกับอำเภอหรือสถานที่สำคัญของจังหวัดนั้น เช่น ทางหลวงหมายเลข 1001 เป็นทางหลวงในภาคเหนือ สายแยกทางหลวงหมายเลข11-อ.พร้าว ทางหลวงหมายเลข 4006 เป็นทางหลวงในภาคใต้ สายแยกทางหลวงหมายเลข 4 (ราชกรูด)-หลังสวน เป็นต้น

ที่มา: กรมทางหลวง ประเทศไทย

บทอ่านประกอบ (๒)

ร้านค้าปลีกสมัยใหม่ในประเทศไทย

1. ห้างสรรพสินค้า (Department Store) ได้แก่ ห้างสรรพสินค้าเซ็นทรัล เดอะมอลล์ โรบินสัน ตั้งฮั่วเส็ง อิมพีเรียล เป็นต้น

2. ซูเปอร์เซ็นเตอร์ (Supercenter) หรือไฮเปอร์มาร์เก็ต(Hypermarket) ได้แก่ Big C Testco Lotus และ Carrefour

3. Cash & Carry เป็นธุรกิจดิสเคาท์สโตร์ ตัวอย่าง เช่น Makro

4. ซูเปอร์มาร์เก็ต (Supermarket) เป็นร้านค้าปลีกที่เน้นจำหน่ายสินค้าอุปโภคบริโภค ให้ความสำคัญกับสินค้าที่สดใหม่และหลากหลายโดยเฉพาะสินค้าประเภทอาหารสด ตลอดจนสินค้าอุปโภคบริโภคต่างๆ ที่จำเป็นต่อชีวิตประจำวัน ได้แก่ Food Lion Tops Supermarket เป็นต้น

5. ร้านค้าเฉพาะอย่าง (Specialty Store) ได้แก่ Boots Watson Mark and Spencer เป็นต้น

6. Category Killer คล้ายคลึงกับร้านค้าเฉพาะอย่าง แต่จำหน่ายสินค้าในราคาต่ำกว่า และนำระบบเงินผ่อนมาบริการ ซึ่งส่วนใหญ่เป็นร้านจำหน่ายเครื่องใช้ไฟฟ้า ได้แก่ Power Buy, Super Sport, Office Depot และ Power Mall เป็นต้น

7. ร้านสะดวกซื้อ (Convenient Store หรือ Minimart) เป็นร้านค้าปลีกที่พัฒนามาจากร้านค้าปลีกแบบเก่า ผสมกับซูเปอร์มาร์เก็ต แต่มีขนาดเล็กกว่า โดยส่วนใหญ่จำหน่ายสินค้า Fast Food เครื่องดื่มและสินค้าอุปโภคอื่นๆ เน้นการให้บริการที่สะดวก ส่วนใหญ่ให้บริการ24ชั่วโมง ตัวอย่างผู้ประกอบการค้าปลีกประเภทนี้ ได้แก่ 7- eleven และ Family Mart เป็นต้น

บทที่ ๑๖

การศึกษาของไทย

➜จุดประสงค์การเรียนรู้➜

● บอกระบบการศึกษาของประเทศไทยโดยสังเขปได้
● บอกโครงสร้างการบริหารงานการศึกษาของไทยโดยสังเขปได้
● บอกวิวัฒนาการการศึกษาไทยและสภาวะการศึกษาไทยโดยสังเขปได้

泰国正规教育体系分为基础教育和高等教育两大层次。基础教育包括学前教育、小学、初中、高中4个阶段,其中高中又分为普通教育和职业教育两种。小学、初中、高中的学制分别为6年、3年、3年。泰国宪法规定,公民有权免费享受不少于12年的基础教育。2009年,阿披实政府推出了15年免费教育政策。

在古代泰国,寺庙既是弘扬佛法的场所,也是主要的教育机构。曼谷王朝5世王时期,泰国有了现代意义上的学校。20世纪30年代以来,在国家教育发展计划的统一指导下,泰国教育稳步发展。近10多年,教育经费一直占国内生产总值的4%,占国家预算的20%以上。目前,泰国拥有各类学校约4万所,教师7万多人。

1999年,泰国颁布《国家教育法》,实施了一系列教育改革措施。从2002年起,教育部成为中央教育行政主管部门,下设基础教育、高等教育和职业教育委员会分别负责相关的工作。

泰国高等教育比较发达,著名学府有朱拉隆功大学、法政大学、玛希隆大学、亚洲理工学院等。

◇ระบบการศึกษาไทย◇

ตามพรบ.การศึกษาแห่งชาติปี ค.ศ.1999 การจัดการศึกษาในประเทศไทยมีสามรูป
แบบ คือ การศึกษาในระบบ การศึกษานอกระบบ และการศึกษาตามอัธยาศัย

การศึกษาในระบบมีสองระดับ คือ**การศึกษาขั้นพื้นฐาน** ซึ่งจัดไม่น้อยกว่า 12 ปี และ
การศึกษาระดับอุดมศึกษา

การศึกษาขั้นพื้นฐานรวมด้วยการศึกษาก่อนระดับประถมศึกษา จัดการให้แก่เด็กที่
มีอายุ 3 – 6 ปี การศึกษาระดับประถมศึกษา 6 ปี (ป.1-ป.6) การศึกษาระดับมัธยมศึกษาตอน
ต้น 3 ปี (ม.1– ม.3) และการศึกษาระดับมัธยมศึกษาตอนปลาย 3 ปี (ม.4 - ม.6) ซึ่งเรียกง่ายๆ
ว่าระบบ 6-3-3 ทั้งนี้ มี**การศึกษาภาคบังคับ** 9 ปี

หมวด ๕   หน้าที่ของรัฐ

มาตรา ๕๔

รัฐต้องดำเนินการให้เด็กทุกคนได้รับการศึกษาเป็นเวลาสิบสองปี ตั้งแต่ก่อนวัยเรียนจนจบ
การศึกษาภาคบังคับอย่างมีคุณภาพโดยไม่เก็บค่าใช้จ่าย

รัฐต้องดำเนินการให้เด็กเล็กได้รับการดูแลและพัฒนาก่อนเข้ารับการศึกษาตามวรรคหนึ่งเพื่อ
พัฒนาร่างกาย จิตใจ วินัย อารมณ์ สังคม และสติปัญญาให้สมกับวัย โดยส่งเสริมและสนับสนุนให้
องค์กรปกครองส่วนท้องถิ่นและภาคเอกชนเข้ามีส่วนร่วมในการดำเนินการด้วย

...

คัดจากรัฐธรรมนูญฉบับ 2560

การศึกษาระดับมัธยมศึกษาตอนปลายแบ่งเป็น 2 ประเภท ได้แก่

(1) ประเภทสามัญศึกษา เพื่อเป็นพื้นฐานในการศึกษาต่อในระดับอุดมศึกษา

(2) ประเภทอาชีวศึกษา เพื่อพัฒนาความรู้และทักษะในการประกอบอาชีพ หรือ
ศึกษาต่อในระดับอาชีพชั้นสูงต่อไป

การอุดมศึกษาในประเทศไทยแบ่งออกเป็นสองระดับ คือ ระดับปริญญาและระดับ
ต่ำกว่าปริญญา ครอบคลุมการศึกษาในระดับประกาศนียบัตรหรืออนุปริญญาที่เรียนภาย
หลังจบการศึกษาขั้นพื้นฐานแล้ว

ระบบการสอบเข้ามหาวิทยาลัย

ระบบการสอบเข้ามหาวิทยาลัยในประเทศไทย มีการเปลี่ยนแปลงไปหลายครั้ง โดยแต่ละครั้ง
อาจมีจุดประสงค์ที่ต่างกัน เช่น เพื่อลดความเหลื่อมล้ำในทางเศรษฐกิจระหว่างนักเรียน สร้างความเป็น
ธรรมให้มากขึ้น เพื่อแก้ปัญหาเด็กกวดวิชาหรือเพื่อสร้างความเป็นสากล เป็นต้น ในปี 2010 ที่ประชุม
อธิการบดีแห่งประเทศไทย (ทปอ.) มีมติปรับเปลี่ยนระบบสอบคัดเลือกเข้าสู่สถาบันอุดมศึกษาอีกครั้ง
โดยกำหนดให้สอบ

1) GPAX 6 ภาคเรียน (ผลการเรียนเฉลี่ยสะสม)   20 %

2) O-NET 8 กลุ่มสาระ   (Ordinary National Educational Test)   30 %

3) GAT (General Aptitude Test) วัดความสามารถในการเขียน คิด วิเคราะห์ แก้ปัญหาและการ
สื่อสารด้วยภาษาอังกฤษ   10-50 %

4) PAT(Professional & Academic Test) คัดเลือกนักเรียนตามความต้องการของมหาวิทยาลัย จำแนก
เป็น 7 ประเภท คือ คณิตศาสตร์ วิทยาศาสตร์ สถาปัตยกรรม วิศวกรรม ศิลปะ วิชาชีพครูและภาษา
ต่างประเทศที่ 2 เช่น ภาษาฝรั่งเศส เยอรมัน ญี่ปุ่น อาหรับ จีน บาลี   0 %~40 %

สำหรับ GAT PAT ให้สอบได้มากถึง 3 ครั้งต่อปี นักเรียนจะสมัครสอบกี่ครั้งก็ได้ เลือกใช้
คะแนนที่ดีที่สุด คะแนนของการสอบแต่ละครั้งมีอายุความ 2 ปี (นับจากวันสอบ) นักเรียนสามารถนำ
คะแนนสอบที่ได้รวมกับค่าเกรดเฉลี่ยสะสม และคะแนน O-NET ไปประกอบการสมัครเข้ามหาวิทยาลัย

◇โครงสร้างการบริหารงาน◇

ประเทศไทยได้ดำเนินการปฏิรูปการศึกษามาแล้ว 2 ครั้ง สมัยแรกในรัชสมัยรัชกาล
ที่ 5 และสมัยที่ 2 ในปี 1999 พรบ.การศึกษาแห่งชาติฉบับปี 1999 มีผลทำให้โครงสร้าง
การบริหารงานและการจัดการเรียนการสอนได้รับการปรับเปลี่ยน ตั้งแต่ปี 2002 เป็นต้นมา
กระทรวงศึกษาธิการเป็นหน่วยการบริหารการศึกษาระดับกลาง ซึ่งมีสภาการศึกษา
คณะกรรมการการศึกษาขั้นพื้นฐาน คณะกรรมการการอุดมศึกษา และคณะกรรมการอาชีว
ศึกษาอยู่ภายใต้การกำกับดูแลของกระทรวง และรับผิดชอบงานบริหารการศึกษาขั้นพื้นฐาน
การอุดมศึกษาและอาชีวศึกษา

◇วิวัฒนาการการจัดการศึกษาของไทย◇

การจัดการศึกษาของไทยมีวิวัฒนาการอย่างต่อเนื่อง ซึ่งอาจแบ่งออกเป็น 3 สมัย คือ
สมัยโบราณ (1238-1868) สมัยปฏิรูปการศึกษา (1869-1932) สมัยพัฒนาการศึกษาหลังการ

เปลี่ยนแปลงการปกครอง (1932 – ปัจจุบัน)

การศึกษาในสมัยโบราณยังไม่เป็นแบบแผนมากนัก สถานที่การศึกษามักอยู่ที่วัด ที่ราชสำนักและบ้าน บ้านเป็นสถานที่อบรมกล่อมเกลาจิตใจของสมาชิกภายในบ้านและถ่ายทอดความรู้ด้านวิชาชีพ วังเป็นสถานที่รวมนักปราชญ์สาขาต่างๆ โดยเฉพาะงานช่างศิลปหัตถกรรม จึงสามารถถ่ายทอดความรู้จากคนรุ่นหนึ่งไปสู่คนอีกรุ่นหนึ่ง ส่วนวัดนอกจากเป็นสถานที่ประกอบพิธีกรรมทางศาสนาแล้ว พระยังจะทำหน้าที่ในการอบรมสั่งสอนธรรมะแก่พุทธศาสนิกชนโดยเฉพาะผู้ชายไทยมีโอกาสได้ศึกษาธรรมะและบวชเรียน ในสังคมไทยจึงนิยมให้ผู้ชายบวชเรียนก่อนแต่งงาน ทำให้มีคุณธรรมและจิตใจมั่นคง สามารถครองเรือนได้อย่างมีความสุข

การศึกษาในสมัยปฏิรูปการศึกษาเริ่มเป็นระบบแบบแผนและเจริญรุ่งเรืองมาก พระบาทสมเด็จพระจุลจอมเกล้าเจ้าอยู่หัวทรงส่งเสริมให้จัดการศึกษาแบบตะวันตก ส่วนคณะสอนศาสนาชาวอเมริกันก็มีบทบาทในการเปลี่ยนแปลงระบบการศึกษาของไทย ในช่วงนี้ ประเทศไทยเริ่มมีการตั้งโรงเรียนเพื่อฝึกคนเข้ารับราชการ มีการจัดตั้งโรงเรียนสำหรับราษฎรทั่วไปและสถาปนามหาวิทยาลัยแห่งแรกขึ้น คือ จุฬาลงกรณ์มหาวิทยาลัย

อาคารมหาจุฬาลงกรณ์

การศึกษาในช่วงภายหลังการเปลี่ยนแปลงการปกครองพัฒนาอย่างรวดเร็วและเป็นระบบแบบแผนมากขึ้นเป็นลำดับโดยจัดการศึกษาตามแผนการศึกษาแห่งชาติ ซึ่งทุกแผนระบุจุดมุ่งหมายของการศึกษาไว้ชัดเจน ปัจจุบันนี้ ประเทศไทยกำลังดำเนินงานตามแผนการศึกษาแห่งชาติ ค.ศ.2017–2036 จัดทำโดยสำนักงานเลขาธิการสภาการศึกษา กระทรวงศึกษาธิการ โดยมีเจตนารมณ์หลัก คือ มุ่งจัดการศึกษาให้คนไทยทุกคนสามารถเข้าถึงโอกาสและความเสมอภาคในการศึกษาที่มีคุณภาพ พัฒนาระบบการบริหารจัดการศึกษาที่มีประสิทธิภาพ พัฒนากำลังคนให้มีสมรรถนะในการทำงานที่สอดคล้องกับความต้องการของตลาดงานและการพัฒนาประเทศ

◇สภาวะการศึกษาของไทย◇

ประเทศไทยให้ความสำคัญกับการศึกษาเป็นอย่างมากมาเป็นเวลานานพอสมควร ได้ออกกฎหมายเกี่ยวกับการศึกษาประมาณ 80 ฉบับ มีระบบการประเมินคุณภาพการศึกษา อย่างเป็นมาตรฐานสากล และได้มีการจัดงบประมาณการศึกษาต่อจีดีพีและต่องบประมาณ รวมของประเทศอยู่ที่ประมาณร้อยละ 4 และร้อยละ 20 ติดต่อกันมาสิบกว่าปีแล้ว ถือว่าอยู่ ในเกณฑ์ดีเมื่อเปรียบเทียบกับประเทศอื่นๆในภูมิภาคเดียวกัน(ปี2016 มีงบ ศธ. 878,878 ล้านบาท คิดเป็นสัดส่วน6.1ของจีดีพี และคิดเป็น1ใน4ของงบประมาณแผ่นดินรวมส่วน กลางและส่วนท้องถิ่น)

ปัจจุบันนี้ ประเทศไทยมีสถานศึกษาประมาณ 4 หมื่นแห่ง มีครูบาอาจารย์มากกว่า 7 หมื่นคน ประชากรในวัยเรียน 6~17 ปี มีโอกาสได้รับการศึกษาเป็นสัดส่วนสูงถึง 90.1% แต่อย่างไรก็ตาม ประเทศไทยก็ต้องเผชิญกับปัญหาด้านการศึกษาไม่น้อย เช่น นโยบาย การศึกษาขาดความต่อเนื่องกันด้วยกระแสการเมือง การจัดการศึกษาขั้นพื้นฐานโดยไม่เก็บ ค่าใช้จ่ายดำเนินอย่างไม่ทั่วถึง ความเหลื่อมล้ำของคุณภาพการศึกษาระหว่างภูมิภาค กล่าว คือสถานศึกษาที่มีคุณภาพดีส่วนใหญ่รวมอยู่ที่ภาคกลางโดยเฉพาะอย่างยิ่งกรุงเทพมหานคร

◇สถาบันอุดมศึกษาของไทย◇

ประเทศไทยมีสถาบันอุดมศึกษาประมาณ 260 แห่ง ประกอบด้วยสถาบันอุดมศึกษา ของรัฐ สถาบันอุดมศึกษาในกำกับของรัฐบาล สถาบันอุดมศึกษาเอกชนและวิทยาลัยชุมชน ซึ่งให้บริการการอุดมศึกษาในหลากหลายรูปแบบ มหาวิทยาลัยที่มีชื่อเสียงในประเทศไทย มีหลายแห่ง เช่น จุฬาลงกรณ์มหาวิทยาลัย ม.ธรรมศาสตร์ ม.มหิดล ม.เกษตรศาสตร์ ม. ศิลปากร ม.เชียงใหม่ เป็นต้น

จุฬาลงกรณ์มหาวิทยาลัย เป็นมหาวิทยาลัยและสถาบันอุดมศึกษาแห่งแรกของ ประเทศไทย ถือกำเนิดจาก"โรงเรียนสำหรับฝึกหัดวิชาข้าราชการฝ่ายพลเรือน" และมีวัน สถาปนาคือวันที่ 26 มีนาคม พ.ศ. 2460 จุฬาลงกรณ์มหาวิทยาลัยได้รับการจัดอันดับให้ เป็นมหาวิทยาลัยอันดับ 1 ของประเทศไทยจากหลายสถาบันจัดอันดับ ครอบคลุมทั้งด้าน คุณภาพของมหาวิทยาลัย คุณภาพบัณฑิต คุณภาพด้านการวิจัย ชื่อเสียงของมหาวิทยาลัย คุณภาพด้านการจัดการสิ่งแวดล้อมของมหาวิทยาลัยในเขตเมือง และคุณภาพแยกตาม รายวิชาอีก 27 รายวิชา นอกจากนี้ ยังได้รับเลือกให้เป็น 1 ใน 9 มหาวิทยาลัยวิจัยแห่งชาติ

เป็นสมาชิกเครือข่ายมหาวิทยาลัยอาเซียน (AUN) และเป็นมหาวิทยาลัยเพียงแห่งเดียวในประเทศไทยที่เป็นสมาชิกของสมาคมมหาวิทยาลัยภาคพื้นแปซิฟิก (APRU) สำหรับการจัดอันดับ QS World University Rankings[1] 2018 จุฬาลงกรณ์มหาวิทยาลัยก็ได้เข้ามาติดอยู่ในอันดับที่ 245 ของโลก และอยู่ในอันดับ 50 จากการจัดอันดับมหาวิทยาลัยในทวีปเอเชีย

มหาวิทยาลัยธรรมศาสตร์ เป็นมหาวิทยาลัยที่เก่าแก่เป็นอันดับ 2 ของประเทศไทย เปิดสอนวิชากฎหมายเป็นหลัก แต่ได้สอนวิชารัฐศาสตร์ เศรษฐศาสตร์ การทูต การบัญชีด้วย มหาวิทยาลัยธรรมศาสตร์มีประวัติศาสตร์ผูกพันกับพัฒนาการทางการเมืองของไทยตลอดจนเรื่องของรัฐธรรมนูญและประชาธิปไตย โดยเฉพาะอย่างยิ่งในเหตุการณ์ 14 ตุลาฯ ปีค.ศ.1973 และเหตุการณ์ 6 ตุลาฯ ปีค.ศ. 1976

มหาวิทยาลัยมหิดล มีประวัติสืบจากโรงพยาบาลศิริราชซึ่งก่อตั้งในปีค.ศ.1888 ต่อมา เมื่อปีค.ศ.1943 ได้รับการสถาปนาขึ้นเป็นมหาวิทยาลัยแพทยศาสตร์ ปัจจุบันนี้ เปิดสอนวิชาด้านการแพทย์เป็นหลัก เช่น ทันตแพทย์ศาสตร์ เทคนิคการแพทย์ พยาบาลศาสตร์ เภสัชศาสตร์ สัตวแพทยศาสตร์ สาธารณสุขศาสตร์ รวมทั้งสาขาวิทยาศาสตร์และเทคโนโลยี สาขาสังคมศาสตร์และอื่นๆมากกว่า 500 สาขาวิชา ในการจัดอันดับมหาวิทยาลัยในทวีปเอเชียโดย QS ประจำปี2018 ได้รับการจัดอันดับในภาพรวมอยู่ในอันดับที่ 58 ของเอเชีย และยังคงได้รับการจัดอันดับดีที่สุดของประเทศไทยในสาขาวิทยาศาสตร์ชีวภาพและชีวการแพทย์(Life Sciences and Medicine) จากการจัดอันดับของ QS World University Rankings by Subject 2018

สถาบันเทคโนโลยีแห่งเอเชีย (Asian Institute of Technology) หรือที่เรียกโดยทั่วไปว่า เอไอที เป็นสถาบันการศึกษานานาชาติ เปิดสอนหลักสูตรระดับปริญญาโทขึ้นไป โดยเน้นทางด้านวิทยาศาสตร์ เทคโนโลยีและการจัดการในสาขาที่เป็นประโยชน์ต่อการพัฒนาในภูมิภาคเอเชีย มีศูนย์กลางการบริหารงานตั้งอยู่ที่จังหวัดปทุมธานีประเทศไทย และยังมีศูนย์การศึกษาในประเทศเวียดนามด้วย

สถาบันบัณฑิตพัฒนบริหารศาสตร์ (National Institute of Development Administration) หรือที่นิยมเรียกกันว่า นิด้า (NIDA) ทำการสอนเฉพาะระดับบัณฑิตศึกษา(สูงกว่าปริญญาตรี) โดยเน้นหนักในสาขาวิชาทางด้านการบริหารการพัฒนา นอกจากนี้ ยังมีหน้าที่

---

1 QS 是教育及学术资讯信息企业 Quacquarelli Symonds 的缩写，由美国人纳齐奥 • 夸克夸瑞利（Nunzio Quacquarelli）创办。该公司自 2004 年起有系统地对世界范围内的 500 所大学进行排名，所产生的排名被各大媒体转载。

ในด้านการวิจัย ฝึกอบรมและให้บริการทางวิชาการด้านอื่นๆแก่หน่วยงานราชการ รัฐวิสาห
กิจ ธุรกิจเอกชน และประชาชนทั่วไป

    มหาวิทยาลัยอัสสัมชัญ (Assumption University) หรือเอแบค(ABAC) เป็นมหา-
วิทยาลัยแห่งแรกของประเทศไทยที่มีระบบการสอนหลักสูตรนานาชาติและยังเป็นมหา-
วิทยาลัยเอกชนที่มีจำนวนศาสตราจารย์มากที่สุดในประเทศไทย

    มหาวิทยาลัยสุโขทัยธรรมาธิราช เป็นมหาวิทยาลัยเปิดที่จัดการเรียนการสอนแบบ
ทางไกล ส่วน**มหาวิทยาลัยรามคำแหง**เป็นมหาวิทยาลัยตลาดวิชา (Open Admission Uni-
versity) ซึ่งรับบุคคลเข้าศึกษาโดยไม่สอบคัดเลือกและไม่จำกัดจำนวน มีการเรียนการสอน
ในชั้นเรียนเช่นเดียวกับมหาวิทยาลัยปกติ แต่ไม่บังคับเข้าชั้นเรียน

▶คำศัพท์◀

อัธยาศัย 意愿；爱好	การศึกษาขั้นพื้นฐาน 基础教育
อุดมศึกษา 高等教育	การศึกษาภาคบังคับ 义务教育
ยากไร้ 贫困	พิการ 残废
ทุพพลภาพ 残废	สามัญศึกษา 普通教育
อาชีวศึกษา 职业教育	ทักษะ 技能
ปริญญา 学位	ประกาศนียบัตร 文凭；毕业证书
อนุปริญญา 专科毕业的学位	กล่อมเกลา 熏陶；陶冶
เหลื่อมล้ำ 差距；悬殊	กวดวิชา 补习功课
อธิการบดี 大学校长	เจตนารมณ์ 宗旨；目的
สติปัญญา 智慧；才智	ความต่อเนื่อง 持续；连续
จุฬาลงกรณ์มหาวิทยาลัย 朱拉隆功大学	ม.ธรรมศาสตร์ 法政大学
ม.มหิดล 玛希隆大学	ม.เกษตรศาสตร์ 农业大学
ม.ศิลปากร 艺术大学	ม.เชียงใหม่ 清迈大学
หลักสูตร 课程	เลิศ 优秀；卓越
วิจัย 研究	
ศิลปศาสตร์และมนุษยศาสตร์ 艺术和人文 Arts and Humanities	
สังคมศาสตร์ 社会学	รัฐศาสตร์ 政治学
เศรษฐศาสตร์ 经济学	การบัญชี 会计

ผูกพัน 关联；连结	ทันตแพทย์ศาสตร์ 牙医学
เทคนิคการแพทย์ 医疗技术；医学技术	พยาบาลศาสตร์ 护理学
เภสัชศาสตร์ 药理学；药物学	สัตวแพทยศาสตร์ 兽医学

สาธารณสุขศาสตร์ 公共卫生学

วิทยาศาสตร์ชีวภาพและชีวการแพทย์ 生命科学和医学

สถาบันเทคโนโลยีแห่งเอเชีย(เอไอที) 亚州理工学院

สถาบันบัณฑิตพัฒนบริหารศาสตร์(นิด้า) 国立发展管理学院

บัณฑิตศึกษา 研究生教育

มหาวิทยาลัยอัสสัมชัญ(เอแบค) 易三仓大学

ศาสตราจารย์ 教授	ชั้นเรียน 课堂

มหาวิทยาลัยสุโขทัยธรรมาธิราช 素可泰(远程教育)大学

มหาวิทยาลัยเปิด 开放大学	มหาวิทยาลัยตลาดวิชา 开放录取大学

แบบฝึกหัด

ตอนที่ 1 ทบทวนความรู้

1. จงเลือกคำตอบที่ถูกต้องหรือเหมาะสมที่สุดเพียงคำตอบเดียว

(1) การศึกษาขั้นพื้นฐานในประเทศไทยจัดไม่น้อยกว่า ____

  ก. 15 ปี   ข. 12 ปี   ค. 9 ปี   ง. 6 ปี

(2) การศึกษาภาคบังคับในประเทศไทยกำหนดให้มี ____

  ก. 15 ปี   ข. 12 ปี   ค. 9 ปี   ง. 6 ปี

(3) ข้อ____ ไม่ได้จัดเป็นสถานที่การศึกษาในสมัยโบราณของไทย

  ก. วัด   ข. บ้าน   ค. วัง   ง. โบสถ์

(4) หน่วยที่บริหารการศึกษาระดับกลาง ได้แก่

  ก. กระทรวงศึกษาธิการ   ข. สภาการศึกษา

  ค. ทบวงมหาวิทยาลัย   ง. คณะกรรมการการศึกษา

2. จงเติมคำลงในช่องว่างเพื่อให้ได้ข้อความถูกต้องสมบูรณ์

(1) การศึกษาขั้นพื้นฐานรวมด้วยการศึกษาระดับ ____ 6 ปี การศึกษาระดับ ____ 3 ปี

และการศึกษาระดับ ____ 3 ปี

(2) ในสมัยโบราณของไทย สถานที่การศึกษาสำหรับคนทั่วไปมักอยู่ที่ _____ และ _____

(3) มหาวิทยาลัยแห่งแรกในประเทศไทย ได้แก่ _____

(4) ในช่วงภายหลังการเปลี่ยนแปลงการปกครอง ประเทศไทยจัดการศึกษาตาม _____

(5) ไทยจัดงบประมาณการศึกษาต่อจีดีพีอยู่ที่ร้อยละ _____ มาเป็นเวลานาน

(6) มหาวิทยาลัยธรรมศาสตร์เปิดสอนวิชาด้าน _____ เป็นหลัก

(7) มหาวิทยาลัยมหิดลเปิดสอนวิชาด้าน _____ เป็นหลัก

3. จงตอบคำถามต่อไปนี้ด้วยถ้อยคำสั้นๆ

(1) โครงสร้างการบริหารงานการศึกษาของไทยเป็นอย่างไร

(2) วิวัฒนาการการจัดการศึกษาของไทยเป็นอย่างไร

(3) ปัจจุบันนี้ ประเทศไทยเผชิญกับปัญหาด้านการศึกษาอะไรบ้าง

(4) มหาวิทยาลัยที่มีชื่อเสียงในประเทศไทยมีแห่งไหนบ้าง

ตอนที่ 2   พัฒนาความคิด

ให้นักศึกษาพิจารณาสภาวะการศึกษาไทยในปัจจุบันด้วยข้อมูลในตารางข้างล่าง และเปรียบเทียบกับสภาวะการศึกษาจีนในปัจจุบันว่าเหมือนหรือต่างกันอย่างไร

จำนวนและร้อยละของนักเรียน นิสิต นักศึกษา
ในระบบโรงเรียน ต่อประชากรในวัยเรียน ปีการศึกษา 2558

ที่มา: กระทรวงศึกษาธิการ

ระดับการศึกษา/ชั้น	อายุ	จำนวนนักเรียน	ประชากรในวัยเรียน	สัดส่วนร้อยละ
รวมทั้งสิ้น	3-21	14,070,235	16,372,391	85.9
การศึกษาขั้นพื้นฐาน	6-17	9,173,427	10,186,374	90.1
การศึกษาภาคบังคับ	6-14	7,174,888	7,438,384	96.5
ระดับก่อนประถมศึกษา	3-5	2,700,778	2,283,392	118.3
ระดับประถมศึกษา	6-11	4,866,449	4,825,068	100.9
ระดับมัธยมศึกษา	12-17	4,306,978	5,361,306	80.3
การศึกษาระดับอุดมศึกษา	18-21	2,196,030	3,902,625	56.3

บทอ่านประกอบ (๑)

วันครูของประเทศไทย

　　วันที่ 16 เดือนมกราคมของทุกปีเป็นวันครูของประเทศไทย เพื่อจะได้ประกอบพิธี ระลึกถึงคุณบูรพาจารย์ ส่งเสริมความสามัคคีระหว่างครูและเพื่อส่งเสริมความเข้าใจอันดี ระหว่างครูกับประชาชน

　　การจัดงานวันครูมีขึ้นเป็นครั้งแรกเมื่อวันที่ 16 มกราคม ปี 1953 กิจกรรมที่จัดกันใน วันครูมี 3 ประเภทใหญ่ ๆ ได้แก่ 1.พิธีกรรมทางศาสนา 2.พิธีรำลึกถึงพระคุณบูรพาจารย์ ประกอบด้วยพิธีปฏิญาณตน การกล่าวคำระลึกถึงพระคุณบูรพาจารย์ 3.กิจกรรมเพื่อความ สามัคคีระหว่างผู้ประกอบอาชีพครู ส่วนมากเป็นการแข่งขันกีฬาหรือการจัดงานรื่นเริงใน ตอนเย็น

พิธีไหว้ครู

พานไหว้ครู

พิธีไหว้ครู

　　พิธีไหว้ครูมีหลายอย่าง เช่น การไหว้ครูนาฏศิลป์ ไหว้ครูแพทย์แผนไทย เป็นต้น ซึ่งแต่ละอย่างก็จะมีรายละเอียดแตกต่างกันออกไป แต่โดยทั่วไป เมื่อเอ่ยถึงพิธีไหว้ครู มักจะหมายถึงการไหว้ครูในสถาบันการศึกษาต่างๆ ซึ่งส่วนใหญ่จะทำในช่วงเปิดภาคการ ศึกษา การไหว้ครูเป็นประเพณีสำคัญที่มีมาแต่โบราณ ถือเป็นการแสดงความเคารพและ ระลึกถึงพระคุณของบูรพาจารย์ โดยทั่วไป พิธีไหว้ครูมักจะจัดในวันพฤหัสบดี ด้วยถือว่า เทพเจ้าพฤหัสบดีเป็นเทพที่ส่งเสริมวิทยาการและความเฉลียวฉลาด ซึ่งเป็นคุณสมบัติของ ครู จึงถือเอาวันนี้เป็นวันไหว้ครู เพื่อความเป็นสิริมงคล

บทอ่านประกอบ (๒)

โครงการเรียนฟรี 15 ปี

"โครงการเรียนฟรี 15 ปีอย่างมีคุณภาพ ให้มากกว่าที่รัฐธรรมนูญกำหนด" เป็น
โครงการสนับสนุนการจัดการศึกษาโดยไม่เสียค่าใช้จ่าย 15 ปีของรัฐบาลอภิสิทธิ์ เวชชา-
ชีวะ ที่เริ่มดำเนินการในปี 2009 ซึ่งรัฐบาลชุดยิ่งลักษณ์ ชินวัตรยังคงเดินหน้านโยบายเรียน
ฟรี 15 ปีตามที่รัฐบาลชุดก่อนเคยดำเนินการมา

นโยบายนี้มีวัตถุประสงค์เพื่อให้นักเรียนทุกคนมีโอกาสได้รับการศึกษาโดยไม่เสีย
ค่าใช้จ่าย สำหรับรายการค่าเล่าเรียน หนังสือเรียน อุปกรณ์การเรียน เครื่องแบบนักเรียน
และกิจกรรมพัฒนาผู้เรียนที่ภาครัฐให้การสนับสนุน

ที่ว่าฟรี 15 ปี คือ ฟรีตั้งแต่ชั้นอนุบาลจนถึงขั้นมัธยมศึกษาตอนปลาย รวมทั้ง
ประกาศนียบัตรวิชาชีพ (ปวช.) และการศึกษานอกโรงเรียนและการศึกษาตามอัธยาศัย
ให้กับทั้งโรงเรียนรัฐบาล โรงเรียนเอกชนและโรงเรียนสังกัดองค์กรปกครองส่วนท้องถิ่น
ถ้าเด็กคนไหนสละสิทธิ์ จะมีใบประกาศเกียรติคุณให้ โดยเงินจำนวนนี้จะนำไปพัฒนา
โรงเรียนที่ด้อยโอกาสพัฒนาถึง 600 โรงเรียนทั่วประเทศ

แต่อย่างไรก็ตาม ยังมีเสียงวิพากษ์วิจารณ์หรือแม้แต่คำบ่นจากบรรดาพ่อแม่ผู้
ปกครองเสมอมาว่า "เรียนฟรีไม่มีจริง" เพราะว่าพวกเขายังคงต้องควักกระเป๋าจ่ายเงินพิเศษ
ต่างๆนานาที่โรงเรียนเรียกเก็บ ทั้งโดยตรงและแอบแฝง ในสารพัดรูปแบบและชื่อเรียกขาน
วิจิตรพิสดาร ไม่ว่าจะเป็นค่าบำรุงการศึกษา หรือแม้แต่ค่าสมาคมผู้ปกครอง แม้จะไม่มีคำ
ว่าค่าเทอมและค่าอุปกรณ์การศึกษาอยู่เลย

ภาคผนวก 1

หน่วยราชการอิสระ
独立机构

(มีฐานะเป็นกรมไม่สังกัดสำนักนายกรัฐมนตรีหรือกระทรวง)

สำนักพระราชวัง	宫王府
สำนักราชเลขาธิการ	御秘处
สำนักงานคณะกรรมการพิเศษเพื่อประสานงานโครงการอันเนื่องมาจากพระราชดำริ	
	王室项目协调特别委员会办事处
สำนักงานพระพุทธศาสนาแห่งชาติ	泰国佛教署
สำนักงานทรัพย์สินส่วนพระมหากษัตริย์	王室资产管理局
สำนักงานคณะกรรมการวิจัยแห่งชาติ	国家研究委员会办公室
ราชบัณฑิตยสถาน	皇家学术院
สำนักงานตำรวจแห่งชาติ	国家警察总署
สำนักงานป้องกันและปราบปรามการฟอกเงิน	反洗钱办公室
สำนักงานเลขาธิการสภาผู้แทนราษฎร	下议院秘书办
สำนักงานเลขาธิการวุฒิสภา	上议院秘书办
คณะกรรมาธิการสามัญประจำวุฒิสภา	上议院常设委员会
ธนาคารแห่งประเทศไทย	泰国国家银行
สำนักงานคณะกรรมการการเลือกตั้ง	选举委员会办公室
สำนักงานอัยการสูงสุด	最高检察院办公室
สำนักงานคณะกรรมการป้องกันและปราบปรามการทุจริตแห่งชาติ (ป.ป.ช.)	
	反腐败委员会办公室
สำนักงานผู้ตรวจการแผ่นดิน	国土监察办公室
สำนักงานคณะกรรมการสิทธิมนุษยชนแห่งชาติ	国家人权委员会办公室
สำนักงานการตรวจเงินแผ่นดิน	国家审计署办公室
สำนักงานสภาที่ปรึกษาเศรษฐกิจและสังคมแห่งชาติ	国家经济、社会顾问委员会

ศาลรัฐธรรมนูญ	宪法法庭
ศาลปกครอง	行政法庭
ศาลยุติธรรม	司法法庭
ศาลฎีกา	最高法
ศาลอุธรณ์	上诉法院
ศาลอุธรณ์ภาค ๑/๒/๓/๔/๕/๖/๗/๘/๙	一/二/三/四/五/六/七/八/九区上诉法庭
ศาลอาญา	刑事法庭
ศาลเยาวชนและครอบครัวกลาง	中央青少年及家庭法庭
ศาลแพ่ง	民事法庭
ศาลแรงงานกลาง	中央劳工法庭
ศาลภาษีอากรกลาง	中央税务法庭
ศาลทรัพย์สินทางปัญญาและการค้าระหว่างประเทศกลาง	中央知识产权和国际贸易法庭
ศาลปกครองกลาง	中央行政法庭
สำนักงานศาลปกครอง	行政法庭办公室
สำนักงานศาลยุติธรรม	司法法庭办公室
ศาลล้มละลายกลาง	中央破产法庭
ศูนย์ปฏิบัติการยาเสพติดแห่งชาติ (ศ.ปส.ช.)	国家禁毒中心
สภากาชาดไทย	泰国红十字会

สำนักงานอธิบดีผู้พิพากษาภาค ๑/๒/๓/๔/๕/๖/๗/๘/๙ 一/二/三/四/五/六/七/八/九区首席法官办公室

สำนักงานคณะกรรมการกำกับหลักทรัพย์และตลาดหลักทรัพย์ 证券及交易委员会办公室

สำนักงานคณะกรรมการกิจการกระจายเสียง กิจการโทรทัศน์ และกิจการโทรคมนาคมแห่งชาติ

国家广播、电视、电信委员会办公室

ภาคผนวก 2

หน่วยงานรัฐบาลไทย
泰国政府机构

สำนักนายกรัฐมนตรี	总理府
กระทรวงกลาโหม	国防部
กระทรวงการคลัง	财政部
กระทรวงการต่างประเทศ	外交部
กระทรวงการพัฒนาสังคมและความมั่นคงของมนุษย์	社会发展和人类安全部
กระทรวงศึกษาธิการ	教育部
กระทรวงการท่องเที่ยวและกีฬา	旅游和体育部
กระทรวงเกษตรและสหกรณ์	农业合作部
กระทรวงคมนาคม	交通部
กระทรวงทรัพยากรธรรมชาติและสิ่งแวดล้อม	自然资源和环境部
กระทรวงพลังงาน	能源部
กระทรวงพาณิชย์	商业部
กระทรวงมหาดไทย	内政部
กระทรวงยุติธรรม	司法部
กระทรวงแรงงาน	劳工部
กระทรวงวิทยาศาสตร์และเทคโนโลยี	科学技术部
กระทรวงสาธารณสุข	卫生部
กระทรวงเทคโนโลยีสารสนเทศและการสื่อสาร	信息和通讯技术部
กระทรวงวัฒนธรรม	文化部
กระทรวงอุตสาหกรรม	工业部

สำนักนายกรัฐมนตรี (นร.)　总理府

สำนักงานปลัดสำนักนายกรัฐมนตรี	总理府常务次长办公室

กรมประชาสัมพันธ์	民众联络厅
สำนักงานคณะกรรมการคุ้มครองผู้บริโภค	保护消费者委员会办公室
สำนักเลขาธิการนายกรัฐมนตรี	总理秘书处
สำนักเลขาธิการคณะรัฐมนตรี	内阁秘书处
สำนักข่าวกรองแห่งชาติ	国家情报局
สำนักงบประมาณ	预算局
สำนักงานสภาความมั่นคงแห่งชาติ	国家安全委员会办公室
สำนักงานคณะกรรมการกฤษฎีกา	法律委员会办公室
สำนักงานคณะกรรมการข้าราชการพลเรือน	文官委员会办公室
สำนักงานคณะกรรมการพัฒนาการเศรษฐกิจและสังคมแห่งชาติ	
	国家经济和社会发展委员会办公室
สำนักงานคณะกรรมการพัฒนาระบบราชการ	行政体制发展委员会办公室
คณะกรรมการที่นายกรัฐมนตรีเป็นประธาน	总理负责委员会

รัฐวิสาหกิจ   国营企业

บริษัท อสมท จำกัด มหาชน	泰国大众传媒集团
สำนักงานกองทุนสนับสนุนการวิจัย	泰国研究基金会

องค์การมหาชน   大众机构

สำนักงานรับรองมาตรฐาน และประเมินคุณภาพการศึกษา	教育标准和质量评估办公室
สำนักงานส่งเสริมการจัดประชุมและนิทรรศการ	泰国会议展览局
องค์การบริหารการพัฒนาพื้นที่พิเศษเพื่อการท่องเที่ยวอย่างยั่งยืน	
	特定地区可持续旅游管理局
สำนักงานบริหารและพัฒนาองค์ความรู้	知识管理与发展办公室

กระทรวงกลาโหม (กห.)   国防部

สำนักงานรัฐมนตรี	部长办公室
สำนักงานปลัดกระทรวงกลาโหม	常务次长办公室
กองบัญชาการกองทัพไทย	泰国武装部队司令部
กรมราชองครักษ์	御卫厅

รัฐวิสาหกิจ/องค์การมหาชน 国营企业/大众机构

องค์การแบตเตอรี่	电池制造集团
สถาบันเทคโนโลยีป้องกันประเทศ (องค์การมหาชน)	国防技术学院

กระทรวงการคลัง (กค.)　财政部

สำนักงานรัฐมนตรี	部长办公室
สำนักงานปลัดกระทรวงการคลัง	常务次长办公室
กรมธนารักษ์	金融厅
กรมบัญชีกลาง	中央会计厅
กรมศุลกากร	关税厅
กรมสรรพสามิต	国税厅
กรมสรรพากร	税务厅
สำนักงานคณะกรรมการนโยบายรัฐวิสาหกิจ	国有企业政策办公室
สำนักงานบริหารหนี้สาธารณะ	国家债务管理办公室
สำนักงานเศรษฐกิจการคลัง	财经办公室

องค์การมหาชน 大众机构

สำนักงานความร่วมมือพัฒนาเศรษฐกิจกับประเทศเพื่อนบ้าน (สพพ.)

邻国经济发展合作办公室

รัฐวิสาหกิจ 国营企业

ธนาคารออมสิน	储蓄银行
ธนาคารอาคารสงเคราะห์	住宅扶持银行
ธนาคารกรุงไทย　จำกัด　(มหาชน.)	泰京银行
ธนาคารเพื่อการเกษตรและสหกรณ์การเกษตร	农业与农业合作社银行
ธนาคารเพื่อการส่งออกและนำเข้าแห่งประเทศไทย	泰国进出口银行
สำนักงานสลากกินแบ่งรัฐบาล	政府彩票办公室
องค์การสุรา (ในสังกัดกรมสรรพสามิต)	酒业集团
โรงงานไพ่ (ในสังกัดกรมสรรพสามิต)	扑克牌厂
โรงงานยาสูบ	卷烟厂

บรรษัทตลาดรองสินเชื่อที่อยู่อาศัย (บตท.)	第二抵押公司
ธนาคารพัฒนาวิสาหกิจขนาดกลางและขนาดย่อมแห่งประเทศไทย	
	泰国资助中小企业发展银行
บริษัท ธนารักษ์พัฒนาสินทรัพย์ จำกัด (ธพส.)	塔纳拉财产管理有限公司
บรรษัทประกันสินเชื่ออุตสาหกรรมขนาดย่อม(บสย.)	小企业资格监督公司
กองทุนเงินให้กู้ยืมเพื่อการศึกษา (กยศ.)	教育贷款基金会
ธนาคารอิสลามแห่งประเทศไทย	泰国伊斯兰银行

กระทรวงการต่างประเทศ (กต.)　外交部

สำนักงานรัฐมนตรี	外长办公室
สำนักงานปลัดกระทรวง	常务次长办公室
กรมพิธีการทูต	礼宾司
กรมยุโรป	欧洲司
กรมเศรษฐกิจระหว่างประเทศ	国际经济司
กรมสนธิสัญญาและกฎหมาย	条约和法律司
กรมสารนิเทศ	新闻司
กรมองค์การระหว่างประเทศ	国际机构司
กรมอเมริกาและแปซิฟิกใต้	美洲和南太平洋司
กรมอาเซียน	东盟司
กรมเอเชียตะวันออก	东亚司
กรมเอเชียใต้ ตะวันออกกลาง และแอฟริกา	南亚、中东和非洲司
กรมการกงสุล	领事司
สำนักงานความร่วมมือเพื่อการพัฒนาระหว่างประเทศ	国际发展合作办公室
สถานเอกอัครราชทูต คณะทูตถาวรฯ ไทย ในต่างประเทศ	泰国常驻各国使馆使团

กระทรวงการพัฒนาสังคมและความมั่นคงของมนุษย์ (พม.)

社会发展和人类安全部

สำนักงานรัฐมนตรี	部长办公室

สำนักงานปลัดกระทรวง	常务次长办公室
สำนักงานกิจการสตรีและสถาบันครอบครัว	妇女和家庭事务办公室
กรมพัฒนาสังคมและสวัสดิการ	社会发展和福利厅

สำนักงานส่งเสริมสวัสดิภาพและพิทักษ์เด็ก เยาวชน ผู้ด้อยโอกาส คนพิการ และผู้สูงอายุ

促进福利及保护儿童、 青少年、弱势群体、残疾人和老龄人办公室

รัฐวิสาหกิจ/องค์การมหาชน 国营企业/大众机构

การเคหะแห่งประเทศไทย	国家住房中心
สถาบันพัฒนาองค์กรชุมชน(องค์การมหาชน)	社区组织发展所

กระทรวงศึกษาธิการ (ศธ.) 教育部

สำนักงานรัฐมนตรี	部长办公室
สำนักเลขาธิการสภาการศึกษา	教育协会秘书处
สำนักงานปลัดกระทรวงศึกษาธิการ	常务次长办公室
สำนักงานคณะกรรมการการศึกษาขั้นพื้นฐาน	基础教育委员会办公室
สำนักงานคณะกรรมการการอุดมศึกษา	高等教育委员会办公室
สำนักงานคณะกรรมการการอาชีวศึกษา	职业教育委员会办公室

องค์การมหาชนและองค์การในกำกับ 大众机构和下辖机构

สำนักงานเลขาธิการคุรุสภา	教师协会秘书长办公室
สถาบันระหว่างประเทศเพื่อการค้าและการพัฒนา	贸易和发展国际研究所
สำนักงานส่งเสริมสวัสดิการครูและบุคลากรทางการศึกษา	教育工作者福利促进办公室
สถาบันส่งเสริมการสอนวิทยาศาสตร์และเทคโนโลยี	促进科技教育研究所
โรงเรียนมหิดลวิทยานุสรณ์	玛希顿科技学校
สถาบันทดสอบทางการศึกษาแห่งชาติ	国家教育测试所
สำนักงานลูกเสือแห่งชาติ	国家童子军办公室

กระทรวงการท่องเที่ยวและกีฬา(กก.) 旅游和体育部

สำนักงานรัฐมนตรี	部长办公室

สำนักงานปลัดกระทรวง	常务次长办公室
กรมการท่องเที่ยว	旅游厅
กรมการพลศึกษา	体育厅
สถาบันการพลศึกษา	体育学院
กองบังคับการตำรวจท่องเที่ยว	旅游警察处

รัฐวิสาหกิจ 国营企业

การกีฬาแห่งประเทศไทย	泰国体育局
การท่องเที่ยวแห่งประเทศไทย	泰国旅游局

กระทรวงเกษตรและสหกรณ์ (กษ.)　农业合作部

สำนักงานรัฐมนตรี	部长办公室
สำนักงานปลัดกระทรวง	常务次长办公室
กรมชลประทาน	水利厅
กรมพัฒนาที่ดิน	土地开发厅
กรมวิชาการเกษตร	农业厅
กรมส่งเสริมการเกษตร	农业促进厅
กรมส่งเสริมสหกรณ์	促进合作厅
สำนักงานการปฏิรูปที่ดินเพื่อเกษตรกรรม	土地改革办公室
สำนักงานมาตรฐานสินค้าเกษตรและอาหารแห่งชาติ	国家农产品和食品标准办公室
สำนักงานเศรษฐกิจการเกษตร	农业经济办公室
กรมตรวจบัญชีสหกรณ์	合作审计厅
กรมประมง	渔业厅
กรมปศุสัตว์	畜牧厅
กรมป่าไม้	林业厅

รัฐวิสาหกิจ 国营企业

องค์การอุตสาหกรรมป่าไม้	森林工业机构
องค์การสวนยาง	橡胶园机构
องค์การสะพานปลา	鱼类市场机构

องค์การส่งเสริมกิจการ โคนมแห่งประเทศไทย	泰国促进奶牛事业机构
สำนักงานกองทุนสงเคราะห์การทำสวนยาง	橡胶园扶助经营基金办公室
บริษัท ไม้อัดไทย จำกัด	泰国胶合板有限公司
องค์การตลาดเพื่อเกษตรกร(อ.ต.ก)	农民市场组织

กระทรวงคมนาคม (คค.) 交通部

สำนักงานรัฐมนตรี	部长办公室
สำนักงานปลัดกระทรวงคมนาคม	常务次长办公室
กรมเจ้าท่า	港务厅
กรมการขนส่งทางบก	陆路运输厅
กรมการบินพลเรือน	民用航空厅
กรมทางหลวง	公路厅
กรมทางหลวงชนบท	乡村公路厅
สำนักงานนโยบายและแผนการขนส่งและจราจร	交通运输政策计划办公室

รัฐวิสาหกิจ 国营企业

องค์การขนส่งมวลชนกรุงเทพฯ	曼谷公共运输局
การทางพิเศษแห่งประเทศไทย	泰国特别道路局
การรถไฟฟ้าขนส่งมวลชนแห่งประเทศไทย	泰国捷运局
บริษัท การบินไทย จำกัด (มหาชน)	泰国国际航空公司
บริษัท ท่าอากาศยานไทย จำกัด (มหาชน)	泰国机场有限公司
บริษัท วิทยุการบินแห่งประเทศไทย จำกัด	泰国航空无线电有限公司
บริษัท ขนส่ง จำกัด	运输有限公司
บริษัท ไทยเดินเรือทะเล จำกัด	海运有限公司
การท่าเรือแห่งประเทศไทย	泰国港务局
การรถไฟแห่งประเทศไทย	泰国铁路局
สถาบันการบินพลเรือน	民航训练中心
บริษัท โรงแรมท่าอากาศยานสุวรรณภูมิ จำกัด (มหาชน)	素万那普机场酒店有限公司
บริษัท ไทย-อะมาดิอุส เซาท์อีสต์ เอเชีย จำกัด	泰国-爱玛迪斯 东南亚有限公司

กระทรวงทรัพยากรธรรมชาติและสิ่งแวดล้อม (ทส.) 自然资源和环境部

สำนักงานรัฐมนตรี	部长办公室
สำนักงานปลัดกระทรวงทรัพยากรธรรมชาติและสิ่งแวดล้อม	常务次长办公室
สำนักงานนโยบายและแผนทรัพยากรธรรมชาติและสิ่งแวดล้อม	自然资源和环境政策计划办公室
กรมควบคุมมลพิษ	污染控制厅
กรมป่าไม้	林业厅
กรมทรัพยากรธรณี	矿产资源厅
กรมทรัพยากรน้ำ	水资源厅
กรมทรัพยากรน้ำบาดาล	地下水资源厅
กรมทรัพยากรทางทะเลและชายฝั่ง	海洋和海岸资源厅
กรมส่งเสริมคุณภาพสิ่งแวดล้อม	环境质量促进厅
กรมอุทยานแห่งชาติ สัตว์ป่า และพันธุ์พืช	国家公园、野生动物和植物保护厅

รัฐวิสาหกิจ 国营企业

องค์การอุตสาหกรรมป่าไม้	森林工业集团
องค์การสวนสัตว์	动物园集团
องค์การพฤกษศาสตร์	植物园集团
องค์การจัดการน้ำเสีย	废水处理中心

องค์การมหาชน 大众机构

สำนักงานพัฒนาเศรษฐกิจจากฐานชีวภาพ	生物多样化经济发展办公室
องค์การบริหารจัดการก๊าซเรือนกระจก	国家温室气体管理局

กระทรวงพลังงาน (พน.) 能源部

สำนักงานรัฐมนตรี	部长办公室
สำนักงานปลัดกระทรวงพลังงาน	常务次长办公室
กรมเชื้อเพลิงธรรมชาติ	矿物燃料厅
กรมธุรกิจพลังงาน	能源事务厅
กรมพัฒนาพลังงานทดแทนและอนุรักษ์พลังงาน	开发替代能源和能源保护厅

สำนักนโยบายและแผนพลังงาน   能源政策计划办公室

รัฐวิสาหกิจ/องค์การมหาชน 国营企业 / 大众机构

การไฟฟ้าฝ่ายผลิตแห่งประเทศไทย (กฟผ)   泰国电力生产集团

บริษัท ปตท. จำกัด (มหาชน)   泰国石油（大众有限）公司

สถาบันบริหารกองทุนพลังงาน (องค์การมหาชน)   能源基金管理所

กระทรวงพาณิชย์ (พณ.) 商业部

สำนักงานรัฐมนตรี   部长办公室

สำนักงานปลัดกระทรวง   常务次长办公室

กรมการค้าต่างประเทศ   国际贸易厅

กรมการค้าภายใน   国内贸易厅

กรมพัฒนาธุรกิจการค้า   贸易促进厅

กรมเจรจาการค้าระหว่างประเทศ   国际贸易谈判厅

กรมทรัพย์สินทางปัญญา   知识产权厅

กรมส่งเสริมการส่งออก   出口促进厅

รัฐวิสาหกิจ 国营企业

องค์การคลังสินค้า   公共仓储集团

องค์การอิสระ 独立机构

ตลาดสินค้าเกษตรล่วงหน้าแห่งประเทศไทย (ต.ส.ล.)   泰国农产品期货交易所

สำนักงานคณะกรรมการกำกับการซื้อขายสินค้าเกษตรล่วงหน้า (ก.ส.ล.)

         农产品期货交易委员会办公室

กระทรวงมหาดไทย (มท.) 内政部

สำนักงานรัฐมนตรี   部长办公室

สำนักงานปลัดกระทรวงมหาดไทย   常务次长办公室

กรมการปกครอง   行政厅

กรมการพัฒนาชุมชน   社区发展厅

กรมที่ดิน   土地厅

กรมป้องกันและบรรเทาสาธารณภัย	预防和减轻公共灾害厅
กรมโยธาธิการและผังเมือง	公共事务和城市规划厅
กรมส่งเสริมการปกครองท้องถิ่น	地方管理促进厅

รัฐวิสาหกิจ 国营企业

การไฟฟ้านครหลวง	首都电力局
การไฟฟ้าส่วนภูมิภาค	地方电力局
การประปานครหลวง	首都自来水公司
การประปาส่วนภูมิภาค	地方自来水公司
องค์การตลาด	市场机构

กระทรวงยุติธรรม (ยธ.) 司法部

สำนักงานรัฐมนตรี	部长办公室
สำนักงานปลัดกระทรวง	次长办公室
สำนักงานกิจการยุติธรรม	司法事务办公室
กรมสอบสวนคดีพิเศษ	特别案件审理厅
สถาบันนิติวิทยาศาสตร์	法医学研究所
กรมคุ้มครองสิทธิและเสรีภาพ	保护自由和权利厅
กรมบังคับคดี	执行厅
กรมคุมประพฤติ	行为管理厅
กรมพินิจและคุ้มครองเด็กและเยาวชน	儿童、青少年观察保护厅
กรมราชทัณฑ์	惩治厅/惩教署
สำนักงานคณะกรรมการป้องกันและปราบปรามยาเสพติด	禁毒委员会办公室
สำนักงานกิจการยุติธรรม	司法事务办公室

องค์กรอิสระ 独立机构

เนติบัณฑิตยสภา	法律工作者联合会
สภาทนายความ	律师协会
สถาบันอนุญาโตตุลาการ	泰国仲裁协会

กระทรวงแรงงาน (รง.) 劳工部

สำนักงานรัฐมนตรี	部长办公室
สำนักงานปลัดกระทรวง	常务次长办公室
กรมการจัดหางาน	就业厅
กรมพัฒนาฝีมือแรงงาน	职业训练厅
กรมสวัสดิการและคุ้มครองแรงงาน	福利和劳力保障厅
สำนักงานประกันสังคม	社会保险办公室

กระทรวงวิทยาศาสตร์และเทคโนโลยี (วท.) 科学技术部

สำนักงานรัฐมนตรี	部长办公室
สำนักงานปลัดกระทรวง	常务次长办公室
กรมวิทยาศาสตร์บริการ	科学服务厅
สำนักงานปรมาณูเพื่อสันติ	核能为和平办公室

รัฐวิสาหกิจ 国营企业

สถาบันวิจัยวิทยาศาสตร์และเทคโนโลยีแห่งประเทศไทย	泰国科学技术研究院
องค์การพิพิธภัณฑ์วิทยาศาสตร์แห่งชาติ	国家科学博物馆

หน่วยงานในกำกับ/องค์การมหาชน 下辖机构 / 大众机构

สถาบันมาตรวิทยาแห่งชาติ	国家计量科学研究院
สำนักงานพัฒนาวิทยาศาสตร์และเทคโนโลยีแห่งชาติ	国家科技发展办公室
สำนักงานคณะกรรมการนโยบายวิทยาศาสตร์ เทคโนโลยีและนวัตกรรมแห่งชาติ	
	国家科技创新政策委员会
สำนักงานพัฒนาเทคโนโลยีอวกาศและภูมิสารสนเทศ(องค์การมหาชน)	
	航天技术和地球信息发展中心
สถาบันเทคโนโลยีนิวเคลียร์แห่งชาติ(องค์การมหาชน)	国家核技术研究所
สถาบันวิจัยแสงซินโครตรอน(องค์การมหาชน)	同步辐射光源研究所
สถาบันวิจัยดาราศาสตร์แห่งชาติ(องค์การมหาชน)	国家天文研究所
สถาบันสารสนเทศทรัพยากรน้ำและการเกษตร(องค์การมหาชน)	
	国家农业和水资源信息研究所

กระทรวงสาธารณสุข (สธ.) 卫生部

สำนักงานรัฐมนตรี	部长办公室
สำนักงานปลัดกระทรวงสาธารณสุข	常务次长办公室
กรมการแพทย์	医疗厅
กรมวิทยาศาสตร์การแพทย์	医学科学厅
กรมสุขภาพจิต	心理健康厅
สำนักงานคณะกรรมการอาหารและยา	食品药品委员会办公室
กรมควบคุมโรค	疾病控制厅
กรมอนามัย	卫生厅
กรมพัฒนาการแพทย์แผนไทยและการแพทย์ทางเลือก	泰式医疗和替代医学发展厅
กรมสนับสนุนบริการสุขภาพ	健康服务厅

กระทรวงเทคโนโลยีสารสนเทศและการสื่อสาร (ทก.) 信息和通讯技术部

สำนักงานปลัดกระทรวง	常务次长办公室
สำนักงานสถิติแห่งชาติ	国家统计局
กรมอุตุนิยมวิทยา	气象厅

รัฐวิสาหกิจ 国营企业

บริษัท กสท โทรคมนาคม จำกัด (มหาชน)	CAT 电信有限公司
บริษัท ไปรษณีย์ไทย จำกัด	泰国邮政有限公司
บริษัท ทีโอที จำกัด (มหาชน)	TOT 有限公司

องค์การมหาชน 大众机构

สำนักงานส่งเสริมอุตสาหกรรมซอฟต์แวร์แห่งชาติ	国家软件工业开发办公室(SIPA)
สำนักงานพัฒนาธุรกรรมทางอิเล็กทรอนิกส์	电子交易发展办公室(ETDA)
สำนักงานรัฐบาลอิเล็กทรอนิกส์	电子政府办公室(EGA)

กระทรวงวัฒนธรรม (วธ.)　文化部

สำนักงานรัฐมนตรี	部长办公室
สำนักงานปลัดกระทรวง	常务次长办公室
สำนักงานศิลปวัฒนธรรมร่วมสมัย	文化艺术办公室
กรมการศาสนา	宗教厅
กรมศิลปากร	艺术厅
สำนักงานคณะกรรมการวัฒนธรรมแห่งชาติ	国家文化委员会办公室
สถาบันบัณฑิตพัฒนศิลป์	艺术学院

องค์การมหาชน　大众机构

ศูนย์มานุษยวิทยาสิรินธร	诗琳通人类学研究中心
หอภาพยนตร์	电影馆

กระทรวงอุตสาหกรรม (อก.)　工业部

สำนักงานรัฐมนตรี	部长办公室
สำนักงานปลัดกระทรวง	常务次长办公室
กรมโรงงานอุตสาหกรรม	工业工厂厅
กรมส่งเสริมอุตสาหกรรม	工业促进厅
กรมอุตสาหกรรมพื้นฐานและการเหมืองแร่	基础工业和采矿厅
สำนักงานคณะกรรมการอ้อยและน้ำตาลทราย	甘蔗和糖业委员会办公室
สำนักงานมาตรฐานผลิตภัณฑ์อุตสาหกรรม	工业产品标准办公室
สำนักงานเศรษฐกิจอุตสาหกรรม	工业经济办公室
สำนักงานส่งเสริมวิสาหกิจขนาดกลางและขนาดย่อม	促进中小企业办公室
สำนักงานคณะกรรมการส่งเสริมการลงทุน	投资促进委员会办公室

รัฐวิสาหกิจ　国营企业

การนิคมอุตสาหกรรมแห่งประเทศไทย	泰国工业园区管理局